रागिणी

लेखक
वा. म. जोशी

संपादक
वि. स. खांडेकर

मेहता पब्लिशिंग हाऊस

Email : production@mehtapublishinghouse.com

Website : www.mehtapublishinghouse.com

RAGINI by V. M. JOSHI

रागिणी : संपादक वि. स. खांडेकर / कादंबरी

Email : author@mehtapublishinghouse.com

© सुरक्षित

मराठी पुस्तक प्रकाशनाचे हक्क मेहता पब्लिशिंग हाऊस, पुणे.

प्रकाशक : सुनील अनिल मेहता, मेहता पब्लिशिंग हाऊस,
१९४१, सदाशिव पेठ, माडीवाले कॉलनी, पुणे - ४११०३०.

मुखपृष्ठावरील
छायाचित्र : रवींद्र व्होरा, सांगली

प्रकाशनकाल : १९५९ / ऑगस्ट, १९९७ / नोव्हेंबर, २०१३
पुनर्मुद्रण : ऑगस्ट, २०१७

P Book ISBN 9788171616800

E Book ISBN 9789386454058

E Books available on : play.google.com/store/books
www.amazon.in/b?node=15513892031

१

विजयगावचे नानासाहेब वकील हे घरचे श्रीमंत असून, त्यांची वकिलीही पहिल्या प्रतीची चालत असे. नानासाहेब सुधारणेचे कट्टर अभिमानी असल्यामुळे लग्न झाल्यानंतर त्यांनी आपल्या पत्नीला स्वत:च शिकविण्याचा उपक्रम केला व लक्ष्मीबाईंच्या- त्यांना सारे आईसाहेब म्हणत- बुद्धिमत्तेमुळे त्यांना त्या कामी बरेच यशही आले. आईसाहेबांना चार-पाच मुले झाली; परंतु उत्तरेशिवाय आज एकही जिवंत नाही. नानासाहेब व आईसाहेब या दांपत्याची उत्तरा ही पहिलीच मुलगी असल्यामुळे आणि तीही चलाख आणि देखणी असल्यामुळे, आईबापांची ती जीव की प्राण होऊन बसली होती. नानासाहेबांनी तिला चौथ्या वर्षापासूनच घरी शिकविण्याला आरंभ केला आणि दोन इयत्ता घरी शिकवून नंतर तिला शाळेत घातले. मराठी पाच इयत्ता झाल्यानंतर उत्तरा इंग्रजी शाळेत जाऊ लागली. आजारपणामुळे मधे दीड-दोन वर्षं ती शाळेत जाऊ शकली नाही, पण पुढे इंग्रजी शाळेतील प्रत्येक परीक्षा क्रमाक्रमाने उत्तीर्ण होत जाऊन मॅट्रिकच्या परीक्षेत सर्व इलाख्यात तिचा सातवा नंबर आला व एक बक्षीसही तिला मिळाले. नंतर मुंबईला नानासाहेबांच्या एका घरोब्याच्या स्नेह्याकडे राहून, विल्सन कॉलेजात अभ्यास करून ती आपल्या वयाच्या एकोणिसाव्या वर्षी पी.ई.ची परीक्षा पहिल्या वर्गात पास झाली. नंतर ती मुंबईतील ग्रँट मेडिकल कॉलेजात अभ्यास करू लागली. तिची तेथील पहिली परीक्षा पास होऊन गेली होती.

उत्तरेची बुद्धी जशी तीव्र होती, तसे तिचे मनही शुद्ध, निष्कपट आणि प्रेमळ होते. शिक्षणामुळे तिचे विचार बरेचसे बदलले होते व तिच्यामध्ये विलक्षण वावदूकता आली होती. जातीजातींमधील भेद तिला पसंत नव्हता व आपल्या समाजातील स्त्री-पुरुष वर्गांमधील कृत्रिम भेद तर तिला बिलकूल आवडत नव्हता. ब्राह्मणांनी इतर जातींना खाली ठेवण्याचा जसा प्रयत्न केला, तसाच प्रयत्न सर्व पुरुष जातीने स्त्रीवर्गाला खाली दडपण्यासाठी केला व अजूनही तसा प्रयत्न पुरुष वर्गाकडून होत आहे असे उत्तरा उघडउघड प्रतिपादन करीत असे. मनु, याज्ञवल्क्य इत्यादी ब्राह्मण्याभिमानी आणि स्त्री-द्वेष्ट्या जुन्या शास्त्रकारांचे- विशेषत: मनूचे- नाव घेणेही तिला पाप वाटत असे. एका शब्दात तिची मते सांगायची, म्हणजे ती एक हिंदू सफ्रेजेट (Suffragette) बनली होती असे म्हटले तरी चालेल. ती आपली मते आपल्या आई-बापांसमोर किंवा भाऊसाहेब हेडमास्तर अथवा रामशास्त्री सातारकर यांच्यासारख्या घरोब्याच्या माणसांसमोर किंवा रागिणीसारख्या आपल्या जिवलग

मैत्रिणीसमोर अगदी निर्भीडपणे व मोकळ्या मनाने प्रतिपादित असे. तिची वावदूकता इतक्या थराला गेली होती की, एखाद्या वरवर पाहणाऱ्या परकी माणसाने नानासाहेब, भाऊसाहेब किंवा शास्त्रीबुवा यांच्याशी झालेला तिचा वादविवाद ऐकला असता, तर त्याने तिला उद्धट, अमर्याद अशी विशेषणे दिली असती; परंतु वस्तुत: या दोषांचे वारेही तिच्या अंगी नव्हते. आईसाहेबांचे या बाबतीतील तरी वळण व उदाहरण अनुकरणीय असल्यामुळे आणि नानासाहेबांची नीतिविषयक शिस्त फार कडक असल्यामुळे उत्तरा उद्धट किंव अनीतिमान निघणे शक्य नव्हते. एवढे मात्र खरे की, वर्तनात लपंडाव, ढोंग किंवा नखऱ्याचा लाजाळूपणा जसा तिला आवडत नसे, तसेच वादविवादातही लपंडाव, लपवाछपवी किंवा छद्मी भाषण तिला पसंत नसे. एखाद्या गोष्टीविषयी तिचे जे काही प्रामाणिक मत बनले असेल, ते कोणाची भीडमुर्वत न ठेवता ती स्पष्ट सांगत असे; अर्थात हे सर्व घरोब्याच्या मंडळींतच असे. भाऊसाहेब हेडमास्तरांना किंवा शास्त्रीबुवांना तिने उत्तराला उत्तर दिलेले ऐकून आईसाहेबांना एखाद्या वेळेला चमत्कारिक वाटे. नानासाहेबांकडून तिच्या अल्लडपणाला काहीतरी आळा घालावा म्हणून त्यांनी त्यांच्यापाशी अनेकवेळा ही गोष्ट काढून पाहिली, पण बहुधा प्रत्येक प्रसंगी ते त्यांना म्हणत, 'ती आता मोठी झालेली आहे. तिच्या नि आमच्या ज्ञानात आता फारसं अंतर राहिलेलं नाही, मग तिला घरच्या माणसांशीही निर्भीडपणे नि बरोबरीच्या नात्यानं बोलण्याचं स्वातंत्र्य दिलं नाही तर तिनं मोकळ्या मनानं बोलावं तरी कुठं? भाऊसाहेबांच्या घरी किंवा आपल्या घरी ती अशी बोलली-चालली तरी चारचौघांत गेल्यावर नाव ठेवण्यासारखा गैर शब्द तिच्या तोंडातून कधी निघायचाच नाही की, तिच्या वर्तनातही उद्धटपणा कधी दिसायचा नाही.'

अशाप्रकारची आईसाहेबांच्या मनाचीही पूर्ण खात्री असल्यामुळे उत्तरेच्या बाह्यत: उद्धट दिसणाऱ्या वावदूकतेमुळे त्यांना जरी एखाद्या वेळेस चमत्कारिक वाटले, तरी वादविवादात सर्वांना गप्प बसविणारी अशी उत्तरेची एखादी अजिंक्य कोटी किंवा तिने म्हटलेले एखादे समयोचित कविवचन ऐकून अथवा इंग्रजी भाषेतील तिचे नैपुण्य पाहून त्यांना आपल्या लाडक्या कन्येचे आनंदपूर्ण कौतुकही पुष्कळदा वाटत असे.

मुलीचे लग्न करून देण्याची जबाबदारी आईबापांवर आहे, असे आईसाहेबांचे मत होते. त्यांनी नानासाहेबांजवळ उत्तरेच्या लग्नाबद्दल कित्येक वेळा गोष्ट काढली असेल; परंतु नानासाहेब त्यांचे सर्व म्हणणे मुकाट्याने ऐकून घेत व शांतपणे उत्तरेच्या विवाहातील अनेक अडचणी त्यांना समजावून सांगत. एवढ्याने आईसाहेबांची समजूत झाली नाही तर, मुलीला सुशिक्षित, सुविनीत आणि सुशील करण्याची जबाबदारी आई-बापांवर आहे- तिला नवरा पाहून देण्याची नाही, असे जोराने आणि

त्रासिकपणाने त्यांनी म्हटले म्हणजे आईसाहेबांची पिरपिर आपोआपच बंद होत असे.

म्हणजे नानासाहेबांना उत्तरेच्या लग्नाबद्दल काळजी वाटत नव्हती असे नाही; परंतु ते तरी करतात काय? अस्सल सुधारक म्हणून गाजलेल्या नानासाहेबांच्या मुलीशी आपल्या मुलाचा विवाह लावून देण्याला तयार असलेले आईबाप फारच थोडे. त्यातून मुलगीही बरीच उपवर झालेली आणि शिक्षणामुळे फाजील व उद्धट बनलेली अशी तिची- विनाकारण का होईना- पण ख्याती पसरलेली. कॉलेजातून शिकून बाहेर पडलेल्या काही तरुणांची मने सुशिक्षित आणि उपवर मुलीशी विवाह करण्याला बरीचशी अनुकूल असली, तरी त्यांची लग्ने आधीच झाली असल्यामुळे त्यांचाही नानासाहेबांना काही उपयोग नव्हता. याबाबतीत आणखी एक मुख्य अडचण अशी होती की, उत्तरेच्या बुद्धीला, शिक्षणाला व स्वभावाला अनुरूप असा वर मिळणेच कठीण. उत्तरेचा नवरा बुद्धिवैभवाने आणि नीतीने तिच्या आदराला पात्र असेल तरच तिला विवाहापासून सुख होईल, हे नानासाहेबांना पूर्णपणे ठाऊक होते.

◆

२

भाऊसाहेब हेडमास्तर हे नानासाहेबांचे एक जीवश्चकंठश्च मित्र होते. भाऊसाहेब नानासाहेबांपेक्षा दहा-एक वर्षांनी लहान असतील; परंतु समानविद्वत्व, समानशीलत्व इत्यादी गोष्टींनी त्या उभयतांमध्ये मोठा अकृत्रिम स्नेहभाव वसत होता.

विजयगावातच भाऊसाहेबांचे घर व वडिलोपार्जित बरीच शेतीभाती असल्यामुळे आणि तेथेच इंग्रजी शाळेवर ते हेडमास्तर असल्यामुळे, त्यांचे पंधराव्या वर्षीच लग्न होऊन वयाच्या एकोणिसाव्या वर्षी त्यांना पितृपद प्राप्त झाले होते. रागिणी ही त्यांची पहिली मुलगी. तिच्या पाठीवर तिला चार भाऊ झाले; परंतु ते सर्व पाचवे-सहावे वर्ष लागण्याच्या आतच आई-बापांच्या जिवाला चटका लावून- जणू काय पूर्वजन्मीचे वैर साधून निजधामाला निघून गेले. औरस पुत्र जरी त्यांना लाभला नाही, तरी त्यांच्या मावसबहिणीचा मुलगा आनंद याला त्यांनी पुत्राप्रमाणे पाळले होते व त्याने आपल्या सुस्वभावाने व सद्वर्तनाने त्यांचे पुत्रतुल्य प्रेम आकर्षण करून घेतले होते. नानासाहेबांची जशी उत्तरा, तशी भाऊसाहेबांची रागिणी ही पहिली व एकुलती एक आणि लाडकी कन्या होती. रागिणीचा स्वभाव फारच गोड असल्यामुळे शंभर कुपुत्र होण्यापेक्षा रागिणीसारखी एकच सुकन्या झालेली बरी, असे म्हणून भाऊसाहेब आपले व आपल्या प्रिय पत्नीचे पुत्रनिधनाचे दु:ख हलके करण्याचा प्रयत्न करून, आहे त्या स्थितीत समाधान मानून घेत असत; परंतु दैवाच्या मनात त्यांचे पुरेच सत्त्व पाहायचे होते. चारही मुलगे एकापाठोपाठ एक गेल्यामुळे म्हणा किंवा रागिणीच्या लग्नाच्या काळजीमुळे म्हणा किंवा दुसऱ्याच काही कारणामुळे म्हणा- माईंची (भाऊसाहेबांच्या

पत्नीची) प्रकृती दिवसेंदिवस जीर्ण होत चालली. भाऊसाहेबांनी त्यांना पुष्कळ औषधोपचार केले; परंतु गुण म्हणून येईना. शेवटी काही महिन्यांनी डॉक्टरसाहेबांनी भाऊसाहेबांच्या कानात हळूच सांगितले की, 'माईंच्या रोगाची भावना क्षयासारखी आहे. काळजीपूर्वक औषधोपचार केल्यास पाच-सहा वर्षं त्या जरी जगू शकतील, तरी एकंदरीत हा रोग असाध्यच खरा.'

भाऊसाहेब हे नानासाहेबांप्रमाणेच पूर्वी सुधारणावादी होते. त्यांचे मन फार उदार व परोपकारी होते आणि त्यांनी आपल्या समाजातील उघडउघड दिसून येणारी दु:स्थिती सुधारण्याच्या कामी पूर्वी बराच पुढाकार घेतला होता. साऱ्या इलाख्यातील नसले तरी विजयगाव जिल्ह्यातील सामाजिक सुधारणेचे नानासाहेब व भाऊसाहेब हे दोन आधारस्तंभ गणले जात असत. वृद्धत्वामुळे नानासाहेब पुढे-मागे थकले तरी त्यांच्या पश्चात त्यांच्या मानाने तरुणच असलेले भाऊसाहेब त्यांची परंपरा उत्साहाने चालवितील अशी विजयगावातील लोकांना बरेच दिवस खात्री होती; परंतु त्यांची स्वभावत: उदासीन असलेली वृत्ती आणि तात्त्विक विचारांकडे असलेली मन:प्रवृत्ती वयोमानाने, अतिवाचनाने किंवा खोल विचारांमुळे वृद्धिंगत झाल्यामुळे म्हणा अथवा गृहविषयक दु:खपरंपरा कोसळल्यामुळे म्हणा किंवा अन्य काही कारणांमुळे म्हणा-सामाजिक सुधारणेसंबंधाने त्यांचा उत्साह अलीकडे मंदावत चालला होता हे निर्विवाद आहे. त्यांची मते विशेष बदलली होती असे नाही; परंतु सामाजिक प्रश्नासंबंधाने पूर्वीचे तीव्र औत्सुक्य त्यांच्यामध्ये आता राहिले नव्हते.

असे जरी होते तरी रागिणीच्या शिक्षणाची भाऊसाहेबांनी हयगय केली नव्हती. तारुण्यातील सुधारणोत्साहाच्या भरात चौथ्या वर्षापासूनच तिला घरी शिकविण्याला त्यांनी आरंभ केल्यामुळे सोळाव्या वर्षी तिचा मराठी अभ्यासक्रम संपून इंग्रजीच्या सहा इयत्ता झाल्या होत्या. उत्तरेची रागिणी ही मैत्रीण, पण ती उत्तरेपेक्षा चार-पाच वर्षांनी लहान होती. तिची बुद्धी उत्तरेइतकी तीव्र नव्हती तरी तिचे अवलोकन अधिक सूक्ष्म असे. उत्तरेपेक्षा रागिणीचा स्वभाव अधिक कोमल होता. तिचे अंत:करण इतके मृदू व प्रेमळ होते की, घरातील चाकरनोकरांना कामाच्या हयगयीबद्दल वगैरे रागे भरून त्यांचे मन खट्टू करणेही तिच्या जिवावर येत असे. प्रेमरसाची ती केवळ मूर्ती होती असे म्हटले तरी चालेल. रागिणी जात्या फार लाजाळू होती व मुलांच्या शाळेत रोजरोज गेल्यामुळे आणि शिक्षणामुळे तिचा हा लाजाळूपणा जरी कमी झाला होता, तरी मूळ स्वभाव अगदीच नाहीसा होणे अशक्य होते. सामाजिक प्रश्नांसंबंधी तिची मते जरी ठाम झाली नव्हती, तरी त्या प्रश्नांचा तिने काहीच विचार केला नव्हता असे मात्र नाही. पुरुषांमध्ये बसून बरोबरीच्या नात्याने वादविवाद करणे तिच्या जातिस्वभावाच्या विरुद्ध होते. अतिशय लाजाळूपणा हा काही वाखाणण्यासारखा गुण नसून एकप्रकारचा दोषच आहे, हे तिला कळू लागल्यापासून ती जरी

भाऊसाहेबांकडे येणाऱ्या घरोब्याच्या पुरुषमंडळींत येऊन बसत असे व त्यांचे संभाषण उत्सुकतेने ऐकत असे, तथापि वादविवादात उत्तरेप्रमाणे तिचे प्रमुखत्वेकरून अंग केव्हाही नसे. असे जरी होते, तरी मधूनमधून सूचक प्रश्न विचारून किंवा एखादे मार्मिक अथवा विनोदात्मक विधान करून ती एखाद्या वेळेला अगदी नवीन आणि बिनतोड खुबीचा मुद्दा सुचवीत असे आणि तिच्या प्रश्नामुळे, विधानांमुळे किंवा विनोदामुळे संभाषणाचा ओघही कित्येकवेळा अजिबात बदलून जात असे.

रागिणीचे रूप जरी गुलाबाच्या कळीप्रमाणे दिवसेंदिवस अधिक खुलू लागले, तिची बुद्धी अधिक परिपक्व होऊ लागली व मोहक स्वरूपामुळे आणि परिपक्व बुद्धीमुळे तिचा सालस, प्रेमळ व गोड स्वभाव अधिकच मोहक, रम्य आणि आनंदप्रद भासू लागला, तरी जसजशी ती उपवर होऊ लागली, तसतशा उत्तरेच्या लग्नासंबंधाने नानासाहेबांना ज्या अडचणी आल्या, तशाच प्रकारच्या अडचणी रागिणीच्या लग्नाच्या बाबतीत उपस्थित होऊन भाऊसाहेबांचा जीव बेजार होऊन गेला.

◆

३

रामशास्त्री सातारकर अथवा शास्त्रीबुवा हे नानासाहेब व भाऊसाहेब यांचे तिसरे एक स्नेही होते. भाऊसाहेब ज्या शाळेवर हेडमास्तर होते त्याच शाळेत हे 'शास्त्री' म्हणून नेमलेले होते. त्यांना स्वाभाविकच विद्याभिरुची होती आणि हल्लीच्या दिवसांत इंग्रजीशिवाय विद्वत्तेला शोभा, तेज किंवा मान नाही हे त्यांच्या लहानपणीच पूर्णपणे ध्यानात येऊन त्यांनी घरीच अभ्यास करून मॅट्रिकपर्यंत इंग्रजीचे ज्ञान संपादन केले होते. नानासाहेबांशी व भाऊसाहेबांशी त्यांचा स्नेह जमल्यामुळे व नेहमी त्यांच्या संगतीत राहून त्यांच्याशी सर्वप्रकारच्या विषयांसंबंधी संभाषण, वादविवाद, थट्टामस्करी चालत असल्यामुळे इंग्रजी विचारपद्धती आणि इंग्रजी तत्त्वज्ञान यांची त्यांना आता बरीच माहिती झाली होती. भाऊसाहेब हेडमास्तर व शास्त्रीबुवा हे त्यांच्या हाताखालचे नोकर म्हणून त्यांचा स्नेह होता असे नव्हे, तर तो एकमेकांच्या बुद्धिमत्तेविषयी, स्वभावाविषयी व चारित्र्याविषयी एकमेकांना जो आदर वाटत होता त्यामुळेच ते स्नेही झाले होते. नोकरी लागल्यानंतर प्रथम प्रथम ते भाऊसाहेबांच्या घरी कामाव्यतिरिक्त फारसे जात नसत; परंतु भाऊसाहेबांनाच तत्त्वज्ञानविषयक व धर्मविषयक वादविवादाची आवड असल्यामुळे ते त्यांना वारंवार घरी बोलावून उभयतांमधील स्नेहभाव वाढविण्याचा प्रयत्न करीत असत. शास्त्रीबुवा हे साहजिकपणेच वेदान्ताभिमानी होते; परंतु वेदांना प्रमाणभूत न मानणाऱ्या अज्ञेयवादी भाऊसाहेबांशी आणि नानासाहेबांशी अनेकदा वाद करून करून त्यांचेही मन

वेदान्ताविषयी अलीकडे साशंक झाले होते व ते दुराग्रही आणि वितंडवादी नसल्यामुळे त्यांना मान्य व प्रिय असलेला अद्वैतवेदान्त सर्वजनसमाधानकारक नाही, हे त्यांना- कष्टाने व अप्रत्यक्षपणे का होईना- कबूल करावे लागत असे.

शास्त्रीबुवांना पैशाची विशेष आसक्ती नसेल; परंतु बाह्यत: तरी त्यांचे वर्तन कृपणपणाचे होते. तंबाखूशिवाय त्यांना दुसरे व्यसन नव्हते; परंतु त्यांची तंबाखूची तलफ मात्र फार अनिवार झालेली होती. शास्त्रीबुवांचा सरळ आणि निरभिमानी स्वभाव आणि त्यांचे पवित्र चारित्र्य या गोष्टींनी ते जरी सर्वांना आदरणीय झाले असले, तरी भाऊसाहेब व नानासाहेब या प्रिय मित्रांना त्यांचे बारीकसारीक हास्यजनक स्वभावविशेष दिसून येऊन त्यांना त्यापासून निर्दोष अशा हास्यकौतुकाचा उपभोग मिळत असे. एकीकडे तर शास्त्रीबुवांची आपल्या सनातन धर्माबद्दल मनापासूनची उत्कट प्रीती; परंतु आपल्या प्रिय मित्रांशी वादविवाद करताना धर्मातील कित्येक दोष किती केले तरी नाकबूल करता यायचे नाहीत. अशावेळी स्वधर्मदोष साफ कबूल करण्यापूर्वी त्यांची होणारी 'हो-नाही'ची हास्यास्पद लटपट अवलोकन करण्यात नाटकातील एखादा 'प्रवेश' पाहण्यापेक्षा अधिक मौज होती! एकीकडे भगवद्गीतेमधील 'समलोष्टकांचन स्थितप्रज्ञा'च्या उच्च ध्येयाबद्दल अंत:करणापासूनचा त्यांचा आदर आणि दुसरीकडे दुर्निवार संसारासक्ती आणि बारीकसारीक खर्चाबद्दल वाटत असलेली काळजी; एकीकडे 'आनंदं ब्रह्मणो विद्वान्न बिभेति कदाचन' या वचनाचे अकृत्रिम उत्साहाने स्वमित्रांपुढे बोलताबोलता स्फूर्तिपूर्वक केलेले वक्तृत्वपूर्ण प्रतिपादन व दुसरीकडे यानंतर एका घटकेनेच मुलगी आजारी पडल्याचे समजल्याबरोबर त्या गरीब, सात्विक आणि प्रेमळ ब्राह्मणाची होणारी तारांबळ आणि नानासाहेब, भाऊसाहेब हे आपली या विरोधाबद्दल थट्टा करतील या भीतीने ती तारांबळ लपविण्याची त्यांची अयशस्वी खटपट इत्यादी विरोधी गोष्टी क्षणमात्र हास्यजनक जरी झाल्या तरी त्यांच्या गोड स्वभावामुळे, त्यांच्या निरभिमानतेमुळे, त्यांच्या प्रांजलपणामुळे त्या आदरहानिकारक न होता उलट प्रेमजनकच होत असत.

शास्त्रीबुवांचा, नानासाहेबांचा आणि भाऊसाहेबांचा इतका स्नेह जमला होता की, ते बहुधा एकमेकांच्या संगतीतच नेहमी असायचे. या मित्रांचे त्रिकूट साऱ्या विजयगावात प्रसिद्ध होते. त्यांचे जेवणखाणसुद्धा पुष्कळवेळा एकत्र होत असे. हे त्रिकूट नानासाहेब किंवा भाऊसाहेब यांच्या घरी बहुधा जमायचे. गप्पागोष्टी सांगतासांगता किंवा वादाच्या भरात शास्त्रीबुवांच्या संध्येची वेळ टळून जायची व ते तेथेच जेवायला व निजायला रहायचे, असे अनेकदा घडे. शनिवार-रविवारी किंवा सुट्टीच्या दिवशी तर नानासाहेबांच्या किंवा भाऊसाहेबांच्या घरी या त्रिकुटाचा संभाषणाचा, वादविवादाचा, विनोदाचा आणि गप्पागोष्टींचा जलसाच व्हायचा!

◆

४

उत्तरा आणि रागिणी यांची अक्कासाहेब म्हणून तिसरी एक मैत्रीण होती. रागिणीच्या शेजारीच राहणारे रावसाहेब गुपचुपे जहागीरदार यांची अक्का ही मुलगी. रावसाहेब गुपचुपे यांचे नाव दुसऱ्या कशाबद्दल नसले तरी त्यांच्या अपार संपत्तीबद्दल व तितक्याच कृपणपणाबद्दल प्रसिद्ध होते. यांना दोन अपत्ये होती. भय्यासाहेब हे एक व अक्कासाहेब हे दुसरे. या दोघांमधील दोन भाऊ दोन वर्षांपूर्वी कॉलऱ्याने वारले आणि त्यांच्यानंतर त्यांची मातु:श्रीही त्याच रोगाला बळी पडली. रावसाहेब गुपचुप्यांना आता या दोन मुलांशिवाय जवळच्या नात्याचे व खऱ्या प्रेमाचे मनुष्य असे दुसरे कोणीच उरलेले नव्हते.

भाऊसाहेब हेडमास्तर हे सामान्यजनांच्या दृष्टीने श्रीमंतच म्हणायचे; परंतु रावसाहेब गुपचुपे जहागीरदार यांच्या मानाने त्यांची श्रीमंती अगदीच फिकी पडण्यासारखी होती. तथापि रागिणी व अक्कासाहेब यांच्यामध्ये स्नेह जमण्याला श्रीमंतीमधील अंतरामुळे मुळीच व्यत्यय आला नाही आणि खरे पाहिले तर 'श्रीमंत' व 'गरीब' हा भेद लहानपणी मोठ्या महत्त्वाचा भासतही नाही. रागिणी ही साधारण सुखवस्तू गृहस्थाची तरी मुलगी होती, पण आनंदराव हा बोलूनचालून भाऊसाहेबांच्या आश्रयाला राहिलेला पोरका मुलगा. त्याचासुद्धा भय्यासाहेबांशी लहानपणीच स्नेह जमला होता. ते दोघे समवयस्क होते आणि इंग्रजी पहिल्या इयत्तेपासून एकाच वर्गात होते. पुढे मॅट्रिकमध्ये व बी.ए.मध्येही बरोबर पास होत जाऊन ते दोघे सध्या मुंबईच्या ग्रँड मेडिकल कॉलेजात शिकत होते. एकच वर्षाने हे उत्तरेच्या पुढे होते. भय्यासाहेब एकेवेळी भाऊसाहेबांचे मोठे आवडते शिष्य होते व तेही आनंदरावांचे लहानपणापासूनच स्नेही असल्यामुळे भाऊसाहेबांच्या घरी ते वारंवार येत-जात असत आणि भाऊसाहेबांचे घर त्यांना परक्यासारखे मुळीच वाटत नसे.

अक्कासाहेब ही रागिणीहून दोन-तीन वर्षांनी लहान होती व फारशी शिकलेलीही नव्हती; परंतु तिचे लग्न होऊन दोन वर्षे होऊन गेली होती. रागिणीची ती फारच आवडती मैत्रीण आणि रागिणीमुळेच उत्तरेचेही अक्कासाहेबांवर फार प्रेम जडले होते. या तिघीजणी बहुधा एकत्र असायच्या; इतक्या की, भाऊसाहेबांच्या आणि शास्त्रीबुवांच्या एका होतकरू कविशिष्याने त्यांच्यावर पुढील श्लोक केला होता व तो विजयगावात सर्व सुशिक्षितांच्या मुखी झाला होता.

उत्तरा रागिणी यत्र तत्र अक्का भवेत्सदा ।
भाऊ नाना यत्र तत्र शास्त्रीबोवा भवेद्यथा ।।

◆

५

ही सर्व मंडळी फराळाकरिता नानासाहेबांच्या घरी जमली होती. त्यावेळी समोरच्या पंक्तीत बसलेल्या भाऊसाहेबांच्या पत्नीकडे पाहून नानासाहेब पुढे म्हणाले, "माई फार आजारी दिसताहेत. का हो भाऊसाहेब, आनंदरावांसारखे घरचे डॉक्टर, भय्यासाहेबांसारखे शेजारचे डॉक्टर आणि मैत्रिणीची उत्तरेसारखी स्त्री-डॉक्टर मुलगी इतक्यांचं मारे साहाय्य असताना माई आजारी का असाव्या?"

माईंचे दुखणे रागिणीच्या लग्नाच्या काळजीमुळेच उत्पन्न झाले नसले तरी त्या काळजीमुळे ते दुर्निवार झाले होते हे नानासाहेबांना ठाऊक होते आणि 'लग्नाची काळजी करू नये' अशा अर्थाचा अप्रत्यक्षपणे उपदेश करण्यासाठीच ती गोष्ट यांनी अशा रीतीने उपोद्घात करून टाकिली होती.

त्यांचा हा प्रश्न ऐकून भाऊसाहेबांनी उत्तर दिले, "रागिणीच्या लग्नासाठी झुरते आहे ही, त्याला जगातले डॉक्टर काय करणार? लग्नाच्या काळजीमुळे हिला झोप येईनाशी झाली आहे अन् या अक्कासाहेबांचं लग्न झाल्यापासून तर 'पोरीला ठिकाण पाहा, ठिकाण पाहा' असं ठिकाणाचं टुमणं एकसारखं माझ्या कानाशी लावून मलाही झोप येऊ देत नाही ही."

यावर नानासाहेब म्हणाले, "अहो, या बायकांचं हे असंच! आमची हीसुद्धा उत्तरेच्या लग्नाबद्दल निरर्थक काळजी करीत राहिली आहे." असे म्हणून त्यांनी करंजीचा एक तुकडा मोडला व भय्यासाहेबांकडे वळून जरा हसून म्हटले, "काय हो भय्यासाहेब, या बायका नसती काळजी करीत बसतात, यांचं रोगहरण तुम्ही डॉक्टर करू शकाल काय?"

या मानसिक रोगावर नवीनच शिकलेल्या मोहिनी (Hypnotism) विद्येचा प्रयोग करून पाहावा या हेतूने नानासाहेबांना ते निष्पाप बुद्धीने म्हणाले, "मला प्रयोग करून पाहण्याची सवड मिळेल तर माईसाहेबांचा रोग बरा करता येईल की काय हे मी पाहतो. तुमची परवानगी असल्यास तुमच्यासमोर—"

"थिऑसॉफीमध्ये व हिप्नॉटिझममध्ये तुमची बरीच प्रगती झालेली दिसते म्हणायची." नानासाहेब म्हणाले.

भय्यासाहेब हिप्नॉटिझम शिकत आहेत व थिऑसॉफीच्याही ते नादी लागले आहेत हे जरी त्यांना ठाऊक होते, तरी त्याबाबतीत त्यांची इतकी प्रगती झाली असेल अशी त्यांना कल्पना नव्हती.

"हल्ली कॉलेजमधला अभ्यास सोडून त्यांनी थिऑसॉफीचाच अभ्यास चालवला आहे." आनंदराव मधेच म्हणाले. "लोकांचे हृद्रोग बरे करण्यापूर्वी यांचं साधुसंतांचं वेड यांच्या डोक्यातून कोणीतरी काढलं पाहिजे. जेव्हा पाहावं तेव्हा यांच्या हातात

थिऑसॉफीची, योगाभ्यासाची किंवा हिप्नॉटिझमची पुस्तकं!''

आनंदराव जरी बुद्धिमान आणि धार्मिक होते, तरी सभाधीट नसल्यामुळे चार मंडळींत ते बहुधा आपले तोंड उघडीत नसत. भय्यासाहेबांचा थिऑसॉफीचा व थिऑसॉफीपेक्षा अधिक भयंकर असलेला साधुसंतांचा नाद मर्यादेच्या बाहेर जात चालला आहे असे त्यांना वाटू लागले होते व त्याला आळा घालण्याच्या हेतूने कशीबशी भीड चेपून हे कठोर शब्द त्यांनी उच्चारले. भय्यासाहेबांचे दुर्दैव ओढवूनच की काय, उत्तराही आज त्यांच्यावर घसरली व म्हणाली, ''मीही त्यांच्या हातांत थिऑसॉफीचीच पुस्तकं अलीकडे पाहत असते. आमच्या कॉलेजमधल्या देशमुखांच्या संगतीनं यांना हा नाद लागलेला दिसतो.''

''पण थिऑसॉफीची पुस्तकं वाचण्यात पाप काय आहे हे मला समजत नाही.'' रागिणी म्हणाली, ''कॉलेजमधली डॉक्टरीची पुस्तकं वाचली म्हणजेच मोक्ष का आहे?''

''चांगली गोष्ट भलत्याच वेळी केली तर ती पापासारखीच आहे.'' उत्तरेने तत्क्षणी उत्तर दिले. ''कॉलेजातील अभ्यास करायचा सोडून या वयात धार्मिक पुस्तकंच वाचीत बसणं पाप आहे.''

''पण एखाद्याला डॉक्टरी नसली आवडत तर?'' रागिणीने विचारले. ''दुसऱ्याचे शारीरिक रोग बरे करण्यापेक्षा एखाद्याला स्वत:चेच मानसिक दोष नाहीसे करणं अधिक बरं वाटलं तर त्याची काय चूक आहे त्यात?''

यावर उत्तरेने जोराने उत्तर दिले, ''कर्तव्यकर्म सोडून कितीही धर्मपठण केलं नि धर्माची कितीही थोरवी गायली तरी त्याची योग्यता तेवढीच!''

यावर शास्त्रीबुवा काही बोलणार, तो टिल्लू गडी तेथे आला व अक्कासाहेबांना घरी बोलवायला त्यांच्या घरचा गडी आला आहे असे म्हणाला. अक्कासाहेबांबरोबर उत्तरा व रागिणी याही पानावरून उठल्या. त्या माजघराच्या बाहेर गेल्यावर शास्त्रीबुवा भाऊसाहेबांना म्हणाले, ''उत्तरा वादात खरंच कुणाला हार जायची नाही हो! वादाला उभी राहिली म्हणजे भीडभाड नाही ठेवायची कुणाची ती!''

यावर नानासाहेब आईसाहेबांकडे पाहून म्हणाले, ''ती हिचीच सुधारलेली आवृत्ती आहे. फरक एवढाच की, ही आपल्या पूर्वीच्या काळची म्हणून...''

''आपलीच फूस म्हणून ही अशी भर मंडळींत लोकांना उत्तराला उत्तर...''

''भर मंडळींत हे जोराने म्हणतेस, तेव्हा एकांतात नवऱ्याला उत्तराला उत्तर दिलं तरी काही हरकत नाही, असंच की नाही तुझं म्हणणं?'' नानासाहेब हसतहसत म्हणाले.

यावर भाऊसाहेब म्हणाले, ''सगळ्याच बायकांचं अशा प्रकारचं मत दिसतं.''

शास्त्रीबुवा म्हणतात, ''उत्तरा पाहिजे होती इथं या वेळी, म्हणजे तिनं तुमच्या

या व्यापक विधानाबद्दल चांगलंच उत्तर दिलं असतं.''

भाऊसाहेब माईंकडे पाहून पुढे म्हणाले, ''हीच पाहा ना, बाहेर किती नम्र असते, पण रात्री रागिणीच्या लग्नाबद्दल अशी भांडते अन् अशी पिरपिर लावते की, काही विचारू नका. मला तर हिच्या पिरपिरीमुळे असं झालं आहे की, रागिणीला एखाद्या बैराग्याला देऊन टाकावी अन् व्हावं एकदाचं हिच्या नेहमीच्या कटकटीतून मोकळं.''

यावर माईसाहेब म्हणाल्या, ''खटपट केली तर चांगलं स्थळ मिळणार नाही असं नाही. पण खटपट करतं कोण? गुपचुप्यांच्या अक्काला या पुनवेला चौदा वर्षं पुरी होतील; पण तिचं लग्न केव्हाच होऊन जाऊन ती आता मोठेपणानं हळदकुंकवाला कशी जाते-येते पाहा. रागिणीला सतरावं वर्षं लागलं तरी...''

भाऊसाहेब म्हणाले, ''अक्का आहे रावसाहेब गुपचुप्यांची मुलगी! त्यांच्यासारखे तुजजवळ पैसे आहेत हुंड्याला? बोल.''

शास्त्रीबुबा भय्यासाहेबांकडे वळून म्हणतात, ''किती हुंडा दिला हो तुम्ही अक्काबद्दल?''

''दहा हजार रुपये मोजले तेव्हा हे ठिकाण मिळालं. आपल्या समाजात ही हुंड्याची चाल फार वाईट आहे.''

''आणि तुमचा घ्याल तेव्हा? तुमचा किती घ्यायचा हुंडा? तुम्हीही दहा-पंधरा हजारांच्या खाली काही हलायचे नाहीत.''

भय्यासाहेब खिन्नपणे म्हणाले, ''ते आमच्या बाबांच्या हातात आहे. माझ्या हातात असते तर मी एक कवडीसुद्धा घेतली नसती.''

''मीही असेच म्हणत होतो लग्न होईपर्यंत; परंतु चार-पाचशे रुपये हुंडा मिळाला तेव्हा घेतला झालं!''

यावर भय्यासाहेबांनी काहीएक उत्तर दिले नाही. त्यांना बोधस्वरूपस्वामींच्या व्याख्यानाला जाण्याची आठवण झाली आणि खिशातून घड्याळ काढून किती वाजले ते पाहून ते म्हणाले, ''पाच वाजले. येता का स्वामींच्या व्याख्यानाला आनंदराव?''

आनंदराव म्हणाले, ''माझी नाही तुमच्या बोधस्वरूपस्वामींवर विशेष भक्ती, पण व्याख्यानाला येतो म्हणा.''

नानासाहेब थोड्याशा गंभीर स्वराने म्हणाले, ''भय्यासाहेब, हे साधूंचं तुम्हाला काय वेड लागलं आहे? तुमचे बोधस्वरूपस्वामी कसे आहेत हे मला ठाऊक नाही; परंतु बहुतेक साधू अन् स्वामी ढोंगी-लुच्चे असतात हे तुम्ही ध्यानात ठेवा.''

भाऊसाहेबांची पूर्वीची सुधारकी वृत्ती बदलून अलीकडे त्यांना औदासीन्य आले होते. बुद्धिगम्य ज्ञानाने त्यांचे समाधान न झाल्यामुळे गूढमार्गाविषयीचा त्यांचा

पूर्वीचा अनादर बराच कमी झाला होता. नानासाहेबांचे शेवटले विधान ऐकून ते लागलीच म्हणाले, "माझंसुद्धा मन अलीकडे साधूंकडे वळू लागलं आहे. काय आहे त्यांच्यामध्ये हे तरी पाहावं असं वाटतं. हिमालयातील प्रियब्रह्मस्वामींची इंग्रजी व्याख्यानं वाचल्यापासून त्यांचं दर्शन घेण्याची मला इच्छा झाली आहे. त्यांची व्याख्यानं फार तेजस्वी, पावन आणि स्फूर्तिदायक आहेत; परंतु त्यात मला बऱ्याच शंका आहेत. त्यांचं प्रत्यक्ष दर्शन नि त्यांच्याशी संभाषण करून जर शंकानिवृत्ती झाली तर बरंच, नाहीतर हिमालय तरी पाहून येईन."

यावर शास्त्रीबुवा म्हणाले, "मीसुद्धा त्यांचं नाव फार ऐकलं आहे. एखाद्या एप्रिल-मे महिन्यात जाऊ, येता का तिकडे? त्यांच्या दर्शनाचा लाभ सोडला तरी निदान हिमालयदर्शनाचा आनंद तरी कोठे जात नाही ना? नानासाहेब, तुम्ही काहीही म्हणा, पण माझी प्रियब्रह्मस्वामींवर फार भक्ती आहे."

भय्यासाहेब म्हणाले, "येथे आलेले बोधस्वरूपस्वामीही चांगले विद्वान आहेत. येता का त्यांच्या व्याख्यानाला? सगळेच जाऊ या."

यावर नानासाहेब म्हणाले, "आम्ही नाही येत. उद्याच्या विधवाविवाहाच्या सभेबद्दल आम्हाला तयारी करायची आहे. धर्मव्याख्यानं ऐकण्यापेक्षा परोपकाराची कामं केलेली चांगली."

लवकरच भय्यासाहेब आणि आनंदाराव बोधस्वरूपस्वामींच्या व्याख्यानाला गेले. शास्त्रीबुवा आपल्या घराकडे गेले आणि नानासाहेब व भाऊसाहेब हे दुसऱ्या दिवशीच्या सभेचे अध्यक्ष होण्यासंबंधाने विनंती करण्याकरिता तेथील जजसाहेबांकडे गेले. आईसाहेब आणि माई घरात काही वेळ बोलत बसल्या.

"या पुरुषांना काहीतरी काळजी आहे का?" माई म्हणाल्या. "सुधारक झाले, म्हणून मुलींना सारे लोक हसताहेत हे यांना पाहवतं तरी कसं? मला तर बाई आताशा तोंड दाखवावंसंसुद्धा वाटत नाही बाहेर."

"त्यांना काळजी वाटत नाही, असं का आहे माई?" आईसाहेब सांत्वनपर आवाजाने म्हणाल्या. "परंतु मुलींचा बालविवाह करायचा नाही आणि त्यांना शिक्षण द्यायचं, या स्तुत्य हेतूंनी त्यांनी पहिल्यानं मुलींना मुद्दाम अविवाहित ठेवलं आणि आता मुली मोठ्या वाढल्या, तेव्हा योग्य वरच मिळत नाही अन् त्या मुलीही 'अमका नको अन् तमका नको' असं म्हणायला लागल्या आहेत- अशी झाली आहे पंचाईत. यांच्या या सुधारकीपणामुळे पोरींचं मात्र मधल्यामधे नुकसान झालं आहे. आपण तरी काय करणार, चांगली स्थळं जगात नाहीत असं नाही, पण जाग्यावरून हलतं आहे कोण? ठिकाणं काय घरी चालून येतात? पण—"

माई म्हणाल्या, "किती बोललं तरी काय उपयोग? आपलं दु:ख मनात ठेवून अंबाबाईचं नाव घेत राहावं झालं. तिला सगळी काळजी आहे. बरं, आता येते मी."

"जरा थांबा- कुंकू लावते. तुम्ही पण माई, मनाला फारच लावून घेता हो. या काळजीनं तुम्ही फारच खंगलात. तुमच्या या खंगलेल्या तोंडाकडे पाहून मला आताशा कसंसंच वाटतं. बोलण्याचीसुद्धा तुम्हाला आता शक्ती राहिली नाही. इतकी काळजी बरी नव्हे.''

"माझं मन माझ्या ताब्यात आहे का? रागिणीचं लग्न झालं म्हणजे डोळे सुखानं मिटतील, पण—''

पुढे त्यांच्याने क्षणभर बोलवेना. नंतर आलेला उमाळा कसातरी एकदाचा आवरून किंवा आवरल्यासारखे दाखवून "बरं, येते मी आता,'' असे त्या म्हणाल्या व कुंकू लावून झाल्यावर घरी जाण्यास निघाल्या.

◆

६

एके दिवशी रागिणी व अक्कासाहेब उत्तरेकडे सहज गेल्या होत्या. आईसाहेब व या मुली एकत्र बसून चहा पीत गोष्ट करू लागल्या. अक्कासाहेबांना काही वेळाने घरचे बोलावणे आले व आईसाहेबही घरच्या कामाला लागल्या. नंतर उत्तरा हितगुजाच्या गोष्टी सांगण्याकरिता रागिणीला घेऊन आपल्या खोलीत गेली.

"रागिणी, आमच्या आईला माझ्या लग्नाबद्दल काळजी लागून राहिली आहे, पाहिलीस ना?'' उत्तरा म्हणाली, "खरं सांगायचं म्हणजे मला तर मुळीच लग्न करावंसं वाटत नाही अन् हिला माझं लग्न होत नाही म्हणून झोप येईनाशी झालेली आहे; हे आश्चर्य नाही का?''

रागिणीने यावर म्हटले, "यात आश्चर्य कसलं आहे ताई? कसंही झालं तरी आईचं प्रेम आहे ते! तुझ्या लग्नाबद्दल आईसाहेबांना काळजी वाटायची नाही तर कुणाला? साऱ्या जगाचीच रीत आहे ती. अन् युरोपमध्येसुद्धा मुलींच्या लग्नाबद्दल त्यांच्या आईबापांना काळजी वाटत नाही असं का वाटतं तुला? Pride and Prejudice मधील मिसेस बेनेट तुला आठवते ना?''

"चांगली आठवते आहे,'' उत्तरा म्हणाली. "पण मुलीला जर लग्न करायची मुळी इच्छाच नाही, तरीसुद्धा आईनं त्याबद्दल काळजीच करीत रहायचं हे प्रेम कसलं? आमच्या आईला वाटतं की, माझं कसंतरी लग्न करून देणं हे आपलं कर्तव्यकर्म आहे आणि माझं लग्न होत नाही ही मोठी पापाची नि शरमेची गोष्ट आहे.''

"आईसाहेब पूर्वीच्या काळच्या असल्यामुळे त्यांना तसं वाटणं साहजिकच आहे,'' रागिणी म्हणाली. नंतर जरा हसून ती पुन्हा म्हणाली, "अन् मुलींच्या लग्नाची आईनं काळजी नाही केली तर आपल्या हिंदू मुलींवर मोठा कठीणच प्रसंग

यायचा. आपल्या समाजात अविवाहित मुली अविवाहित तरुणांशी बोलत नाहीत अन् तरुण पुरुष तरुण मुलींपाशी लग्नाबद्दल विनंतीही करीत नाहीत. प्रीतिविवाह आपल्या समाजात रूढ असते म्हणजे तुझं म्हणणं बरोबर होतं.''

''प्रीतिविवाह रूढ नसले तर ते सुरू केले पहिजेत!'' उत्तरा आवेशाने म्हणाली. ''आपल्याच समाजात पूर्वी स्वयंवर नि प्रीतिविवाह होत नव्हते का? हल्लीची गुरासारखी ही लग्नं- 'लग्न' म्हणण्यापेक्षा त्याला दुसरंच एखादं नाव दिलेलं बरं!''

''पूर्वी काय होतं किंवा विवाह पुढं कशा प्रकारचे व्हावेत हे प्रश्न वेगळे; अन् सध्या आपल्या समाजाची काय स्थिती आहे हा प्रश्न वेगळा!'' रागिणी म्हणाली.

लगेच प्रेमाच्या व सलगीच्या स्वराने ती म्हणते, ''बरं पण ताई, तुला राग तर यायचा नाही- एक विचारलं तर? लग्न करावंसं वाटत नाही असं तू आता म्हणालीस, हे खरंच का अगदी मनापासून ताई?''

''अगदी खरं- खरं!'' उत्तरेने तत्क्षणी उत्तर दिले. ''तू मला काही म्हण, पण मला अजून कोणत्याही पुरुषाच्या अंकित होऊन राहावंसं वाटत नाही. मला लोक नावं ठेवतात त्याप्रमाणं माझं हृदय खरोखरच पुरुषांसारखं कठोर आहे की काय, कोण जाणे! माझ्याशी बरोबरीच्या नात्यानं राहायला तयार असलेल्या आणि मला प्रिय वाटणाऱ्या तरुणाशीच मी लग्न करीन.''

''पण असला 'प्रिय' तरुण तुला अजून कोणी जगात भेटलाच नाही का?'' रागिणीने थट्टेने विचारले.

''नाही. माझ्या हृदयात प्रीतीचा ओलावा कसा तो नाहीच असं मला वाटतं. पण आईला कशी नसती काळजी पडली आहे पाहा.''

''आईनं काळजी करू नये तर काय करावं?'' आईसाहेबांची बाजू घेऊन रागिणी म्हणाली. ''सारे लोक आपल्यासारख्या मुलींकडे बोट दाखवितात, नाकं मुरडतात, हे आपल्या आई-बापांना बरं का वाटेल? आई-बापांनी आपली लग्नं करून द्यायची नाहीत तर मग आपण होऊनच एखाद्या पुरुषाच्या कानात, एकांतात...''

''काय हरकत आहे? मी विचारते.'' उत्तरा मधेच आवेशाने म्हणाली. ''आपलं प्रेम जर एखाद्यावर जडलं तर ते त्या व्यक्तीला उघडपणे सांगण्यात चोरी ती कसली बाई? त्याला जर आपण पसंत असलो तर विवाह होईल, नाहीतर ती गोष्ट तिथंच राहील. याच्यात वाईट ते काय झालं?''

''युरोप इतकं सुधारलेलं, पण तिथंही तरुणींनी तरुणांना 'प्रपोज' करण्या- (मागणी घालण्या) इतकी मजल अजून गेलेली नाही. पण तू तर त्यांच्याही पलीकडे गेली आहेस ताई,'' रागिणीने विनोदाने म्हटले.

''मी तर बोलूनचालून सफ्रेजेट (Suffragette) आहे. मला स्वार्थी पुरुषांनी ठरविलेले विवाहासंबंधी ढोंगाचे Conventions (संकेत, मर्यादा, नियम) मुळीच

पसंत नाहीत. पुरुषांचं प्रेम बसलं तर त्यांना मात्र प्रपोज करण्याचा (मागणी घालण्याचा) अधिकार, अन् बायकांचं प्रेम जडलं तर त्यांनी 'प्रपोज' करू नये, हा कुठला विलायती न्याय? माझी जर एखाद्यावर प्रीती बसली तर या पुरुषांनी घालून दिलेल्या स्त्री-मर्यादेला अन् ढोंगाच्या अन् नखऱ्याच्या लाजलज्जेला झुगारून देऊन मी आपलं मन त्याला स्पष्टपणे सांगेन अन् विवाहाची विनंती करीन.''

''प्रसंग आला म्हणजे पाहीन मी तुझा निश्चय किती टिकतो तो!'' रागिणी हसत हसत म्हणाली व काही वेळ संभाषण तिथेच थांबले.

नंतर रागिणीने विनोदवृत्ती सोडून थोड्याशा गंभीर व मृदू स्वरात म्हटले, ''स्त्रियांची- आणि विशेषत: आपल्या समाजातील स्त्रियांची- स्थिती फार वाईट आहे एवढी गोष्ट मात्र खरी. बहुतेकांना समजू लागायच्या आधीच- अगदी लहानपणी- त्यांचे आईबाप त्यांना कुणाच्या तरी गळ्यात अडकवून टाकतात, पण या मुलींची स्थिती आपल्यासारख्या समजू लागलेल्या मुलींपेक्षा एका अर्थी फार बरी. आपण धड ना इकडे ना तिकडे.''

''गुरांसारखं लग्न करून घेण्यापेक्षा अविवाहितच राहिलेलं मला बरं वाटतं,'' उत्तरा मधेच म्हणाली.

''पण मोठ्या झालेल्या, शिकलेल्या मुलींना समजू लागल्यामुळे त्यांचं दु:खच जास्ती वाढतं ना? एखाद्या सच्छील तरुणानं अशा एखाद्या नि मोठ्या मुलीचं मन आकर्षण करून घेतलं, तरी ही गोष्ट त्याला किंवा कोणालाही सांगण्याची तिला चोरीच ना? यापेक्षा अजाणतेपणी लग्न झालेलं खरोखर फार बरं.'' रागिणी म्हणाली.

''काही बरं नाही. मला वाटतं, मी शिकलेली आहे अन् अविवाहित आहे हेच बरं.'' उत्तरा जोराने म्हणाली.

नंतर कोमल स्वराने तिने रागिणीला विचारले, ''बरं, तू एवढं म्हणतेस तर तू तरी बाकीच्या अजाण मुलींसारखी पाहिजे त्याच्याशी लग्न करून घ्यायला तयार होशील का? समज, भाऊसाहेबांनी तुला न विचारता उद्या एखाद्याशी तुझं लग्न ठरवलं तर तू तरी त्या लग्नाला कबूल होशील का?''

''मी आताच काय सांगू ते? पण आमचे भाऊ मला विचारल्याशिवाय असली गोष्ट करायचेच नाहीत मुळी; अन् असा प्रसंग येऊ नये अशी माझी ईश्वराजवळ प्रार्थना आहे.''

हे शेवटले शब्द रागिणीने इतक्या कारुण्यात्मक व कळवळ्याच्या स्वराने उच्चारले की, उत्तरेच्या मनात अलीकडे अलीकडे जी एक शंका येत होती ती आता दृढ झाली आणि रागिणीच्या पाठीवर प्रेमपूर्वक हात ठेवून ती म्हणाली, ''रागिणी, मघाशी तू मला एक प्रश्न विचारलास, तसा मीही तुला एक प्रश्न विचारते. मला

अगदी मन मोकळं करून सांग. तुझ्या अलीकडच्या वर्तनावरून अन् आजच्या या संभाषणावरून मला अशी शंका येते की, कुणातरी तरुणानं तुझं मन चोरलं आहे. खरं ना हे? सांग पाहू.''

''खरं असलं अन् नसलं तरी त्याचा उपयोग काय?'' असे म्हणून रागिणी या प्रश्नाची उडवाउडव करू लागली.

''म्हणजे तुझं कोणावर तरी प्रेम जडलं आहे, असंच समजायचं ना?'' उत्तरेने पुन्हा विचारले.

''प्रेम जडलं असलं नि नसलं तरी फळ एकच ना? आपल्या प्रेमाचा उपयोग काय?'' रागिणी मोहक रीतीने लाजून निराशेने म्हणाली.

''तू कुठली सरळ उत्तर द्यायला! बरं, पण कुणावर जडलं आहे ते सांग ना. रागिणी, तू माझ्याजवळ तरी सांगायला लाजशील असं नव्हतं मला वाटलं.''

''कुणावर तरी माझं प्रेम जडलं आहे हे निव्वळ तुझ्या कल्पनेचं अनुमान; तेव्हा कुणावर जडलं आहे हे तूच अनुमानानं काढ म्हणजे झालं!'' रागिणी विनोदाचा विफल प्रयत्न करून जरा हसून म्हणाली.

''सांगू? भय्यासाहेबांवर! सांग, बरोबर ओळखलं की नाही मी?''

''अं-हं-अं-अं-'' रागिणी हे नकारात्मक शब्द बोलली खरी, पण ते शब्द तिने अशा स्वरात उच्चारले आणि मधुर स्मित करून अशा रीतीने ती लाजली की, त्या शब्दांचा स्पष्ट अर्थ 'होय' असाच होता हे न समजण्याइतकी अरसिक उत्तरा खास नव्हती. आपला गूढ भाव व्यक्त केल्यावर रागिणीच्या हृदयात भडभडून आले, तिला रडू कोसळले आणि ती मैत्रिणीच्या अंगावर अंग टाकून लहान मुलीप्रमाणे अश्रुधारा गाळू लागली. उत्तरेला रागिणीची ही स्थिती पाहून गहिवर आला व तिच्या पाठीवरून हात फिरवून प्रेमळ स्वराने व कळकळीने तिने म्हटले, ''बरं, पण त्यांचं मन तुझ्याविषयी कसं काय आहे?''

''मी तरी काय सांगू ताई? त्यांच्याशी मी असल्या गोष्टी बोलेन का कधीतरी?''

''पण एकंदर बोलण्याचालण्यावरून वगैरे—''

''ते काही सांगता येत नाही- पण प्रतिकूल नसावंसं वाटतं. पण ताई, ही गोष्ट कुणाला सांगू नकोस हो! भाऊंना मी तोंड तरी कशी दाखवू त्यांना हे कळलं तर?''

''सांगितलं म्हणून झालं काय? यात कोणतं असं पाप केलं आहेस? बाकी तुझ्याकरिता मी भाऊसाहेबांना असं सांगेन की, हे अनुमान मीच काढलं आहे अन् तू याबाबतीत माझ्याशी काहीच बोलली नाहीस म्हणून.'' उत्तरा किंचित हसून म्हणाली.

''तू कुणालाच काही सांगू नकोस गडे. मला फार लाज वाटते. माझं आपलं प्रेम माझ्या हृदयातच राहू दे.''

''ही भलती न् सलती लाज या जगात चालेल कशी? याबाबतीत मी तुझं अगदी ऐकायची नाही.''

दुसऱ्या दिवशी चतुर प्रस्तावना करून उत्तरेने रागिणीच्या प्रेमाची व लग्नाची गोष्ट मोठ्या नाजूकपणाने भाऊसाहेबांना सुचविली.

◆

७

भय्यासाहेब आणि रागिणी यांच्या वयाकडे, स्वरूपाकडे व स्वभावाकडे पाहिले, म्हणजे त्यांच्या लहानपणापासूनच्या अशाप्रकारच्या सलगीच्या परिचयाची कालांतराने प्रेमात परिणती झाली यात अस्वाभाविक असे काहीच नव्हते आणि भाऊसाहेबांनाही या घटनेत अस्वाभाविक किंवा दोषार्ह असे काही दिसले नाही. भय्यासाहेब हे शाळेत असताना भाऊसाहेबांचे शिष्य होते व त्यांच्या बुद्धिमत्तेबद्दल भाऊसाहेबांचे तेव्हापासून उत्कृष्ट मत होते. भय्यासाहेबांचा स्वभावही रागिणीसारखाच कोमल आणि उदार आहे हे पूर्वीच त्यांच्या ध्यानात आले होते. भय्यासाहेब इतके निष्कपट व भोळे होते की, त्यांचा निष्कटपणा 'गुण' म्हणण्यापेक्षा दोषांतच काढलेला बरा, असे आनंदरावांना (ते स्वत: तितकेच भोळे असताही) व भाऊसाहेबांना एखाद्या वेळेला वाटत असे. कोमल स्वभावाचे, उदार आणि भोळे लोक कधीकधी कर्तृत्वहीन व बावळे असतात असा अनुभव आहे; परंतु भय्यासाहेबांच्या वर्तनामध्ये एकप्रकारचा निश्चयीपणा आणि धाडस हे गुण अनेक प्रसंगी दिसून येत असल्यामुळे त्यांचा स्वभाव सर्वांना जितका प्रिय व मोहक झाला होता, तितकाच तो तेजस्वी आणि आदरणीयही आहे अशी भाऊसाहेबांना खात्री होती.

रागिणी आणि भय्यासाहेब ही जोडी इतकी अनुरूप होती की, त्यांना ईश्वराने एकमेकांकरिताच निर्माण केले आहे की काय, असे एखाद्याला वाटावे. भाऊसाहेबांच्या आणि माईंच्या मनात ही गोष्ट पूर्वी कधी आली नव्हती असे नाही; परंतु रावसाहेब गुपचुप्यांची अपरिमित श्रीमंती, त्यांचा परमावधीचा कृपणपणा आणि मुलाचा दहा-बारा हजार रुपये हुंडा घेण्याचा त्यांचा दृढनिश्चय या गोष्टी त्यांना चांगल्या ठाऊक असल्यामुळे रागिणीचे व भय्यासाहेबांचे लग्न शक्य कोटीपैकी नाही, असे त्यांना पक्के वाटत होते आणि म्हणून त्यांनी या गोष्टीचा विचारही विशेष केला नव्हता. दहा-बारा हजार रुपये हुंडा घेतल्याशिवाय म्हातारा लग्नाविषयी कोणाला एक अक्षरही बोलू देणार नाही हे विजयगावातील सर्व लोकांना पूर्णपणे ठाऊक होते. घरची सुस्थिती झाली म्हणून भाऊसाहेबांसारख्यांनी दहा-पंधरा हजार रुपये द्यायचे कोठून?

रागिणीचे मन जेव्हा भाऊसाहेबांना कळले तेव्हा या वधू-वरांच्या अनुरूप

जोडीचे रम्य रूप त्यांच्या डोळ्यांपुढे उभे राहून व ते स्थळ आपणाला मिळालेच असा त्यांना क्षणभर भास होऊन त्यांना अतिशय आनंद झाला; परंतु ते जेव्हा या गोष्टीचा सांगोपांग विचार करू लागले तेव्हा 'हे श्रीमंत स्थळ आपणाला कसचे लाभते?' असे वाटून दुःखावेगाने ते तितकेच उदास झाले.

भाऊसाहेबांची पत्नी क्षयरोगाने खंगत चालली होती. भाऊसाहेबांच्या तोंडून तिने जेव्हा ही हकिकत ऐकली तेव्हा तिलाही प्रथम मनस्वी आनंद झाला. 'माझ्या डोळ्यांदेखत मी माझ्या लाडक्या मुलीचे लग्न झालेले पाहीन,' असे वाटून माईसाहेबांना हुशारी वाटली. भाऊसाहेबांनी हुंड्याची अडचण सांगितली; परंतु त्या माऊलीने 'पाहिजे तर माझे सर्व दागिने मोडून दोन-तीन हजार उभे करा अन् जमीन गहाण टाकून बाकीची भर करा, पण माझ्या रागिणीच्या आवडीचं हे असं चांगलं स्थळ दवडू नका,' असे गहिवरून सांगितले. 'एकुलती एक मुलगी, तिच्याकरिता इस्टेट गहाण पडली म्हणून काय झालं? नाहीतरी मागं इस्टेट ठेवायची ती तिच्याकरिताच ना? आपल्याला दुसरं मूल ना बाळ.' अशा अर्थाचे कळवळ्याचे, प्रेमाचे व सलगीचे भाषण करून शेवटी त्या मोठ्या काकुळतीने म्हणाल्या, ''माझे डोळे मिटायच्या आधी हिचं हे लग्न जुळवून द्यावं, म्हणजे मला सुखानं मरण येईल. नाहीतर माझा जीव अडकून राहील. ही माझी शेवटची विनंती मान्य करावी एवढंच मी पदर पसरून मागते.''

हे शेवटचे शब्द उच्चारताना माईसाहेबांचा कंठ दाटून आला व त्यांना शेवटी अतिशय रडू कोसळले. तो प्रकार पाहून भाऊसाहेबांचेही मन गहिवरले आणि त्यांनी 'पैशाकडे मुळीच न पाहता हे लग्न जुळवून आणतो,' असे माईंना प्रेमळ स्वराने आश्वासन दिले.

माईसाहेबांना वचन दिल्याप्रमाणे भाऊसाहेबांनी नानासाहेबांच्या आणि शास्त्रीबुवांच्या मध्यस्थीने रावसाहेबांशी लग्नाचे बोलणे सुरू केले; परंतु व्यवहारज्ञ गुपचुप्यांनी एकदम पंधरा हजारांपासूनच आरंभ केल्यामुळे व त्याच्याखाली हुंड्याची रक्कम उतरणे शक्य नाही असे साफ सांगितल्यामुळे सर्व बोलणे तेथेच थांबले आणि आधीच खिन्नवृत्ती असलेले भाऊसाहेब आता निराशेच्या व औदासीन्याच्या पूर्णपणे तावडीत सापडले. त्यांना आता माईसाहेबांना व रागिणीला तोंड दाखविण्याचीही लाज वाटू लागली. रागिणीचे लज्जेने, उत्सुकतेने व चिंतेने उदासीन झालेले, पण त्या स्थितीतही मनोहर असलेले मुख दुरून पाहून आणि हिला आता आपण काय सांगावे व काय बोलावे अशाप्रकारचे विचार मनात येऊन भाऊसाहेबांचे डोळे पाण्याने भरून आले. 'एकुलती एक मुलगी, पण तिचे आयुष्य आपल्या दारिद्र्यामुळे जन्मभर दुःखात जाणार' हा विचार कोणत्या सहृदय पित्याला रडविणार नाही? भय्यासाहेबांसारख्या हुशार, बाणेदार आणि सुसंस्कृत उच्च मनोवृत्तीच्या तरुणाला

आपल्या सालस, सुशील व समंजस कन्येने मनाने वरावे आणि तिच्या विवाहाच्या आड आपले दारिद्र्य यावे हे त्यांच्या मनाला फार लागले.

◆

८

'रागिणी का उत्तरा? एकदा वाटते रागिणी, पुन्हा वाटते उत्तरा-' भय्यासाहेबांचा भाऊसाहेबांनी निराशेने अर्धवट नाद सोडल्यानंतर, अशा रीतीने एके दिवशी एक तरुण गृहस्थ नानासाहेबांच्या दिवाणखान्यात या भिंतीपासून त्या भिंतीपर्यंत येरझारा करताकरता आपल्या मनाशीच पुटपुटत होते. हे गृहस्थ नानासाहेबांचे पाहुणे नसून ते अलीकडेच त्यांच्या विशेष घरोब्याचे झालेले असे दूरचे एक नातलग होते.

या तरुण गृहस्थाचे नाव जनुभाऊ चकणे. त्यांचे शिक्षण 'मॅट्रिक फेल्ड'पर्यंत झाले होते. दोनदा नापास झाल्यानंतर तिसऱ्या खेपेला मॅट्रिक ही पदवी प्रत्यक्ष परीक्षेच्या मंडपात कॉपी करण्याचे धाडस करून सर करण्याच्या हे बेतात होते; परंतु शेवटच्या दिवशी त्यांच्या डिव्हिजनला सुपरवायझर जरा कडकपैकी असल्यामुळे त्यांना त्या दिवशी कॉपी करण्यास संधी मिळाली नाही आणि त्या सुपरवायझरला जनुभाऊंना नापास करण्याचे पाप आपल्या मस्तकी घ्यावे लागले व या दारुण पापाबद्दल त्याला शिव्याशापांची लाखोलीही मिळाली.

जनुभाऊंनी यानंतर 'मॅट्रिक होऊन तरी काय करायचे आहे?' असा मोठा पोक्त तात्त्विक विचार करून व 'कोणाची नोकरी म्हणून करायची नाही,' असा स्वाभिमानमूलक दृढनिश्चय करून मेणगावातील आपल्या घरीच राहण्याचा संकल्प केला आणि त्याप्रमाणे त्यांनी तो बरीच वर्षे अगदी कडक रीतीने पाळला. दोन वर्षांपूर्वी त्यांची बायको वारली व खेडेगावातील त्यांचे घर त्यांना अगदी खायला येऊ लागल्यामुळे त्यांनी आपले दुःख नानासाहेबांना पत्राद्वारे कळविले. नानासाहेबांनी त्यांना विजयगावाला येऊन आपल्या घरी काही दिवस राहण्याचे सुचविले. या पडत्या फळाची आज्ञा घेऊन जनुभाऊ त्यांच्या घरी आले आणि बरेच दिवस तेथे राहिले. नानासाहेबांकडे यापूर्वी त्यांचे येणे-जाणे अगदीच नव्हते असे नाही, पण ते विजयगावात काही कामकाज असले तर किंवा मुंबईला जाता-येता वाटेत दोन-चार दिवस उतरण्यापुरतेच असे. प्रस्तुतच्या भेटीमुळे नानासाहेबांच्या घरी त्यांचा जो घरोबा झाला तो काही विलक्षणच. इकडच्या तिकडच्या गोष्टी सांगून आपल्या भाषणचातुर्याने आईसाहेबांना तर त्यांनी अगदी खूश करून टाकलेच होते. जनुभाऊंची पत्नी वारल्यापासून घराकडचा त्यांचा ओढा आता कमी झाला होता आणि आईसाहेबांच्या आग्रहामुळे व नानासाहेबांच्या मौनात्मक संमतीने विजयगावातील त्यांचे राहणे आता महिना-दीडदीड महिनाही लांबू लागले होते. नानासाहेबांच्या संबंधाने भाऊसाहेबांच्या कुटुंबातील

माणसांशीही जनुभाऊंची चांगली ओळख झाली होती. माईसाहेबांची रागिणीच्या विवाहाबद्दलची काळजी कोणालाही उघडउघड दिसण्यासारखी होती व रागिणीच्या मनाची व्याकूळताही या बुद्धिमान मनुष्याच्या ध्यानात आल्याशिवाय राहिली नाही. रागिणीचे अनुपम शरीरसौष्ठव आणि तिचा मोहक स्वभाव पाहून या विधुराच्या मनात अलीकडे एक विचार येऊ लागला होता व तो या सुमाराला तर पूर्ण परिपक्वही होऊन गेला होता. त्या विचाराच्या अनुरोधानेच त्यांचे हे आत्मगत सुरू होते.

'रागिणी का उत्तरा?' जनुभाऊ मनाशी म्हणाले, 'एकदा वाटते रागिणी, पुन्हा असे वाटते की, उत्तरा मिळविल्यास तिची मोठी इस्टेटही मिळेल आणि उत्तराही स्वरूपाने वगैरे काही वाईट नाही. रागिणी उत्तरेपेक्षा मोहक आहे हे खरे आणि भाऊसाहेबांची इस्टेट बरी असून तेही निपुत्रिक असल्यामुळे ती मलाच मिळेल हेही खरे. पण काही असले तरी नानासाहेबांच्यापेक्षा भाऊसाहेबांची इस्टेट कमीच आहे. शिवाय तीत, नात्यामुळे नाही तरी भाऊसाहेबांच्या प्रेमामुळे तो आनंदराव थोडाबहुत तरी वाटेकरी होणारच. उत्तरेची इस्टेट चांगली आहे, पण तिच्या बाबतीत एक मोठा 'पण' आहे ना! छे, करावे तरी काय? माईसाहेबांकडे बेताबाताने खटपट करून रागिणीची मागणी करावी, की आईसाहेबांच्या मर्जीचा फायदा घेऊन आता उत्तरा आणि पुढेमागे तिची इस्टेट ही दोन्ही हस्तगत करून घ्यावीत? पण आईसाहेबांनी जरी आपणाला 'हो' म्हटले तरी उत्तरा आपल्याशी लग्न करायला तयार होईल का? पण उत्तरा नकोच! तिच्याबरोबर दुसऱ्या अनेक अनिष्ट गोष्टी येणारच! वधूच्या गृहप्रवेशाबरोबर स्त्रियांच्या हक्कांबद्दलच्या भांडणासही सुरुवात व्हायची. श्रीमंताची एकुलती एक मुलगी, शिवाय आपल्यापेक्षा कितीतरी बुद्धिमान आणि शिकलेली! स्त्रियांच्या हक्कांबद्दलच्या तिच्या कल्पना तरी किती विचित्र! स्वभावाने तर पक्की दुराग्रही. हिला तारुण्यातील विलासापेक्षा पोक्तपणी शोभणाऱ्या वादाचीच जास्त आवड! छे, उत्तरेशी आपले कसे पटणार? बाकी लग्न झाले म्हणजे काढीन म्हणा तिचे दुराग्रह नि तिचे स्त्रियांचे हक्क चट सारे बाहेर. काय समजली आहे ती? या जनुभाऊंशी गाठ आहे! पण मी म्हणतो, ही घोरपड गळ्यात घेऊन जिवाला कायमचा त्रास लावून घेण्यापेक्षा त्या विनयशील, विनोदी आणि विलासयोग्य अशा रागिणीलाच पटकवावी झाले. उत्तरेची इस्टेट काय जाळायची आहे? पण हो, सगळेच मुसळ केरात. पण रागिणी तरी मिळाली पाहिजे ना आपल्याला? भय्यासाहेबांचा नाद भाऊसाहेबांनी आता जवळजवळ सोडल्यासारखाच आहे; तेव्हा कदाचित ती मिळण्याचा संभव आहे. खटपट करून तर पाहू या. मिळाली तर उत्तमच झाले, नाहीतर आईसाहेबांकडून उत्तरा काढतोच.'

जनुभाऊंनी आपणाशीच असा सांगोपांग विचार केला व त्याप्रमाणे तो अमलात

आणायच्या खटपटीलाही ते लागले. घरातील यजमानिणीचे मन आधी काबीज करून घेतले म्हणजे मग यजमानाची विशेष काळजी करायला नको, असा पोक्त व सूक्ष्म विचार करून त्या दिशेने प्रयत्न करण्याला त्यांनी सुरुवात केली.

आईसाहेबांकडे माई वारंवार बसायला येत आणि आल्या म्हणजे जेवायलासुद्धा पुष्कळदा तेथेच राहत. नानासाहेबांकडे जनुभाऊ घरोब्याचे झाले असल्यामुळे त्यांना स्वयंपाकघरापर्यंतही जायला पूर्ण मुभा होती. घरात बायकांमध्ये बसून त्यांच्याशी घटकाघटका बोलण्याची व त्यांना खूश करण्याची जनुभाऊंना मनापासून आवड होती आणि त्यात त्यांचे प्रावीण्यही खरोखरच वाखाणण्यासारखे होते हे कबूल केले पाहिजे. आई-माईंजवळ मेणगावातील आपल्या परोपकाराच्या गोष्टी अप्रत्यक्षपणे व निरभिमानपूर्वक सांगून, तर कधी आपल्या ऐतिहासिक, शास्त्रीय व धार्मिक ज्ञानाच्या अगाध प्रवाहात त्यांना बुडवून, कधी उत्तरा आणि रागिणी या त्यांच्या मुलींची अतोनात स्तुती करून, विवाहासंबंधी ज्या समाजात अडचणी उपस्थित होतात त्या समाजाची कधी मनसोक्त निंदा करून, तर कधी केवळ आंतरिक अनुकंपेमुळे एखाद्या वैधव्यपंकात रुतलेल्या गरीब अनाथ विधवेशीसुद्धा विवाह करायला आपण तयार आहो असे सांगून, कधी त्यांच्या सौजन्याची स्तुती व शेजाऱ्यापाजाऱ्यांची निंदा करून, तर कधी त्यांच्या प्रिय पतींच्या विद्वत्तेची, त्यांच्या सुधारणेबद्दलच्या कळकळीच्या आस्थेची व स्वार्थत्यागाची थोरवी गाऊन त्या दोघींचे- विशेषत: माईसाहेबांचे- मन जनुभाऊंनी बरेच आकर्षण करून घेतले होते.

शेवटी जनुभाऊंच्या या साऱ्या खटपटीचा परिणाम असा झाला की, भय्यासाहेबांचे स्थळ हाती न लागल्यास हे स्थळ काही वाईट नाही अशी माईंनी आपल्या मनाशी गाठ घालून ठेविली.

◆

९

आपल्या वडिलांनी आपल्या विवाहाचा शुद्ध सौदा चालविला आहे हे पाहून भय्यासाहेबांना फार वाईट वाटले. अशा विलक्षण स्थितीत आपण काय करावे, हे त्यांना बरेच दिवस सुचेना. वडिलांच्या मर्जीविरुद्ध अमुक एखाद्या तरुणीशीच आपण विवाह करणार असा आग्रह धरून तिच्याशी लग्न लावणे हे लोकांत अत्यंत गैरशिस्त दिसेल आणि या जनलज्जेची जरी विशेषशी पर्वा केली नाही, तरी वडिलांच्या समोर जाऊन अमक्या तरुणीशीच विवाह करण्याची आपली इच्छा आहे असे सांगणे भय्यासाहेबांच्या अगदी जिवावर आले. डॉक्टरीचा अभ्यास, थिऑसॉफी, रागिणी आणि पुत्रधर्म या अन्योन्यविरोधी गोष्टींचा त्यांच्या हृदयात वर्चस्व मिळण्यासाठी एकमेकांशी झगडा चालून त्यांची स्थिती फार शोचनीय झाली आणि ते स्वस्थपणे

विचार करून एकदा एक काहीतरी ठाम कायमचा निश्चय करावा या हेतूने एका आरामखुर्चीवरच पडून आत्मगत विचार करू लागले.

'माझ्या मनाची स्थिती किती चमत्कारिक झाली आहे ही! कॉलेजातल्या डॉक्टरीचा अभ्यास माझ्या मनाला एकीकडे ओढतो आहे तर धर्मजिज्ञासा दुसरीकडे ओढीत आहे. रागिणी तिसरीकडेच ओढीत आहे, तर जनलज्जा आणि पुत्रधर्म ही त्यांच्याविरुद्ध चौथीकडेच ओढीत आहेत. आता या झगड्यात आपण स्वस्थ बसून परिस्थिती आणि बलवत्तर मनोविकार जिकडे आपणाला नेतील तिकडे मतिहीन मूक पशूप्रमाणे जायचे की, विचार करून आणि धैर्य धरून व आत्मशक्तीने पौरुष वरून परिस्थितीला आणि अनुचित मनोविकारांना पराजित करायचे? डॉक्टरीचा अभ्यास करायचा म्हणजे धर्मजिज्ञासेला तूर्त दाबूनच ठेविली पाहिजे. पण मी म्हणतो, मला डॉक्टरी करायची आहे काय? खायला-प्यायला घरचे पुष्कळ आहे, डॉक्टरीची मला वास्तविक काही जरुरी नाही हे तर ठरलेच. धर्मजिज्ञासा आणि रागिणी यांचे नित्य चाललेले हे भांडण सोडवणे मात्र अत्यंत कठीण काम आहे. जुलूम जबरदस्तीने एखाद्या दिवशी हे कसे तरी थांबविले, तरी ते सास्वा-सुनांच्या भांडणाप्रमाणे दुसऱ्या दिवशी पुन्हा दुप्पट जोमात सुरू होतेच. रागिणी पाहिजे असेल तर धर्मजिज्ञासा सोडून देऊन संसार थाटून राहिले पाहिजे. पण- पण- रागिणी पाहिजे म्हणजे धर्मजिज्ञासा सोडलीच पाहिजे हे म्हणणे तितके सयुक्तिक खास नाही. बरे, पण धर्माच्या आड संसार येतो हे म्हणणे अगोदर खरे आहे का? संसारात असता धर्मग्रंथ वाचता येत नाही? 'धर्मग्रंथ वाचणे म्हणजे पाप का आहे?' असे रागिणीच नाही का त्या दिवशी म्हणाली? माझ्या थिऑसॉफीबद्दल, धर्मजिज्ञासेबद्दल, साधुसंतांच्या नादाबद्दल, भोळेपणाबद्दल आनंदराव, नानासाहेब, उत्तरा- सगळीजण माझी चेष्टा करतात; पण माझे खरे हृद्गत एका रागिणीनेच खास ओळखले आहे. धर्मग्रंथ वाचण्याची आणि त्यात निमग्न होण्याची लोकांना लाज वाटू लागली आहे, तेव्हा देशाची आणि धर्माची अवस्था कठीण आहे असेच म्हटले पाहिजे, दुसरे काय! आपण आपले कर्तव्यकर्म करून स्वस्थ बसावे, झाले. मी आपला जन्म पारलौकिक धर्माचे पठण आणि मनन करण्यात व सात्त्विक आचरणात घालविणार एवढे मला समजते आहे. मला तुमच्या ऐहिक सुखाची, मानाची, कीर्तीची तिळमात्र अपेक्षा नाही- देशाचीसुद्धा नाही. 'आत्मप्राप्ती', 'आत्मोन्नती' याशिवाय मला काही नको- रागिणीसुद्धा नको.'

हे शेवटले शब्द भय्यासाहेबांनी मनाशी उच्चारले ते अर्थातच अगदी मनापासून उच्चारले; परंतु रागिणीची कल्पना त्यांच्या मनात आल्यावर तिची मधुर मूर्तीही त्यांच्या डोळ्यांपुढे उभी राहिली आणि त्यांचे मन पुन्हा क्षणभर संशयदोलारूढ होऊन व्याकूळ झाले. पण क्षणभराने त्यांना एक आशाप्रद विचार सुचला व त्यांच्या

मुखावर आनंदाची छटा दिसू लागली.

‘रागिणीसुद्धा मला नको असे मी म्हटले हे खरे, पण केव्हा? आत्मप्राप्तीच्या आड ती येईल तेव्हा! पण रागिणी आत्मप्राप्तीच्या आड येईल ही कल्पनाच मुळी चुकीची आहे. तिला धर्मजिज्ञासा आहे, तिची प्रवृत्ती सात्त्विक आहे. तिच्याजवळ बसून चार घटका बोलले-चालले म्हणजे आपल्या मनोवृत्तीतील तामसगुण तात्पुरता तरी लोपून जातो आणि आपले मन कसे अगदी प्रसन्न होते. रागिणीविषयीचे माझे प्रेम कदाचित विषयमूलकही असू शकेल. ‘नाही’ असे मला शपथेवर म्हणता यायचे नाही, पण तिच्या सान्निध्यात असता मला आपल्या क्षुद्र विषयासक्त मनोविकारांची आणि स्वत:च्या कपटी व पापी मनाची लाज वाटू लागते. तिच्या त्या नवविकसित कमलासारख्या उल्हसित पवित्र मुखाकडे पाहून क्रोधही जागच्या जागी जिरतो. एकदा आनंदरावांशी थिऑसॉफीसंबंधाने कडाक्याने वाद करता करता मी अगदी चिरडीला जाऊन खूप रागावलो. इतक्यात रागिणीने तेथे येऊन ‘कसला एवढा वादविवाद चालला आहे दादा?’ असे प्रेमपूर्वक मधुर स्वराने आनंदरावांना विचारले. तिचे हे शब्द अगदी साधे होते; परंतु तिच्या त्या प्रफुल्लित मुखकमलातून मधुबिंदूसारखे ते निघाल्यामुळे माझा क्रोध एकदम साफ मावळला आणि माझी मलाच शरम वाटू लागली. मोठ्या प्रयत्नांनी हिप्नॉटिझम शिकतो आहे, पण या स्वाभाविक हिप्नॉटिझममध्ये जी मोहिनी आहे, जे बल नि तेज आहे, ते शिकून कधी साध्य होईल असे मला वाटत नाही. बोधस्वरूपस्वामी चित्तशुद्धी करून घेण्याकरिता गंगातटाकी जाण्यास मला सुचवितात; परंतु रागिणीची संगती गंगेसारखी, साधुसंगतीसारखी, कविसंगतीसारखी मला पावन वाटते. तिच्या त्या पवित्र संगतीत मी काही दिवस राहिलो तर माझ्या कामक्रोधादी षड्रिपूंचे खरोखरच अगदी निर्मूलन होऊन जाईल! पण त्या पवित्र स्वर्गंगेचा लाभ मला अभाग्याला कसा होणार?’

भय्यासाहेबांचे असे विचार सुरू असताना त्यांना वडिलांच्या खोलीतून शास्त्रीबुवा बाहेर पडताना दिसले. त्यांना खुणेने हळूच आपल्या खोलीत त्यांनी बोलावले व ‘काय शास्त्रीबुवा, कोणीकडे?’ असे अर्थपूर्ण मुद्रेने विचारले.

“आलो होतो चढाई करून तुम्हाला हस्तगत करून घ्यायला. पण किल्ला काही केल्या सर होत नाही हे आज कायम ठरलं. भाऊसाहेब काही दहा हजारांवर देऊ शकत नाहीत आणि तुमचे नाना काही तेरा हजारांखाली येत नाहीत. दुर्दैव बिचाऱ्या त्या रागिणीचं नि तिच्या आईबापांचं. दुसरं काय म्हणावं?”

हे शब्द उच्चारताना शास्त्रीबुवांना गहिवर येऊन त्यांचा कंठ दाटून आला व डोळेही पाण्याने भरून आले; परंतु अशा तऱ्हेचे अश्रुविमोचन हे आपल्या प्रौढ वयाला उचित नाही असे वाटून ते लपविण्याकरिता “बरं बसा, मी जातो आता” असे कसेबसे म्हणून शास्त्रीबुवा लगेच भय्यासाहेबांचा निरोप घेऊन गेले. शास्त्रीबुवांच्या

या उद्‌गारांनी भय्यासाहेबांच्याही मनात अगदी कालवाकालव होऊन गेली. ते स्वत:शीच म्हणाले, 'आता करायचे तरी काय? तीव्र उपायांची काही जरूर न लागता या अडचणीतून कदाचित कालगतीने आपण सुटून जाऊ, या आशेवर इतके दिवस मी कसेतरी काढले; पण आज या आशेची निरर्थकता सिद्ध झाली. खरेच, नानांचा मला अगदी राग येतो. वडिलांचा मान ठेवायचा खरा, पण त्यालासुद्धा काही मर्यादा आहे! पण नानांच्यापुढे उभे राहून 'रागिणीशी मला लग्न करायचं आहे, हुंड्याची आडकाठी करू नका,' असे मी त्यांना सांगू तरी कसे? खरेच, हे मोठे कठीण काम आहे. पण करणार काय? काम कठीण असले तरी ते कसेही करून केलेच पाहिजे. प्रेमापुढे नि विशेषत: असल्या स्त्रीच्या प्रेमापुढे चाल कसली नि रीत कसली आणि वडिलांचा मान कसला नि मरातब तरी कसला?'

◆

१०

"रागिणीचे लग्न जमत नाही म्हणायचं एकंदरीत," आईसाहेब उपोद्‌घातादाखल म्हणाल्या. "शास्त्रीबुवा गेले होते ना काल गुपचुप्यांकडे?"

"हो- गेले होते. पण तेरा हजारांखाली येत नाहीत गुपचुपे." नानासाहेब म्हणाले.

"मग भाऊसाहेबांची सारी खटपट व्यर्थ जाऊन लगीन फिसकटलंच म्हणायचं!"

"बहुतेक फिसकटल्यासारखंच आहे. घरातले दागिने, वडिलोपार्जित जमीन वगैरे गहाण ठेवून दहा हजारांपर्यंत हुंडा द्यायला कबूल झाले होते भाऊसाहेब."

"न द्यायला काय झालं? स्थळच त्या योग्यतेचं चांगलं आहे."

"चांगलं पुष्कळ आहे, पण उपयोग काय त्याचा? जगात आपल्या मनासारख्या गोष्टी व्हायला थोड्याच बसल्या आहेत?"

थोडा वेळ स्तब्ध राहून नानासाहेबांच्या तोंडाकडे पाहून आईसाहेब जरा अडखळत म्हणाल्या, "मला एक विचार सुचतो आहे यावरून, बोलू का?"

"काय तो?" नानासाहेबांनी काहीशा उत्सुकतेने विचारले.

"रागिणीचं लग्न तर आता पुरं फिसकटलंच ना?"

नानासाहेब आश्चर्याने म्हणाले, "हो, फिसकटल्यासारखंच आहे. मी तुला हे आताच नाही का सांगितलं?"

त्यावर आईसाहेब भीतभीत म्हणाल्या, "रागिणीचं नाही जमत तिथं तर आपल्या उत्तरेचं जमतं का पाहावं. आपण देऊ तेरा हजार हुंडा गुपचुप्यांना-"

आईसाहेबांचे हे शब्द ऐकताच नानासाहेब संतापून म्हणाले, "काय? काय म्हणतेस मला तू हे? तू इतकी नीच असशील असं नव्हतं वाटलं मला!"

पतिराजांच्या तोंडून एकदम बाहेर पडलेले हे कठोर शब्द ऐकताच आईसाहेबांच्याही रागाचा पारा एकदम वर चढला व त्या कंपित स्वराने म्हणाल्या, ''मी नीच? काय नीचपणा केला मी? रागिणीचं लगीन मी का फिसकटवलं? तिच्या दुर्दैवानं तिला ते स्थळ नाही मिळत तर उत्तरेबद्दल तिथं खटपट करायला मी सुचवलं याच्यात मी काय कुणाचं घोडं मारलं? मधेच आतल्या आत खटपट करायला मी सुचवलं असतं किंवा मीच तशी खटपट केली असती, तर एक असो. मुलीला चांगलं ठिकाण दिसलं ते पाहायला मी सुचवलं म्हणून मी नीच आणि पोटच्या पोरी वीस-वीस वर्षांच्या घोड्या होईपर्यंत डोळेझाक करून स्वस्थ बसणं- हे- हे- काही- वाईट नाही!'' असे बोलताबोलता त्यांचे डोळे पाण्याने भरून आले.

आईसाहेबांच्या या भाषणाचा नानासाहेबांवर बराच परिणाम झाला असावा असे दिसले. एवढ्या अवकाशात तेही किंचित शांत झाले. नंतर किंचित ओशाळलेल्या स्वराने ते म्हणाले, ''चुकलो. झालं ना? रागाच्या भरात एखादा शब्द चुकून बोललो म्हणून इतकं रागवायला नको काही. बरं, रागिणीचं लग्न व्हावंसं वाटतं ना तुला?''

आईसाहेबही आता किंचित शांत होऊन म्हणाल्या, ''असं का विचारायचं? मी भाऊसाहेबांच्या वाईटावर का आहे?''

''तसं नाही गं माझं म्हणणं. बरं, पण हे भांडण राहू द्या तूर्त. उत्तरेच्या लग्नाला झाले तरी तेरा हजार रुपये तू कुठले आणणार?''

''बँकेत आहेत ना सात-आठ हजार? आणि—''

''रागिणीचं लग्न व्हावं, असं जर तुला मनापासून वाटतं आहे तर या सात-आठ हजारांतील तीन हजार रुपये तू तिच्या आईला का देत नाहीस? उत्तरेच्या लग्नात दुसऱ्या हजार अडचणी येतील, पण रागिणीच्या लग्नाकरिता जर हे तीन हजार रुपये तू दिलेस तर हे लग्न ताबडतोब जुळतं आहे. बोल तर मग, रागिणीच्या लग्नाची खटपट करतेस का उत्तरेच्या?''

नानासाहेबांच्या या सूचनेचा आईसाहेबांच्या मनावर फारच इष्ट परिणाम झाला. आईसाहेबांनी स्वत: होऊन जरी ही गोष्ट सुचविली नव्हती तरी त्यांनी या गोष्टीला संतोषाने रुकार दिला. नानासाहेबांच्या मनात भाऊसाहेबांना हुंड्यासंबंधी काही मदत करण्याचा विचार पुष्कळ दिवस घोळत होता आणि भाऊसाहेबांजवळ त्यांनी यासंबंधाने हळूच प्रस्तावनाही केली होती. परंतु भाऊसाहेबच ही गोष्ट मान्य करीत नव्हते आणि नानासाहेबही रावसाहेब गुपचुपे दहा हजारांपर्यंत खाली उतरतील या आशेवर होते. ती आशा आता पूर्ण निष्फळ झाल्यावर त्यांनी व शास्त्रीबुवांनी 'मित्राची मदत अशावेळी घेतलीच पाहिजे, नाहीतर मैत्रीत उच्चता तरी काय राहिली? अशा मित्राची अशावेळी मदत घेण्यात स्वाभिमानाला कोणत्याही प्रकारे कमीपणा येत नसून, मदत न घेणे हे मात्र स्वत:च्या मनाच्या अहंकारात्मक

क्षुद्रबुद्धीचे द्योतक आहे,’ अशा अर्थाचा उपदेश केला व शेवटी भाऊसाहेबांचा एकदाचा रुकार मिळविला.

इकडे निश्चय केल्याप्रमाणे वडिलांकडे जाऊन भय्यासाहेबांनी आपले मत अतिशय नाजूक रीतीने पण स्पष्टपणे, नम्रतेने पण निक्षून त्यांच्या कानांवर घातले. तेव्हा व्यवहारज्ञ नाना गुपचुप्यांनी मनातला राग मनात ठेवून ‘ही गोष्ट तू मला आधीच का नाही कळविलीस?’ अशाप्रकारे भय्यासाहेबांनाच उलट दोष दिला व ‘एकंदर सर्व गोष्टींचा मी विचार करतो,’ असे त्यांना तेवढ्यापुरते आश्वासन देऊन खोलीत जाण्यास सांगितले.

‘विचार’ करून त्यांनी काय ठरविले असते, हे समजण्याला काहीच साधन नाही. कारण, दुसऱ्या दिवशी संध्याकाळी शास्त्रीबुवा व नानासाहेब गुपचुप्यांकडे जेव्हा आले व तेरा हजारांपैकी एक-दोन हजार रुपये वाचवता आले तर पाहावे या हेतूने थोडा वेळ ते घासाघिसी करू लागले, तेव्हा धूर्त रावसाहेब गुपचुप्यांनी त्यांच्या तोंडावरून त्यांचा हेतू ताडला व ही मंडळी शेवटी तेरा हजाराला खास कबूल होणार हे स्पष्टपणे मनात ओळखून, तेराचा आकडा न सोडता त्यांनी त्यांच्याशी मिष्ठास भाषणेच सुरू ठेवली. नानासाहेब या औपचारिक गोड भाषणाला व वायफळ गोष्टींना कंटाळले आणि वैतागून जाऊन शेवटी गुपचुप्यांच्या तेरा हजारांना नाइलाजाने कबूल झाले.

◆

११

भय्यासाहेब आणि रागिणी या तुल्यगुण वधू-वरांचा विवाह झालेला पाहून माईंना व भाऊसाहेबांना अवर्णनीय आनंद झाला. आपल्या मुलीचे लग्न मोठ्या शिकस्तीने आपल्या डोळ्यांदेखत झालेले पाहून आणि भय्यासाहेबांचे तिच्यावरील प्रेम व तिच्यासंबंधी त्यांचा आदर पाहून माईंना, तशीच भाऊसाहेबांनाही धन्यता वाटून आपला जन्म कृतार्थ झाला असे वाटले.

परंतु भाऊसाहेबांच्या प्रतिकूल दैवाला त्यांचा हा आनंदीआनंद सहन झाला नाही. रागिणीचे लग्न झाल्यानंतर काही महिन्यांनी माईंचा क्षयरोग दिवसेंदिवस बळावत जाऊन शेवटी त्यातच त्यांचा अंत झाला. भाऊसाहेब फार विचारी आणि शांत असल्यामुळे त्यांनी आपला शोकावेग मोठ्या शिकस्तीने आवरून ते हृदयदाही दुःख बाहेर दाखविले नाही; पण बिचारी रागिणी कोवळी अजाण पोर, तिला मात्र हे मातृनिधनाचे दारुण दुःख फारच दुःसह झाले. ती या दुःखामुळे काही दिवस आजारी पडली व तिचाही रोग तिच्या आईच्या वळणावर जातो की काय, अशी भाऊसाहेबांना व तिच्या इष्टमित्रांना भीती वाटू लागली. मातृनिधनाचे दुःख काय

किंवा दुसरे कोणतेही दुःख काय- नाहीसे व्हायला कालगतीसारखे दुसरे उत्तम औषध नाही. तीन-चार महिन्यांनी रागिणीची प्रकृती पुन्हा हळूहळू सुधारत चालली व कालांतराने ती चांगली बरी होऊन तिच्या विषण्ण वृत्तीला भय्यासाहेबांच्या प्रिय संगतीत पुन्हा पूर्ववत आनंदलहरी येऊ लागून त्या उभयतांचे जीवित आनंदरसपूर्ण होऊ लागले. हे जोडपे आनंदाने व प्रेमाने संसार करू लागलेले पाहून पत्नीविरहाने होरपळून गेलेल्या भाऊसाहेबांच्या जिवालाही समाधान वाटू लागले.

लहानपणापासून प्रिय असलेल्या रागिणीशी लग्न झाल्यानंतर भय्यासाहेबांचे मन साधुसंतांवरून उडून ते स्थिरचित्त होतील अशी नानासाहेब, आनंदराव, उत्तरा आदी त्यांच्या परिचयाच्या मंडळींनी अटकळ केली होती; परंतु त्या अटकळीप्रमाणे काही न होता त्यांना उलटच अनुभव येऊ लागला. भय्यासाहेबांचे लक्ष थिऑसॉफीकडे आणि साधुसंतांकडे विवाहानंतर अधिकाधिकच वेधू लागून त्यांचे घर म्हणजे योगी, साधू, बैरागी इत्यादी लोकांचे प्रमुख ठाणेच होऊन बसले. पुढे काही दिवसांनी दर पंधरवड्याला भय्यासाहेबांच्या दिवाणखान्यात थिऑसॉफीवर व्याख्याने होऊ लागली. हा त्यांचा नाद पुढेपुढे इतका बेसुमार जोरावला की, त्यांनी मेडिकल कॉलेजचा आपला अभ्यासक्रम अर्धवट सोडून दिल्यासारखेच केले. इतकेच नव्हे, तर त्यांच्या लग्नाला एक वर्ष पुरे होते न होते तोच संसारावरूनही त्यांचे लक्ष उडून गेल्याची स्पष्ट चिन्हे दिसू लागली आणि रागिणीला अखेर थिऑसॉफीच्या आणि साधुसंतांच्या विरुद्ध बोलण्यापर्यंत पाळी आली. 'या अलीकडच्या साधुसंतांमध्ये काही लोक लबाड, भोंदू असतात, यांच्या नादी फार लागू नये,' असे भय्यासाहेबांना ती हरतऱ्हेने सुचवू लागली. 'संसारात राहून कामक्रोधादी मनोविकार जिंकील त्यानेच षड्रिपू खरे जिंकले, अरण्यात जाऊन जिवाचे हाल करून घेतल्यानेच आत्म्याची उन्नती होते असे थोडेच आहे?' अशा अर्थाचे विचार ती आपल्या भाषणात आताशा मुद्दाम आणू लागली. 'आत्म्याची उन्नती करून घ्यायला संसार सोडलाच पाहिजे असे काही नाही, तर सर्व लोकांशी प्रेमाने, औदार्याने वागून सदाचाराने राहिल्यास त्यात सर्वकाही धर्म आला. 'जे का रंजले गांजले । त्यांसी म्हणे जो आपुले,' या अभंगचरणातच धर्माचे खरे सूक्ष्म तत्त्व साठले आहे,' अशा अर्थाचा भाषणाचा ओघ रागिणीने मुद्दामच वारंवार आणावा; परंतु रागिणीच्या या प्रयत्नांचा दैवयोगाने भय्यासाहेबांवर विपरीतच परिणाम होऊन त्यांचे वेड अधिकच वाढले. भय्यासाहेबांच्या सर्व हितचिंतकांच्या दुर्दैवाने याच सुमाराला परमहंस बोधस्वरूपस्वामी विजयगावला पुन्हा आले. भय्यासाहेब यावेळी त्यांच्या इतके नादी लागले की, संसाराची त्यांना आता बिलकूल आस्था वाटेनाशी झाली.

भय्यासाहेबांना रागिणी जे हरतऱ्हेने सुचवी आणि सांगे, ते त्यांना समजत नव्हते असे नाही. शाळेत असताना भय्यासाहेब पक्के सुधारक असून, 'धर्म' म्हणजे

सब झूट, थोतांड आहे असे म्हणणारांपैकी एक होते. ही त्यांची वृत्ती मेडिकल कॉलेजमध्ये गेल्यावर प्रथम काही दिवस बरीच बळावली. ईश्वराच्या अस्तित्वाविषयी मित्रमंडळींत वाद करीत असता ते आपला नास्तिकवाद- असे म्हणण्यापेक्षा आपला 'अज्ञेयवाद' म्हणणे अधिक शोभेल- लपविण्याचा कधीही प्रयत्न करीत नसत. याविषयीची त्यांची एक गोष्ट त्यांच्या कॉलेजमध्ये अजूनही प्रसिद्ध आहे. 'I have swept my telescope through the heavens and find no God there!' (मी दुर्बिणीने सर्व नभोमंडळ बारकाईने शोधून पाहिले; परंतु तेथे 'देव' काही मला कोठेही दिसत नाही!) असे एका शास्त्रज्ञाचे वाक्य एक दिवस आनंदरावांच्या खोलीत त्यांनी मोठ्या आवेशाने उच्चारले व आपल्या अज्ञेयवादाचे ते जोराने समर्थन करू लागले. याच्या उलट आनंदरावांनीही 'ईश्वर हा सर्वांच्या अंतरात्म्यात आहे, तो कोठे बाह्य प्रदेशात नसून सर्वांच्या हृदयात आहे, 'ईश्वरः सर्वभूतानां हृद्देशेऽर्जुन तिष्ठति,' अशा तऱ्हेच्या उत्तरपक्षाचे जोराने समर्थन केले. भय्यासाहेबांनी त्यावरही लगेच 'मी सुरीने पुष्कळांचा 'हृदेश' फाडून बारकाईने पाहिला; परंतु तेथेही मला ईश्वर लपलेला आढळला नाही' अशी बिनतोड कोटी लढविली.

भय्यासाहेबांच्या या कोटीवरून ते त्यावेळी पुरे नास्तिक होते, असे मात्र कोणी समजू नये. असल्या प्रकारच्या कोट्यांमध्ये थोडेसे स्वमतदिग्दर्शन जरी होत असले, तरी त्या क्षणभर हसविण्याकरिताच केलेल्या असतात व त्या उच्चारणारांवर त्यांच्या शब्दार्थांचा पूर्ण बोजा लादणे अयोग्य होय. भय्यासाहेबांच्या या कोटीवरून आपण एवढेच अनुमान काढायचे की, मेडिकल कॉलेजच्या अभ्यासक्रमातील व इतर अशाच प्रकारच्या पुस्तकांतील भौतिक शास्त्रविषयक तत्त्वे वाचून धर्मासंबंधाने व देवासंबंधाने त्यांच्या मनात अनेक कुशंका राहिल्या होत्या; परंतु ते पुढे देशमुख नावाच्या एका थिऑसॉफिस्ट मित्राच्या संगतीत राहू लागल्यापासून त्यांच्या मनावर थिऑसॉफीच्या ज्ञानसूर्याचा प्रकाश हळूहळू पडू लागला व त्यांच्या सर्व तऱ्हेच्या कुशंका त्या प्रकाशाला भिऊन भुतांसारख्या हळूहळू एकेक निघून जाऊ लागल्या. भय्यासाहेबांना थिऑसॉफीचे बरेच ज्ञान झाल्यावर तर 'सर्व धर्मतत्त्वे खरी आहेत व योगशास्त्रही खरे आहे,' अशी त्यांची पक्की खात्रीच झाली.

संसार सर्वथैव मिथ्या आहे असे भय्यासाहेबांना वाटू लागले; परंतु रागिणीचे त्यांच्यावरील प्रेम व त्यांचे रागिणीवरील प्रेम ही दोन्ही मिथ्याच आहेत असे त्यांना वाटेना! 'जगात जर एखादी गोष्ट सत्य असेल, तर ती गोष्ट म्हणजे रागिणीचे प्रेम होय,' असे त्यांना वाटत होते. हे प्रेम आत्मोन्नतीला विघातक आहे असे त्यांना लवकर पटेना. 'रागिणीची सात्विक संगती गंगेसारखी पवित्र व पावन आहे, असे वाटल्यामुळे आपण तिचे 'गंगा' असे नाव ठेवले व आता त्याच रागिणीला- या मूर्तिमंत परमपावन गंगेला- कंटाळून अचेतन अशा गंगेच्या तटाकी जाऊन तप

करण्याचे आपल्या मनात कसे येत आहे,' याचे त्यांचे त्यांनाच आश्चर्य वाटू लागे. भय्यासाहेबांच्या हृदयांगणावर धर्म व प्रेम यामध्ये अशाप्रकारचे भयंकर युद्ध माजून राहिले होते. ते बाह्यत: योग्य रीतीने संसार करीत आहेत असे जरी लोकांना दिसत होते तरी रागिणीसारख्या निकटवर्ती व प्रेमामुळे दृष्टी सूक्ष्म झालेल्या चतुर पत्नीला त्यांच्या हृदयाची खरी स्थिती कळल्यावाचून राहणे अगदी अशक्य होते.

◆

१२

जनुभाऊ मनात म्हणत होते, 'भय्यासाहेबांनी एक सावज उपटून एक वर्ष होऊन गेले तरी मी- जनुभाऊ अजून हात हलवीतच बसलो आहे. त्यांनी आपल्या श्रीमंतीच्या जोरावर रागिणी उपटली, पण आपल्या अकलेच्या जोरावर उत्तरेला नि तिच्याबरोबर तिच्या इस्टेटीलाही पटकावले तरच मी खरा जनुभाऊ चकणे! खुद्द उत्तरेशी आता काही संधान जुळत नाही, हे ठरले. त्या पोरीशी एकदा-दोनदा एकांती गाठ पडली आणि मीही थोडेसे दुहेरी अर्थाचे शब्द योजून तिला सुचवून पाहिले, पण त्या भोळसटीला माझा गूढ अर्थ कळेचना! ती बुद्धिमान आहे, वादविवादात कुशल आहे, परीक्षा पास झालेली आहे, सुधारक आहे; पण या बाजूचा अजून तिला मुळीच गंध नाही असे दिसते. याबाबतीत उत्तरा अगदीच अजाण पोरीसारखी दिसते. तेव्हा आईसाहेबांकडे संधान लावून त्यांच्या वशिल्याने त्या पोरीला काबीज करून घेतले पाहिजे. इतके दिवस निरनिराळ्या तऱ्हांनी प्रयत्न करून, गोडगोड बोलून, त्या भाबड्या बायकांना तर मी अगदी खूश करून सोडलेच आहे, माझ्या इतिहाससंबंधाच्या नि शास्त्रीय ज्ञानाच्या खऱ्याखोट्या गप्पा ऐकून माझ्या विद्वत्तेबद्दल त्यांना फार आदर वाटू लागला आहे. शिवाय दुसरीही एक गोष्ट माझ्या पथ्यावर पडणार आहे. रागिणीचे लग्न झाल्यापासून उत्तरेच्या लग्नाबद्दल आईसाहेब अगदीच अधीर होऊन गेल्या आहेत.'

आईसाहेब अलीकडे उत्तरेच्या लग्नासाठी खरोखरच अगदी अधीर होऊन गेल्या होत्या. जनुभाऊंच्या विद्वत्तेबद्दलही त्यांना बराच आदर वाटत होता. जनुभाऊंजवळ विशेष संपत्ती नसली तरी त्यांना घरजावई करून ठेवावे व आपल्या मुलीचा आनंदाने चाललेला संसार आपण डोळे भरून सुखाने पाहत राहावे असे जनुभाऊंनी सुचविण्यापूर्वीच आईसाहेबांच्या मनात येऊ लागले होते.

आईसाहेबांनी उत्तरेजवळ एके दिवशी हळूच ही गोष्ट काढली; परंतु सरलहृदय उत्तरेने त्यांना एकदम साफ नकारात्मक उत्तर दिले. नंतर आईसाहेबांनी आनंदरावांचे नाव तिला सुचवून पाहिले व ती आजन्म अविवाहित राहिली तर तिची स्वत:ची आणि आपल्या कुलाची जगात कशी नाचक्की होईल हे हरतऱ्हेने तिला सांगून,

'तुझ्या पाया पडते उत्तरे, लग्न करायला तू तयार हो. तू अशीच कुंवार राहिलीस तर मी माईप्रमाणेच झिजूनझिजून मरून जाईन,' अशाप्रकारे तिची त्यांनी अगदी निर्वाणीची विनवणी करून पाहिली; परंतु 'मला लग्नच करायचं नाही- माझ्याशी अत:पर लग्नाची गोष्टदेखील तू काढीत जाऊ नकोस,' असे जरासे त्रासिकपणे उत्तरेने त्यांना उत्तर दिले.

◆

१३

उत्तरा एके दिवशी रागिणीच्या घरी सहज गेली होती. अक्कासाहेब काही दिवसांपूर्वीच आपल्या सासरी गेल्या होत्या व भय्यासाहेबही या वेळी कोठेसे बाहेर गेले होते. त्यामुळे अर्थातच रागिणी घरात एकटीच होती.

उत्तरेला आलेली पाहताच रागिणीने कशिदा काढण्याकरिता घेतलेला हातातील रुमाल खाली ठेवून दिला व तिच्याकडे पाहून म्हटले, "ताई, तू आज अशी काय गं दिसते आहेस? आजारीबिजारी आहेस की काय?"

उत्तरा म्हणाली, "नाही काही. उन्हातून आले म्हणून तुला असं वाटतं आहे झालं. तू मात्र चिंताक्रांत दिसते आहेस खरी. भय्यासाहेबांचा साधूचा नाद अलीकडे फारच वाढला आहे, म्हणून तुला त्याबद्दल काळजी लागली आहे, खरं ना?"

रागिणी काहीशी गंभीरपणे म्हणाली, "असेल खरं- असेल का? आहेच. पण तू का अशी? मी विचारते." आपले दु:ख मनातच दाबण्याचा प्रयत्न करून मैत्रिणीशी विनोद करण्याच्या हेतूने रागिणी स्मितपूर्वक पुढे म्हणाली, "ताई, प्रेमाचा तर काही यात संबंध नाही ना?"

"छट्, भलतंच! उलट प्रेमाचा गंधसुद्धा नसता प्रेमसंबंध करावा की नाही याच विचारात मी तूर्त आहे."

"म्हणजे, याचा अर्थ तरी काय समजायचा ताई?"

"याचा अर्थ इतकाच की, जनुभाऊंवर जरी माझं प्रेम नाही तरी त्यांच्याशी लग्न..."

"का? लग्नाची तुलासुद्धा इच्छा व्हायला लागली वाटतं!" रागिणी हसून मधेच म्हणाली.

"तसं नाही गं, लग्न करायचं ते आईसाठी करायचं. तुला खरंच सांगते रागिणी, माझं लग्न झालं नाही तर ती काही आता फार दिवस जगत नाही. आईच्या प्रेमाची फेड करण्याकरिता, ज्यावर आपलं प्रेम नाही त्याच्याशी लग्न करणं आपलं कर्तव्य आहे किंवा नाही याचा मी विचार करते आहे. मीच तुला आता विचारते, तुला काय वाटतं याबद्दल? मी आईसाठी लग्न करावं का?"

रागिणी म्हणाली, ''मी आईसाहेबांची समजूत करायचा प्रयत्न करीन. बाकी तुझंच जर जनुभाऊंवर खरंखरं प्रेम असलं नि आईसाहेबांचं नाव आपलं मधल्यामधे उगाच पुढं करून माझ्याशी तू उगीच असं ढोंग चालवलं असलंस तर मात्र गोष्ट निराळी हो!'' असे म्हणून रागिणी हसू लागली.

उत्तरा अर्थातच रागिणीच्या या थट्टेने रागावली. ती आवेशाने म्हणाली, ''रागिणी, तुझी ही थट्टा जरा बाजूला ठेवून मी तुला विचारलेल्या प्रश्नाचं खरंखरं उत्तर दे. आईकरिता मुलीनं आपलं व्यक्तिस्वातंत्र्य दडवणं इष्ट आहे का? जनुभाऊंशी लग्न करण्याचं बोलणं आईनं काढलं म्हणजे पूर्वी मला तिचा अतोनात राग येत असे. पण आता तिची स्थिती पाहून मला तिची कीवच येते नि आपला जन्म फुकट गेला तरी आईच्या जिवाला सुख द्यावं असं एखाद वेळेला मनाला वाटतं.''

रागिणी प्रेमळ स्वराने म्हणाली, ''ताई, तू असा भलतासलता काही अविचार करू नकोस. जनुभाऊंवर तुझं प्रेम नाही हे स्पष्ट आहे. त्याचप्रमाणे त्यांचंही तुझ्यावर प्रेम नाही हेही मला ठाऊक आहे. तुझ्या संपत्तीकरिताच केवळ ते तुझ्याशी लग्न करू पाहताहेत, दुसरं काहीसुद्धा नाही. त्यांनी आईसाहेबांना अशी काय भुरळ घातली आहे कोण जाणे.''

उत्तरा आश्चर्याच्या स्वराने म्हणाली, ''काय म्हणतेस रागिणी? खरंच का माझ्या संपत्तीवर त्यांचा डोळा आहे? मला नाही बाई कधी अशी शंका आली!''

''ताई, तू अगदी भोळी आहेस. तुला जगातले लोक कसे आहेत हे बरोबर ओळखता येत नाही. या संसारात...''

उत्तरा मधेच हसून म्हणाली, ''तू आता संसार करणारी बायको झालीस, तेव्हा तुला आता असला उपदेश करायचा अधिकार आलाच मुळी!''

''तसं नाही गं ताई, तुझ्यापेक्षा मला माणसाची पारख खरोखरच अधिक आहे. बरं, ते जाऊ द्या म्हणा. तुझ्या या संकटातून तुझी सुटका होण्याचा मला एक मार्ग दिसतो आहे. आईसाहेबांना आमचा दादा- आनंदराव- जावई झाला तर नको आहे असं नाही काही, पण तुला जर तो...''

''रागिणी, मला हे आईनं त्याच वेळी सुचविलं होतं. पण-''

''पण काय? आमच्या दादाचं प्रेम तुझ्यावर नाही, का तुलाच तो आवडत नाही? पण दादाविषयी तुझ्या मनात प्रेम आहे हे मला चांगलं ठाऊक आहे आणि माझं मत विचारशील ताई, तर आमच्या दादासारखा नवरा जिला लाभेल ती स्त्री फार भाग्यवान असं मी समजते. दादा तितका सभाधीट नाही हे खरं, पण त्याची बुद्धी नि त्याची सहृदयता ही काही तुला अपरिचित नाहीत. माझ्यापेक्षाही कदाचित त्याची तुला अधिक माहिती असेल.'' असे म्हणून उत्तरेकडे पाहून रागिणी हसू लागली.

उत्तरा म्हणाली, ''त्यांच्या स्वभावाविषयी नि बुद्धिमत्तेविषयी मला खरोखर फार आदर वाटतो आहे. आमच्या साऱ्या मेडिकल कॉलेजात त्यांच्यासारखा बुद्धिवान विद्यार्थी एकही नाही. -तुला वाईट वाटेल कदाचित मी सांगितलं तर, पण भय्यासाहेबांपेक्षाही आनंदराव अधिक बुद्धिवान आहेत असं म्हटलं पाहिजे. त्यांचा स्वभावही फार चांगला आहे. चांगला म्हणजे ते कोमल हृदयाचे नि दयाळू आहेत एवढंच नव्हे, तर त्यांचं मन उदार, तसंच उदात्तही आहे. त्यांच्याशी मी विवाह केला, तर माझ्या गर्विष्ठपणाला नि भांडखोर स्वभावाला आळा बसेल आणि माझं मन अधिक उदार-उदात्त होईल. पण-''

रागिणीने उत्सुकतेने विचारले, ''मग 'पण' कसला आला आहे त्यात?''

उत्तरा काहीशी दृढ स्वराने म्हणाली, ''आनंदरावांशी विवाह करावासा मला वाटत नाही. विवाहामुळे माझा फायदा होईल हे खरं, पण त्यांचं त्यामुळे नुकसानच होईल. ते अतिशय लज्जाशील, तर मी पूर्ण सभाधीट. अविवाहित स्थितीत त्यांचा लाजाळूपणा त्यांना शोभतो नि माझ्या सभाधीटपणाचीही मला विशेषशी लाज वाटत नाही. पण लग्न झाल्यावर नवऱ्यापेक्षा बायकोचंच तोंड जास्त चालेल आणि त्यामुळे चार लोकांत त्यांच्यापेक्षा माझंच तेज अधिक पडलेलं चांगलं दिसणार नाही. त्यांना सगळे लोक- बाहेर नाही तरी मनात- हसतील रागिणी. मला हे बरं कसं वाटेल? आनंदरावांमध्ये हे सभाभीरुत्व जर नसतं, तर-''

''ही कसली आली आहे अडचण ताई? दादा दिवसेंदिवस अधिक सभाधीट होत चालला आहे नि लग्न झाल्यावर तूही आपलं तोंड आवरल्याशिवाय का राहशील?''

''काय वाटेल ते म्हण बाई तू. मला त्यांच्याविषयी आदर आहे, पण- तसल्या प्रकारचं प्रेम काही त्यांच्याबद्दल मला वाटत नाही. मी तुला माझी सर्व स्थिती सांगितली आहे. आता मी या प्रसंगी काय करावं ते मला सांग. केवळ आईला खूश करण्याकरिता त्या जनुभाऊंशी मी लग्न करू का?''

क्षणभर स्तब्ध राहून रागिणी म्हणाली, ''मी एखाद दिवशी आईसाहेबांना भेटून त्यांची समजूत घालायचा प्रयत्न करीन. त्यांची अगदी अंतःकरणापासून अशी समजूत झाली आहे की, लग्न झालं म्हणजे मुलीला सुख लागेल; पण त्यांना माझी स्थिती एकदा पुरतेपणी कळली की, विवाहित स्त्रिया म्हणजे सगळ्याच काही सुखी होतात असं नाही, असं त्यांना कळून येईल. ताई, माझ्या दुःखाची तुला चांगलीच कल्पना आहे, पण माझ्या स्थितीची खरी कल्पना आईसाहेबांना तिळमात्रसुद्धा नाही. ताई, तुला तरी माझ्या दुःखाची पुरती कल्पना आहे का?''

हा शेवटला प्रश्न आपल्या मैत्रिणीला विचारताना रागिणीला अतोनात गहिवर आला आणि ती उत्तरेच्या अंगावर अंग टाकून मुकाट्याने अश्रू ढाळू लागली.

थिऑसॉफीच्या आणि साधुसंतांच्या नादाने भय्यासाहेब संसाराविषयी अगदी विरक्त झाले आहेत हे उत्तरेला माहीत होते, तरी ती विरक्तता इतक्या थराला पोहोचली असेल अशी तिला कल्पनाही नव्हती.

उत्तरेने रागिणीच्या अंगावरून प्रेमभराने हात फिरवून म्हटलं, ''रागिणी, आज काही विशेष का झालं आहे त्यासंबंधानं?''

शोकाचा उमाळा काहीसा शांत झाल्यावर रागिणी विषण्ण स्वराने म्हणाली, ''ताई, तू मला अगदी आईसारखीच वाटतेस. मी आपलं मनचं दु:ख तुझ्याजवळ सांगायचं नाही, तर कुणाजवळ बरं सांगायचं? ताई, आमचं लग्न होऊन अजून दोन वर्षंदेखील पुरी झाली नाहीत, तोच संसाराबद्दल अगदी तिटकारा उत्पन्न झाला आहे. आताशा संसाराची तिळमात्रही आस्था नाही. निवृत्तिमार्गापासून परावृत्त करण्याचा मी प्रयत्न करते म्हणून माझ्यावरचंही प्रेम अलीकडे कमी कमी होऊ लागलं आहे असं दिसतं. ताई, मी साधुसंतांच्या विरुद्ध का आहे? पण घरदार सोडून, संन्यास घेऊन हिमालयावर जायचा विचार चालला आहे, तेव्हा मी विरुद्ध बोलू नको तर करू काय? तूच सांग.''

उत्तरा विचार करीत म्हणाली, ''त्यांना संसाराची पुन्हा गोडी लागेल असं काहीतरी केलं पाहिजे. नानांना सांगून चार दिवस निर्झरगडावर आपण सारे जाऊ या.''

◆

१४

निर्झरगड हे रमणीय स्थान विजयगावाहून सहा-सात मैलांच्या अंतरावर त्या गावाच्या डोंगरमाथ्यावर असून, तेथे 'स्वयंभू' शंकराचे एक देऊळ होते. राम वनवासात असताना शंकरांनी त्यांना तेथे दर्शन देऊन सीतेला धीर दिला, अशी या स्थानासंबंधी एक दंतकथा प्रचलित असून, या दंतकथेची साक्ष पटविणारे सीता-रामाचे एक देऊळही तेथे आहे. अलीकडे हे देवाचे माहात्म्य जरी कमी झाले होते, तरी तेथील आरोग्यकारक हवेबद्दल, निर्मल निर्झराबद्दल, तेथील स्वच्छ पाण्याच्या उत्तम हौदाबद्दल आणि हिरव्यादाट झाडीबद्दल हे स्थळ अजूनही विजयगावच्या आसपास प्रसिद्ध आहे. तेथून दिसणारे रम्य सृष्टिसौंदर्य किंवा मनोहर, पण भयंकर प्रपात पाहण्याकरिता जिल्ह्यातील साहेब लोक, कलेक्टर, मिशनरी वगैरे वारंवार येथे जात-येत असत व आसपासचे जहागीरदार, वकील वगैरे श्रीमंत मंडळी उन्हाळ्याच्या दिवसांत तेथे जाऊन काही दिवस राहतही असत. निर्झरगडाखाली असलेल्या खेड्यातील गरीब लोक गडाच्या सफरीला आलेल्या या श्रीमंत लोकांना खुर्च्यांवरून वर नेत व तेथील एक-दोघे दुकानदार वाणी त्यांच्याकरिता जेवणाखाणाचे

वगैरे सामान वर पोहोचविण्याची व्यवस्था करीत असत.

नानासाहेब, भाऊसाहेब व शास्त्रीबुवा हे यापूर्वी तीन-चारदा मे महिन्याच्या सुटीत निर्झरगडावर सहकुटुंब येऊन महिनामहिना राहिलेले होते. गडाच्या भयंकर कड्याखालची देवी गडावरून तीन वर्षांतून एक तरी बळी घेते, अशी तेथील एक चालत आलेली दंतकथा ऐकल्यापासून आईसाहेब तेथे येऊन राहण्याला नाखूश असत; परंतु नानासाहेब वर्षभर वकिलीचे काम करून फार थकून जात असत व विजयगावाला उन्हाळ्यात तर त्यांना भारीच थकवा येई. अर्थात त्यांना तीन-चार वर्षांतून एकदा तरी निर्झरगडची थंड हवा व तेथील रमणीय देखावा यांचा उपभोग घेण्याची आवश्यकता वाटे. तेथील एकांतवासात वाङ्मयात्मक किंवा तात्त्विक पुस्तके वाचून त्यांचे मनन करण्याचीही त्यांना फार हौस असे. त्यामुळे ते आईसाहेबांच्या या निराधार भीतीला फारशी भीक घालीत नसत.

नानासाहेबांच्या सोबतीला भाऊसाहेब व शास्त्रीबुवा हे असायचेच. भय्यासाहेबही पूर्वी दोन-तीनदा या निर्झरगडावर येऊन गेले असतील; परंतु या खेपेला त्यांच्याबरोबर रागिणी होती म्हणून की काय कोण जाणे, या अत्यंत रमणीय स्थानी ते आले आणि तेथे एक दिवस राहिले मात्र, 'अशा सुंदर ठिकाणी आपणाला नेहमी राहायला मिळाले तर किती उत्तम होईल!' असे उद्‌गार त्यांच्या तोंडून निघाले. काही दिवस तेथे राहिल्यावर त्यांचे वैराग्य व त्यांचे निराशावादित्व हळूहळू निघून गेले व संसार एकंदर बराच सुखमय आहे असे त्यांना वाटू लागून, रागिणीला सोडून संन्यास घेऊन रानावनात- गिरिकंदात- जायचा जो आपण विचार चालविला होता तो फार वेडगळपणाचा होता असे त्यांना कळून चुकले. जगात जरी दुःख व पाप असले तरी सुख व सौजन्यही येथे त्यापेक्षा अधिक आहेत अशी त्यांची आता खात्री झाली.

'हा पर्वत म्हणजे विरोधप्रचुर अशा या जगताचा एक आदर्शच आहे!' भय्यासाहेब एक दिवस खुशीत आले असता स्वतःशीच म्हणाले. 'पर्वतावर एकीकडे रमणीय देखावे, तर दुसरीकडे भयंकर कडे! एकीकडे सहज हाती न येणारी मधुर फळे, तर दुसरीकडे अगदी हाताशीच असलेली कडू, विषारी पण मोहक फळे! येथे अत्यंत सुवासिक फुले, तर तेथे अंगाला बोचकारे काढणारी काटेरी झाडे! एके ठिकाणी मुग्ध हरिणबालके बागडत आहेत, तर त्यांच्या शेजारीच दगडाखालील बिळांत भयंकर, कपटी कृष्णभुजंग दडून बसले आहेत! या डोंगराच्या माथ्यावर एकवचनी, एकपत्नी सीतारामाचे पवित्र मंदिर, तर त्याच्या पायथ्याशीच स्वार्थपरायण वाण्याचे आणि त्याच्या वेश्येचे घर. जगातल्याप्रमाणे या डोंगरावरही अनेक गोष्टींत जरी विरोध आहे, तरी या डोंगरावर येऊन एक दिवस राहिले म्हणजे या सर्व विरोधातील अंतस्थ ऐक्य नि स्वारस्य कळून एकंदरीत मनाचे सर्व निराशावादित्व विलयाला जाते व जग हे एकंदरीने आनंदमय आहे असेच वाटू

लागते! कोणीही येथील झऱ्याकडे पाहावे, त्याचा उपदेश घटकाभर स्वस्थ चित्ताने ऐकावा आणि मग 'जगात ईश्वर आहे किंवा नाही,' या प्रश्नाचे त्याने मला उत्तर द्यावे. परवा सकाळी मी रागिणीला घेऊन फिरायला गेलो होतो. एकमेकांशी बोलतबोलत आणि विनोद करीतकरीत अनेक वेलींवरची सुवासिक, सुंदर आणि जणू काय हसत असलेली फुले आम्ही काढली, काही मधुर फळेही वेचली आणि त्यावेळी अशा या सुफल, सुरम्य भूमीला; त्याप्रमाणेच सुशील, सुंदर, गुणवती पत्नीला सोडून देऊन मी संन्यास घेण्याचा जो विचार केला होता त्याचा मूर्खपणा मला कळून आला. ईश्वराने हे भयंकर कडे का उत्पन्न केले आहेत याचेही मला आता आश्चर्य वाटत नाही. अंधाऱ्या रात्री मी तेथे मुद्दाम गेलो व तेथे काही वेळ उभा राहिल्यावर माझी अशी खात्री झाली की, सृष्टीच्या भीषण स्वरूपालाही न भिणारा असा सज्जनाचा आत्मा आहे व सर्व सृष्टी जरी मनुष्यावर उठली, तरी स्थिरधी व संयतात्मा मनुष्य न भिता निश्चिंत राहील. ज्या कड्यांच्या व अंधाराच्या भीषणतेमुळे आपणाला आत्म्याचे पावित्र्य, गौरव व नित्यत्व कळते, ती भीषणता निर्माण करणाऱ्या ईश्वराचे आपण उपकार मानायला नकोत काय?'

अशाप्रकारे भय्यासाहेबांच्या विचारात निर्झरगडाने जी क्रांती घडवून आणली ती पाहून नानासाहेबांना व त्यांच्या इतर सुहृदांना मुद्दाम केलेल्या या निर्झरगडाच्या प्रवासाचा व तेथील निवासाचा इष्ट परिणाम झाला असे वाटून मोठा आनंद झाला आणि त्या सर्वांची वृत्ती अत्यंत उल्हसित झाली.

◆

१५

एक दिवस दोन प्रहरच्या वेळी निर्झरगडावर आकाश मेघांनी व्याप्त झाले होते. या वेळी तेथील दाट झाडीचा देखावा फार शांत आणि गंभीर असून, त्याला एक प्रकारचे पवित्र रमणीयत्व आले होते. भाऊसाहेबांच्या मनात त्या बारा वाजायच्या सुमाराला फिरण्याकरिता बाहेर पडावेसे आले. अशा दुपारच्या वेळी फिरण्याला बाहेर पडले असता चमत्कारिक दिसेल, अशाप्रकारच्या विचारांना भाऊसाहेबांच्या मनात विशेष थारा मिळत नसल्यामुळे फिरायला जाण्याचा आपला निश्चय त्यांनी नानासाहेबांना कळविला व तेही त्यांच्याबरोबर बाहेर पडण्याला तयार झाले. ही बातमी लवकरच सगळ्यांना कळून सगळीच जण त्या भलत्या वेळी फिरण्याला बाहेर पडली. बाहेर पडल्यावर व त्यावेळीही गार असलेल्या त्या दाट गर्द झाडीतून जाऊ लागल्यावर भय्यासाहेबांच्या मनात रागिणीला घेऊन आपण दोघांनीच स्वतंत्र फिरायला जावे असे आले. पण असे जाणे आपल्या हिंदूसमाजाच्या शिष्ट पद्धतीविरुद्ध आहे असे ठाऊक असूनही मोहांध होऊन त्यांनी रागिणीला आपला विचार हळूच कळविला. तथापि

तिने 'हे चांगले दिसत नाही,' असे म्हटले व भय्यासाहेबांना आधी जरी नाही, तरी आता त्या गोष्टीची अनुचितता चांगली कळून आली. उत्तरेच्या मनात पुरुषांबरोबर चालून आनंदरावांशी बोलत जावे असे एकदा आले, पण ही गोष्ट शक्यच नाही असे दुसऱ्या क्षणालाच तिच्या ध्यानात आले व ती आईसाहेबांशी व रागिणीशी गप्पागोष्टी सांगत पुरुषांच्या मागोमाग चालू लागली. पुरुषमंडळी सावकाशपणे वनशोभा निरीक्षण करीत व प्रेमालाप, विनोद करीत त्या वनराजीत बराच वेळ हिंडत राहिली आणि अखेर दमल्यासारखे वाटून रामाच्या देवळातील आपल्या बिऱ्हाडाकडे जाण्याला वळली. भय्यासाहेब मात्र त्यांच्याबरोबर परत गेले नाहीत. 'मला अजून फिरावेसे वाटते,' असे ते म्हणाले. भय्यासाहेबांना एकट्यानेच लांबलांब फिरण्याची हौस होती व 'सृष्टीशी गूढ संभाषण केले म्हणजे ईश्वराची साक्ष पटते' अशा आशयाचे त्यांचे उद्गार मंडळींनी पुष्कळदा ऐकले होते म्हणून त्यांना आपल्याबरोबर परत येण्याचा मंडळींनी आग्रह केला नाही व 'सृष्टिदेवतेशी गूढ संभाषण करण्या'च्या व 'तिच्याशी तादाम्य पावण्या'च्या त्यांच्या विचाराच्या आड कोणी गेले नाही.

दमूनभागून घरी आल्यावर चहा पिण्याची सर्वांना इच्छा झाली व आईसाहेब जरी सगळ्यांपेक्षा अधिक दमल्या होत्या तरी चहा करण्याचे काम त्यांनी आपल्याच अंगावर घेतले आणि रागिणीही त्यांना मदत करायला गेली. त्या दोघीजणी कामाला गेल्यावर आपण एकटीने असे रिकामटेकडे बसणे चांगले नाही, या जनलज्जेमुळे काही अंशी व काही अंशी आपल्या दमलेल्या आईला मदत करावी या सद्हेतूने उत्तराही रागिणीच्या पाठोपाठ गेली. चहा तयार झाल्यावर चहा व फराळाचे काही सामानसुमान आणि भांडीकुंडी घेऊन सर्वजणी बैठकीच्या ठिकाणी आल्या व सर्व मंडळी क्षुधाक्रांत झाली असल्यामुळे ती एकदम उपाहारग्रहण व चहापान करू लागली. काही वेळाने भाऊसाहेब सहज म्हणाले, ''तुम्ही काही म्हणा नानासाहेब, हे रम्य देखावे पाहून मनाला आल्हाद होतो हे जरी खरं आहे तरी त्या आल्हादाच्या पाठीमागे औदासीन्याची एक काळी छटा असते यात काही शंका नाही. मला असलं सृष्टिसौंदर्य पाहिल्यावर एकप्रकारची खिन्नता येते. अशावेळी मला जिवलग मित्राचीसुद्धा संगती नकोशी होते व शांतपणे तेथेच एखाद्या झाडाच्या छायेत बसून आपल्या उदासीन, पण विलक्षण आनंददायक व आकर्षक अशा मनोराज्यात गढून जावंसं वाटतं. रम्य देखावे पाहून शुद्ध आनंद न होता तो आनंद विषादयुक्त असावा हे आश्चर्य नाही काय? सुंदर फुलं पाहून किंवा मधुर गाणं ऐकून मनाला खिन्नता यावी याचं कारण काय असावं?''

''अहो, तुम्ही आता न कळत कालिदासाच्या शाकुंतलातल्या एका श्लोकाचे शुद्ध भाषांतर करीत आहात!'' शास्त्रीबोवा हसत हसत म्हणाले.

तो श्लोक शास्त्रीबुवांनी म्हटल्यानंतर उत्तरा म्हणाली, ''मला तर फुलं वगैरे

सुंदर वस्तू पाहून किंवा मधुर गाणं ऐकून केवळ शुद्ध आनंद होतो. तुमच्या या कालिदासानं हे वर्णन केलं आहे, ते Morbid (विकृतप्राय) झालेल्या लोकांसंबंधानंच खरं आहे.''

''ताई, तू म्हणतेस त्याप्रमाणे आमचं डोकं बिघडलं असेल,'' रागिणी म्हणाली, ''पण कालिदासानं म्हटल्याप्रमाणे रम्य गोष्टी पाहून मन पर्युत्सुक होतं यात शंका नाही!''

'Wordsworth (वर्डस्वर्थ) सुद्धा एक-दोन ठिकाणी असेच म्हणतो.'' आनंदराव म्हणाले. ''मला त्या ओळी आता पाठ येत नाहीत, पण अशाच अर्थाच्या ओळी मी वर्डस्वर्थमध्ये कोठेतरी वाचल्या आहेत. मला वाटतं, सृष्टीतील नितान्त रमणीय व मनोहर वस्तू पाहून आपल्याला आपल्या अमंगल व घाणेरड्या परिस्थितीची आठवण होते व या दोन स्थितींमधील विरोधाचा विचार येऊन आपलं मन खिन्न होत असावं. विशेषत: आनंदाच्या त्या मनोराज्यात आपल्या पापी स्वभावाची व पापांची आपणाला आठवण होऊन आपली आपणाला लाज वाटत असावी, अशी एक माझी समजूत आहे; पण ही म्हणजे विशेष समाधानकारक आहे असं नाही.''

''समाधानकारक नाहीच नाही!'' भाऊसाहेब म्हणाले, ''त्या आनंदयुक्त मनोराज्यात, तू म्हणतोस त्याप्रमाणे अमंगळ परिस्थितीचे किंवा पापी स्वभावाचे विचार नसतात-निदान स्पष्ट तरी नसतात.''

नानासाहेब म्हणाले, ''हा वाद जरा बाजूला ठेवून मला दुसरा एक मुद्दा सुचला आहे तो सांगतो. साखर गोड का? साळुंकीला मंजुळ वाणीनं बोलण्याला कोण शिकवतं? मातेचं नुकत्याच जन्मलेल्या रोड्या, रडक्या, रोगी मुलावर प्रेम का असतं? त्या मुलाला मातेचं स्तनपान करण्याला कोण शिकवतं? या आणि अशाच हजारो गोष्टींचा उलगडा विचारानं नि तर्कानं जसा होत नाही, तशाचपैकी रम्य गोष्टी पाहून मन खिन्न का होतं याविषयीची स्थिती आहे. वरील गोष्टी सहजप्रेरणेने होतात, इंद्रियप्रेरणा तशा प्रकारची असते इत्यादी विवरणवाक्यांनी वरच्या गोष्टींचा उलगडा होत नाही. सुंदर वस्तू पाहिल्यावर आपणाला आनंद जरी झाला, तरी त्याच्यात एक प्रकारची विषादाचीही छटा असते ही गोष्ट कबूल करून 'याचं कारण आपणाला ठाऊक नाही,' असं म्हणावं म्हणजे झालं. जगात ज्या अनेक गूढ वस्तू आहेत त्यापैकीच ही एक समजावी.''

''गूढ वस्तू आहेत हे मी कबूल करतो,'' शास्त्रीबुवा म्हणाले. ''परंतु कालिदासासारखा प्रतिभावान कवी म्हणतो त्याप्रमाणे या गोष्टीशी पूर्वजन्माचा काही संबंध असावा हे म्हणणेही अयोग्य नाही.''

''पूर्वजन्माचा संबंध असेल, पण तो तर्काने सिद्ध करता यायचा नाही.'' भाऊसाहेब म्हणाले.

"आपले थिऑसॉफिस्ट भय्यासाहेब आता येथे असते तर 'पुनर्जन्म आहे' असं थिऑसॉफीच्या तत्त्वांनी त्यांनी हा हा म्हणता सिद्ध करून दाखवलं असतं," नानासाहेब थिऑसॉफीची व पुनर्जन्माची थोडीशी चेष्टा करण्याच्या उद्देशाने म्हणाले; परंतु ही चेष्टा अप्रासंगिक होती. या चेष्टेच्या योगाने रागिणीला आपल्या पतीच्या थिऑसॉफीच्या वेडाची पुन्हा आठवण झाली व आपल्या पतीची अप्रत्यक्ष निंदा ऐकावी लागली. भाऊसाहेबांचीही आपल्या जावयाबद्दलची काळजी पुन्हा जागृत झाली.

◆

१६

निर्झरगडावर गेल्यानंतर भय्यासाहेबांना संसाराची पुन्हा आवड वाटू लागली व संसारात राहूनही ईश्वरप्राप्ती करून घेता येईल असे वाटू लागले होते; परंतु रागिणीच्या दुर्दैवामुळे ही स्थिती फार दिवस टिकली नाही. पूर्वीपेक्षाही ते आता अधिक विरक्त झाले.

भय्यासाहेबांची वृत्ती पुन्हा बदलत चालली आहे ही गोष्ट रागिणीच्या ध्यानात आल्याशिवाय राहिली नाही. पण ती तरी बिचारी आता काय करणार? उत्तरेच्या सूचनेवरून नानासाहेबांनी व आपण पूर्वी वनभोजनादिकांच्या द्वाराने जो प्रयत्न केला, तो बराचसा सफल होऊन पुन्हा व्यर्थ गेला होता व त्यांचा अंतस्थ हेतूही भय्यासाहेबांना कळून चुकला असल्यामुळे तसल्या प्रयत्नात आता अर्थच नव्हता. रागिणीने स्वतः उपदेशाच्या चार गोष्टी सांगाव्या, तर त्याचा काही उपयोग नव्हता. भय्यासाहेब तिच्या उपदेशाकडे विशेष लक्षच देत नसत. लक्ष दिलेच तर 'माझ्या धार्मिक उच्च प्रवृत्तीच्या आड येतेस हे तुला शोभते का?' अशा अर्थाचे रागाचे प्रश्न विचारून ते तिला गप्प बसवीत. आनंदराव भय्यासाहेबांचे बरोबरीचे मित्र. ते धूर्त असल्यामुळे अशा गोष्टीत प्रत्यक्षपणे उपदेश न करता बोलताबोलता अप्रत्यक्षपणे योगमार्गाची विफलता त्यांना सुचवीत व संन्यासविचार चुकीचाच नव्हे, तर पापाचा आहे असेही वादविवाद करून त्यांच्या नजरेला आणून देत; परंतु याचाही काही उपयोग होत नव्हता, हे रागिणीला दिसतच होते. अशा स्थितीत तिने काय करावे? बाह्यतः आनंदित राहून पतीची व देवाची सेवा करीत राहण्यावाचून तिच्या हाती दुसरे काय होते?

रागिणीला केव्हा केव्हा शंका येई की, 'आपली फाजील उल्हसित वृत्ती पाहून किंवा एखाद्या दुष्ट पापी मनुष्याने भय्यासाहेबांच्या मनात भलतेच भरवून दिल्यामुळे त्यांना आपला काही संशय येत असावा व या संशयामुळे आपल्यावरचे त्यांचे प्रेम उडाले असावे.' परंतु भय्यासाहेबांच्या चर्येवरून व एकंदर वृत्तीवरून तिने असे अनुमान काढले होते की, 'मी अप्रिय तर नाहीच झाले अजून, उलट अतिशय प्रिय

असल्यामुळेच मला सोडून जाणे जिवावर येत आहे!' आणि ही गोष्ट अगदी खरी होती. भय्यासाहेबांच्या हृदयात धर्माचे व प्रेमाचे मोठे तुमुल युद्ध चालले होते. संसाराला लाथ मारून बोधस्वरूपस्वामींकडे एकदम निघून जावे असा ते मनाशी पूर्ण निश्चय करीत; परंतु रागिणीचा विचार मनात आला म्हणजे त्यांची कंबर खचे व काय करावे हे त्यांना सुचेनासे होई. धर्माचे प्रेम त्यांना एकीकडे ओढीत होते व धर्मविहित प्रेम त्यांना संसार करण्यास सांगत होते.

ते एक दिवस मनात म्हणाले, 'रागिणी ही जर केवळ लावण्यमूर्ती विलासिनीच असती, जर ती नवनीतकोमलांगीच असती तर तिचा त्याग करणे मला कठीण नव्हते; परंतु ती धर्मपत्नी आहे- धर्मप्रिय आहे, प्रत्यक्ष धर्ममूर्ती आहे. हिला सोडून जाणे धर्म नाही. लग्नाच्या दिवशी माईंनी रागिणीला माझ्या स्वाधीन करून अश्रुपूर्ण नयनांनी 'ही आता तुमची आहे, तुम्ही हिचा सांभाळ करा,' असे म्हटले आणि ते ऐकून कंठ भरून आल्यामुळे ती गोष्ट मी अर्थपूर्ण अशा अश्रुबिंदुरूपी मूक शब्दांनीच कबूल केली. हे वचन आता कसे विसरायचे? रागिणीला टाकण्यात मी सौंदर्यत्याग करतो आहे एवढेच नव्हे तर मी धर्मवचन मोडीत आहे, धर्मत्याग करीत आहे. तिच्या बऱ्यावाइटाची, पापपुण्याची जबाबदारी माझ्यावर आहे. ईशकृपेने माझी सांपत्तिक स्थिती चांगली आहे आणि या दृष्टीने तिला दुर्दशा यायची नाही हे खरे आहे. पण गरिबी-श्रीमंतीचा प्रश्न गौण आहे. खरा प्रश्न हा आहे की, मी तिचा त्याग केल्यामुळे पुढेमागे जर बुद्धिभ्रंश होऊन तिच्या मनात पापवासना आली, दुर्दैवाने यौवनसुलभ काममोहाला जर ती वश झाली तर- तर हे पाप माझ्या माथी येणार! तिची स्वाभाविक प्रवृत्ती पापाकडे नाही हे खरे, पण- किती केले तरी ती एक दुर्बल स्त्री आहे. जगात तर मोह अनेक आहेत. आत्मप्राप्ती करून घेण्याचा माझा विचार आहे, पण ही आत्मप्राप्ती करून घेताना आपल्या अर्धांगीच्या आत्म्याची खबरदारी घ्यायला नको काय? ही जर खबरदारी घेतली नाही तर आत्मप्राप्तीच्या ऐवजी आप्पलपोटेपणाच पदरी यायचा व एवढे करून तिच्या आत्म्याचा विनिपात होईल तो वेगळाच.'

'रागिणी ही लावण्यवतीच नव्हे, तर पुण्यमूर्ती आहे. तिचे माझ्यावर किती प्रेम, बिचारी मला देवाप्रमाणे मानते! आणि मी? मी या शुद्ध प्रेममय, पुण्यमय, सात्त्विक पत्नीला दुःखात आणि मोहात टाकून जात आहे. नाही- तिचा त्याग करायचा नाही.'

अशा रीतीने त्यांनी त्या दिवशी निश्चय केला खरा; परंतु दुसऱ्या दिवशी बोधस्वरूपस्वामींचे त्यांना एक पत्र आले. त्यात 'भय्यासाहेब, भार्येचा मोह फार कठीण आहे, तरुणांना तर तो सुटायचा नाही. तरुण मनुष्य हजारो सबबी आणील, पण बायकोला सोडणार नाही!' अशाप्रकारची वाक्ये असून शेवटी 'भय्यासाहेब,

तुम्हाला धर्म पाहिजे का काम पाहिजे? तुमची धर्मजिज्ञासा खरी आहे काय? खरी असल्यास हिमालयाच्या दरीत चला, खरी नसल्यास खुशाल राजविलास भोगा.' अशाप्रकारचा कठोर उपदेश स्वामींनी केला होता. ते पत्र आल्यावर त्यांचे मन पुन्हा फिरले आणि त्यांच्या हृदयातील कलहाला पुनरपि सुरुवात झाली.

रागिणीला आपण सोडून गेल्यास पुढेमागे तिच्या मनात पापबुद्धी उत्पन्न होईल ही त्यांना मोठी भीती वाटत होती. आज ती धर्मप्रिय व विलासप्रियही आहे, पण आपण तिचा त्याग केल्यावर कदाचित यौवनमदाने, असत्संगतीने तिचे मन चंचल झाले व अखेर तिच्या हातून पापकर्महीं घडले तर कसे, हा विचार भय्यासाहेबांना बरेच दिवस त्रास देत होता; परंतु एके रात्री अंथरुणावर पडून या गोष्टीचा विचार करता त्यांना एक युक्ती सुचली- हिप्नॉटिझमची त्यांना आठवण झाली आणि रागिणीला 'धर्माने वाग' अशी मोहिनी आज्ञा दिल्यावर ही भीती राहणार नाही, असे वाटून त्यांनी त्या आनंदाच्या भरात 'उत्तम! उत्तम!' असे एकदम उद्‌गार काढले.

◆

१७

रागिणी स्वत: जरी दु:खात होती तरी आपल्या मैत्रिणीचे कार्य तिने अंगाबाहेर टाकले नाही. ती मनात म्हणाली, 'आपण दु:खात असलो म्हणून आपले कर्तव्य सोडून कसे चालेल? दादा आहे लाजाळू. तो आपले नाजूक हृदय भाऊसाहेबांना कळू द्यायचा नाही नि उत्तरेला तर मुळीच कळू द्यायचा नाही. तर आपण जाऊन त्याला स्पष्टपणे विचारले पाहिजे.' असा विचार करून ती आनंदरावांना भेटण्याकरिता एक दिवस आपल्या माहेरी काही निमित्ताने गेली. या वेळी भाऊसाहेब शाळेत गेले होते. आनंदराव घरात असून दिवाणखान्यात आरामखुर्चीत विचारात मग्न झालेले तिला दिसले.

"कसला विचार चालला आहे दादा एवढा?" असं म्हणून रागिणी एका खुर्चीवर बसली.

"कसला नाही. सहज आपला पडलो होतो."

"मला नाही सांगितलास तरी मी ओळखला आहे तुझा विचार! ताई- ताईविषयी..."

"तिच्याविषयी काय?"

"म्हटलं, तिच्याविषयी विचार चालला होता. मला तुझं मन सगळं कळलं आहे. आता स्पष्ट सांग ना."

"तुला कळलं आहे ना, मग सांगू कशाला?" आनंदराव हसतहसत म्हणाले. पण क्षणात त्यांची विनोदी वृत्ती मावळून ते कळवळ्याने म्हणाले, "रागिणी, माझं मन तू मुळीच ओळखलं नाहीस. पण मी मात्र तुझं मन ओळखलं आहे. आनंदाचा

नि विनोदाचा तू कितीही आविर्भाव आणलास तरी तुझ्या मनातील काळजी मला दिसल्याशिवाय राहील का? पण तुझ्यासारख्या पत्नीला भय्यासाहेबांनी सोडून द्यायला तयार व्हावं हे चांगलं का? भय्यासाहेबांना इतके दिवस मी शहाणे, समजूतदार समजत होतो, पण आता त्यांच्या अकलेची-''

''दादा, माझ्या दुर्दैवाला दोष दे- भलत्याला कशाला देतोस? आपण एक जड ऐहिक सुखाच्या पाठीमागं लागलो आहो म्हणून ब्रह्मजिज्ञासू लोकांना आपण दोष का द्यावा? बायकोच्या नादी लागण्यापेक्षा ईश्वरप्राप्ती करून घेणं वाईट का?''

''रागिणी, भय्यासाहेबांची मी निंदा केली म्हणून त्यांची तू बाजू घेतेस हे ठीकच आहे, पण खरं सांग, भय्यासाहेब करीत आहेत हे तुला योग्य वाटतं का? मला तर निव्वळ मूर्खपणाचा कळस वाटतो. मूर्खपणाच नव्हे, तर हे महत्पाप आहे. तुझ्यासारख्या साध्वीचा त्याग करणं नीचपणाचं-''

''दादा, आपण संसारातले किडे आहोत, आपल्याला ही गोष्ट वाईटच दिसायची. पण आपण भलभलते शब्द कशाला बोलावे?''

रागिणीचे हे भाषण ऐकून आनंदरावांचे डोळे भरून आले. अश्रुबिंदू पुसून गद्‌गद स्वराने ते म्हणाले, ''रागिणी, तू ऋषिकालच्या स्त्रियांसारखी सती आहेस. तुला पतिनिंदा सहन होणार नाही व मी निंदा करीतही नाही. पण आपण काही उपाय करायला नको का? मी त्यांची एकदा चांगली कानउघडणी करणार आहे-''

◆

१८

''भय्यासाहेब,'' आनंदराव आवेशाने म्हणाले, ''हा तुमचा केवळ भित्रेपणा आहे. जगात पाप, दुःख, दुष्टत्व इत्यादी आहेत हे कबूल. पण या अनिष्ट गोष्टी दूर करण्याचा प्रयत्न न करता जगाला पाठ दाखवून अरण्यात जाणं म्हणजे मोठेपणा नसून शुद्ध भ्याडपणा आहे. तुम्हाला जगात सुख, सत्य, सदाचार, पावित्र्य पाहिजे आहेत ना? खुशाल लागा या गोष्टींच्या पाठीमागे. पण भिऊन पळून का जाता? तुम्हाला ज्ञान पाहिजे आहे ना? ज्ञानाचा राजमार्ग तुमच्याकरिता मोकळा आहे. नाक मुठीत धरून कधी ज्ञान मिळणार आहे का?''

भय्यासाहेब हळूहळू म्हणाले, ''म्हणा, आम्हाला भित्रे म्हणा तुम्ही- पण आम्हाला वाटते की, जगात राहून आत्मिक उन्नती व्हायची नाही व खरे ज्ञानही व्हायचे नाही. आपण दोघांनी कॉलेजात युरोपियन शास्त्रांचा अभयास केला. पण ज्ञान काय मिळालं? Life (जीव) म्हणजे काय, Protoplasm (जीवतत्त्व) म्हणजे काय याचा अर्थ अजून कोणी शास्त्रज्ञ सांगू शकतो काय? बरे, या प्रचंड जगाचा अर्थ काय, हे तरी तुमच्या भौतिक शास्त्रांवरून कळेल काय?''

आनंदराव म्हणाले, ''आज नाही उद्या- परवा- वर्षानं- हजार- लाख वर्षांनी तरी कळेलच कळेल. आकाशातील तारांगणाकडे मोठमोठे लोकसुद्धा न्यूटनच्या पूर्वी साश्चर्य दृष्टीने पाहत होते; परंतु आता शाळेतल्या मुलालासुद्धा गुरुत्वाकर्षणाचा नियम ठाऊक झाला आहे व त्याला आता ताऱ्यांच्या गतीचं काहीच आश्चर्य वाटत नाही. अवयवभूत तत्त्वांचं अधिकाधिक ज्ञान जसजसं होत जाईल, तसतसं जगद्विषयक ज्ञानही अधिक समर्पक होत जाईल. आज नभोमंडलातील ताऱ्यांच्या गतीचं ज्ञान झालं, त्यांच्या वजनाचं, त्यांच्यावर असलेल्या पदार्थांचंही ज्ञान होत चाललं आहे, व पुढे-''

भय्यासाहेब मधेच म्हणाले, ''काही केलंत तरी या तारांगणाचा अर्थ काय, हे कोठून आले, का- कशाला आले याचा काहीतरी उलगडा होण्याची आशा आहे काय?''

''त्याचाही उलगडा होत चालला आहे. निरनिराळ्या पदार्थांचे गुणधर्म व कार्यकारणभाव जसजसे कळत जातील, तसतसं जगाचं कोडंही उलगडत जाईल.''

''हे अशक्य आहे. नुसत्या बुद्धीनं हे कोडं सुटायचं नाही. आदिकारण म्हणून तुम्ही जे आज म्हणाला त्याचं कारण काय, असं उद्या बुद्धी म्हणणार, हे कारण सांगितलं, तर पुन्हा या कारणाचं कारण काय? अशी ही कारणपरंपरा अनंत असल्यामुळे कार्यकारणभावाने जगाचं कोडं कसं सुटेल?''

''कबूल. पण प्राणायाम करून व नाक दाबून हे ज्ञान कसं मिळणार? का तुम्ही अंधश्रद्धेनं या मार्गाचं अवलंबन करणार?''

''श्रद्धा- श्रद्धा- श्रद्धा! श्रद्धेशिवाय या जगात काय आहे? आनंदराव, जग म्हणजे काय आहे, याचा अर्थ काय, ईश्वर आहे किंवा नाही या प्रश्नांचा विचार जगाच्या आरंभापासून चालला आहे. पण त्याचं उत्तर कोणाला मिळालं आहे का? आणि पुढे मिळण्याची आशा आहे का? आशा जर नाही तर मोठमोठ्या ऋषींनी व तपस्व्यांनी स्वानुभवानं ज्या गोष्टी सांगितल्या आहेत, त्यावर श्रद्धा ठेवून त्यांच्या मार्गानं आत्मज्ञान करून का घेऊ नये?''

''आत्मज्ञान होण्याची खात्री नाही म्हणून. तर्काच्या मार्गानं अजून पूर्ण ज्ञान झालेलं नाही हे खरं, पण हा मार्ग स्पष्ट व सुगम आहे. या मार्गानं ज्ञानाची दिवसेंदिवस प्रगती होत आहे, पण तुमच्या गूढ मार्गानं कोणतं खात्रीलायक ज्ञान मिळालं आहे?''

''नरेंद्र नावाचे एक सुशिक्षित गृहस्थ प्रथम तुमच्यासारखे तर्कज्ञानी नास्तिक होते. त्यांनी रामकृष्ण परमहंसांना 'देव तुम्ही पाहिला आहे का व मला दाखविता का?' असा प्रश्न विचारला असता त्या परमहंसांनी नरेंद्रांच्या जिज्ञासेची तीव्रता कशी आहे याची प्रथम परीक्षा केली व मग त्यांना प्रत्यक्ष देवदर्शन घडविलं. तोच नास्तिक

नरेंद्र नंतर साधू विवेकानंद झाला! ज्याला विवेकानंदांसारखी तळमळ असेल, त्यांच्यासारखा ज्याच्यात दृढनिश्चय असेल त्याला गुरू प्रत्यक्ष ज्ञान करून देतात. तुम्हा लोकांना तेवढी जिज्ञासा तर नाहीच, पण उगाच शंकाकुशंका मात्र काढता! आनंदराव, तुम्ही बुद्धिवादी आहात. तर्कानं, दुर्बिणीनं व सूक्ष्मदर्शक यंत्रानं सत्यज्ञान होईल असं तुम्हाला वाटतं. पण तर्क हाच सत्याचा मार्ग आहे असं नाही, मधमाश्यांना व मुंग्यांना जे विलक्षण ज्ञान असतं ते तर्कमार्गानं मिळालेलं नसतं. असं जर आहे, तर योगमार्गानंही सत्याचं ज्ञान होईल यात अशक्य असे काय आहे?''

''अशक्य नसेल, पण ही गोष्ट असिद्ध आहे. योगानं सत्यज्ञान होईल ही श्रद्धा आहे- हे ज्ञान नव्हे.''

''जगातील कोणतं सन्मान्य ध्येय तर्कानं सिद्ध होण्यासारखं आहे? श्रद्धा जर नसती तर जगात उच्च, उदार, उदात्त असं काही राहिलं असतं का? जगातील सर्व मान्य- पूज्य- पवित्र गोष्टी श्रद्धेच्याच आधारावर आहेत. वीर्याची कृत्यं श्रद्धेशिवाय व्हायची नाहीत. श्रद्धेशिवाय काहीच विश्वसनीय नाही. तुमची बुद्धी तरी केवळ तर्काच्या दृष्टीनं कितीशी विश्वसनीय ठरेल? तुमची बुद्धी तुम्हाला फसवीत नाही हे नुसत्या तर्कानं सिद्ध करून द्या पाहू. जे जे कारण तुम्ही दाखवाल, ते ते तुमच्या संशयित बुद्धीनंच काढलेलं असल्यामुळे ते अविश्वसनीय होणार नाही का?''

''भय्यासाहेब, जगाचं गूढ आपल्या बुद्धीनं सुटेल असं का मी म्हणतो? सध्याच्या स्थितीत तरी श्रद्धा कोणावर, कशावर ठेवायची हा विवेक नको का? पूर्वीचे काश्यप-वसिष्ठादी ऋषी जर आता असते तर मीही त्यांच्यावर श्रद्धा ठेवली असती. पण हल्लीच्या या भोंदू गोसावड्यांवर का विश्वास ठेवावा?''

आनंदराव चिडलेले पाहून भय्यासाहेब शांतपणे म्हणाले, ''सगळेच भोंदू नसतात काही!''

आनंदराव आवेशाने म्हणाले, ''सगळेच साधू नि स्वामी भोंदू असतात असं मी म्हणत नाही. आपले ते रामभाऊ फाटक योगाभ्यास शिकले आहेत व दोनशे रुपयांची नोकरी आणि सारा संसार सोडून पुरश्चरणाकरिता हिमालयावर गेले आहेत. त्यांच्यासारख्यांना कोण भोंदू म्हणेल? पण तुमचे हे बोधस्वरूपस्वामी, यांचा आगा ना पीछा. त्यांच्यावर तुम्ही एवढी श्रद्धा का ठेवावी?''

भय्यासाहेब म्हणाले, ''का, याला उत्तर नाही. जग म्हणजे काय आहे, या प्रश्नाचं उत्तर जाणण्याची ज्याला तळमळ लागली आहे तो या प्रश्नाचं उत्तर मिळविण्याविषयी पाहिजे ते करील. 'बुद्धी'नं हा प्रश्न काही सुटत नाही, मग योगमार्गानं तरी पाहू या! हा प्रश्न जर तुम्हाला त्रास देत नसेल तर तुम्ही संसारात खुशाल राहा. मला हा प्रश्न फार महत्त्वाचा, जिव्हाळ्याचा वाटतो. या प्रश्नाचं उत्तर मिळाल्याशिवाय मला चैन पडत नाही. या प्रश्नाचं उत्तर ज्याला मिळालं नाही,

आत्मज्ञान ज्याला झालं नाही तो मनुष्य कसला? त्याचं जीवित आणि पशूचं जीवित यामध्ये फरक काय?'' बोलता बोलता भय्यासाहेबांचा आवाज चढू लागला.

आनंदराव थोडे नरम पडून म्हणाले, ''सगळं खरं, पण या साधूंवर आम्ही श्रद्धा का ठेवावी?''

भय्यासाहेब जोराने म्हणाले, ''तुम्ही नका ठेवू! आम्हाला दुसरा मार्ग सापडत नाही म्हणून आम्ही श्रद्धा ठेवणार! आम्हाला ब्रह्मजिज्ञासेची भूक लागली आहे. ही भूक तुमच्या संसारानं आणि भौतिकशास्त्रांनी शांत व्हायची नाही.''

भय्यासाहेबांच्या भाषणाचा रोख पाहून आनंदरावांच्या आवेशाने पुन्हा उचल खाल्ली, पण शक्य तितका आपला स्वर मृदू करुन ते म्हणाले, ''म्हणून गुहेत जाऊन, नाक दाबून आणि आसनं करून ही भूक शांत होणार आहे?''

भय्यासाहेब गंभीरपणे म्हणाले, ''तुम्हाला 'ब्रह्मज्ञाना'ची माझ्यासारखी भूक लागली नाही म्हणून तुम्ही असं म्हणता.''

आनंदराव चिडून म्हणाले, ''भुकेनं व्याकूळ होऊन बायकोला किंवा पोराला मारणं चांगलं का? ब्रह्मजिज्ञासेकरिता रागिणीला सोडणं काय आणि क्षुधेसाठी बायकोला मारणं काय, दोन्ही सारख्याच दर्जाची कृत्यं आहेत.''

भय्यासाहेब स्थिर स्वराने म्हणाले, ''मला तसं नाही वाटत. उच्च ब्रह्मजिज्ञासा कोठे आणि क्षुद्र क्षुधा कोठे! ब्रह्मज्ञानापुढे रागिणीचीच काय पण साऱ्या जगाची काहीतरी किंमत आहे का?''

आता मात्र आनंदरावांना आपला मनोनिग्रह करणे अशक्य झाले. ते क्रुद्ध होऊन म्हणाले, ''तुमचे हे आत्मवंचन आहे. व्यसनी मनुष्याला आपल्या नादापुढे जग तुच्छ वाटणं साहजिक आहे. ब्रह्मज्ञानाचा नाद, विद्येचा नाद, गाण्याबजावण्याचा नाद, नाटकाचा नाद, वेश्येचा नाद ही व्यवहारात कमीजास्त शिष्टतेची आहेत, पण तात्त्विकदृष्ट्या-''

आनंदरावांची भाषणपद्धती पाहून भय्यासाहेब चकित होऊन म्हणाले, ''तुमच्यापुढे बोलण्याची सोय नाही राहिली आज.''

भय्यासाहेबांकडे तिरस्काराने पाहात आनंदराव संतापून म्हणाले, ''तुमच्यापुढेच नाही! कारण आपल्या ज्ञानलालसेपुढे रागिणीसारख्या मूर्तीमंत पवित्रतेचा जो त्याग करतो, त्या अविचारी स्वार्थाच्या पुतळ्यापुढे काय बोलायचं? आपली जिज्ञासा तृप्त करण्याकरिता, आपल्या काल्पनिक सुखाकरिता कोमल- प्रेमळ मनाच्या आपल्या धर्मपत्नीचा जो कठोर मनुष्य नाश करतो तो पापी, आप्पलपोट्या नव्हे तर काय? 'उच्च आप्पलपोटेपणा' म्हणा पाहिजे तर त्याला, पण या कृत्यात परोपकार, औदार्य, कोमलता, प्रेम, धर्म काही नाही. असला मनुष्य म्हणजे केवळ वेडाच नव्हे, तर—''

भय्यासाहेब म्हणाले, "आनंदराव, आपण लहानपणापासूनचे स्नेही आहो. आपला वाद शिवीगाळीवर येऊ पाहत आहे हे चांगलं नाही. तुम्ही शांत व्हा, नाहीतर आपण हा विषयच आता बदलू या. आनंदराव, माझी एक विनंती आहे, पण तुम्ही माझ्याशी स्पष्ट खरं बोलाल का?"

"रागिणीला सोडून जाणार असला तर मला तुमच्याशी मुळीच बोलायचं नाही."

"ऐकून तर घ्या. परीक्षा पास झाल्यावर विलायतेत जायची तुमची इच्छा आहे, खरी ना?"

"असेल. त्याचा आजच्या प्रश्नाशी संबंध काय?"

"आनंदराव, आपण स्नेही ना?"

"नाही. आजपासून तुमचाआमचा संबंध तुटला!"

भय्यासाहेब विनोदाने हसून म्हणाले, "का? उत्तराताईशी नवीन संबंध करायचा आहे म्हणून वाटते!"

आनंदराव गंभीरपणे म्हणाले, "भय्यासाहेब, ही चेष्टेची वेळ नव्हे. तुम्ही-आम्ही आता स्नेही नाही. रागिणीला सोडून जाणाऱ्या पापी, नीच मनुष्याशी मला स्नेह ठेवायची इच्छा नाही. उद्यापासूनच- नव्हे- आतापासूनच तुमचा-आमचा मार्ग वेगळा! नमस्कार!" असे म्हणून बाहेर जाण्याकरिता आनंदराव ताडकन उठून उभे राहिले.

पण त्यांचा कोट धरून भय्यासाहेब म्हणाले, "आनंदराव, असं बोलू नका. तुमच्याकरिता काही दिवस मी हा विचार सोडून देतो. आणखी एक महिना मी या गोष्टींचा विचार करून पाहतो. तुमच्याकरिता एक महिना वाट पाहतो, मग तर झालं ना?"

◆

११

रात्रीचे दहा वाजण्याचा सुमार झाला होता. रागिणी घरातले काम आटपून आपल्या पतीच्या खोलीत पाण्याचा तांब्या घेऊन जात होती. दार हलकेच लोटून व हलक्या पावलाने आत शिरून तिने तांब्या एका टेबलावर ठेवला व पलंगाशी ती सावकाश पावले टाकीत गेली. पतीला चार दिवसांनंतर एकदाची झोप लागलेली पाहून तिला मनात फार आनंद झाला व ती हलकेच मागे येऊन रामदासांचा 'दासबोध' वाचण्याकरिता हातात घेऊन खाली जाजमावर बसली. अलीकडे धार्मिक पुस्तके वाचण्याचा तिला नाद लागला होता आणि निजण्यापूर्वी दासबोधातील दहा ओव्या तरी वाचायच्या असा तिने अलीकडे निश्चय केला होता. निश्चयाप्रमाणे ती दासबोध वाचू लागली, पण आज वाचनाकडे तिचे लक्षच लागेना. डोळ्यांपुढे

पुस्तक, पण एक अक्षर वाचून होईल तर शपथ! त्यावेळच्या तिच्या स्थितीत तिला काय आणि कोणाला काय, वाचन कसे सुचणार? विचारापाठीमागे विचार तिच्या मनात येत होते आणि तिचे मनही त्या विचारांच्या ओघाबरोबरच वाहत होते.

'चार दिवसांनी आज कुठे डोळ्याला डोळा लागला आहे,' रागिणी मनात म्हणाली. 'काय मेलं, इतकी औषधे दिली तरीसुद्धा चार दिवसांत झोप नाही, पण औषधे तरी काय करणार विचारांपुढे? संसार सोडून जायचे पुन्हा मनात येऊ लागले आहे नि ते विचार एकसारखे मनात घोळताहेत. जिवाची एकसारखी कशी तळमळ चाललेली असते. मी तरी आता काय करू?'

विचार करता करता रागिणीचा कंठ भरून आला. अश्रूंनी भरलेली आपली दृष्टी तिने सहज भय्यासाहेबांकडे लावली, तो त्यांना पाहून तिला एकाएकी एक घरगुती विचार सुचला, 'पायाला लावावं का? पण नको, जरासा डोळा लागला आहे तो लागू दे. जागे झाल्यावर पायाला लावीन. चार दिवस डोळ्याला डोळा लागला नाही तेव्हा मी घाबरून गेले होते. डॉक्टरांचे औषध दिले, पण डोक्यातले विचार थांबतील तेव्हा ना? बरं- चला, आजतरी अंबाबाईने नवस ऐकला नि झोप दिली पाठवून- उद्या पाच नारळ नि खण वाटायचे, विसरून उपयोग नाही. आपणही आता निजावे झाले. इतके दिवस ईश्वराने सांभाळले तसे पुढेही तोच सांभाळणार आहे.'

भय्यासाहेबांनी आनंदरावांना एक महिन्याची मुदत दिली होती; परंतु ही मुदत संपण्याच्या सुमाराला त्यांचा अंत:कलह पुन्हा जोरावला. रागिणीचा त्याग केल्याने तिला मोह होऊन कदाचित पापबुद्धी झाली तर काय करायचे? हिप्नॉटिझम (मोहिनीविद्या) ने तिला 'पापबुद्धी धरू नको' असे जोराने अनेकवेळा बजावून सांगितल्यास तिच्या हातून पाप होणे मुळीच शक्य नाही, हा विचार त्यांना काही दिवस फार समाधानकारक वाटला, पण या विचारसरणीतले दोष नंतर त्यांना हळूहळू दिसू लागले. 'मोहिनीविद्येने रागिणीला पापकर्मापासून निवृत्त करता येईल खरे, पण याच्यात तिचा आत्मा दास होत नाही का? हे अस्वाभाविक उपाय नकोतच. ती स्वाभाविकपणेच पापभीरू आहे, तिला ही अस्वाभाविक आज्ञा काय करायची आहे?' असा विचार करून मोहिनीविद्येचे प्रयोग करण्याची कल्पना भय्यासाहेबांनी सोडून दिली.

रागिणीवर जे अस्वाभाविक मोहिनीविद्येचा प्रयोग करू पाहत होते ते भय्यासाहेब स्वत:च रागिणीच्या स्वाभाविक मोहिनीला वश झाले होते व ही मोहिनी दूर सारणे त्यांना कठीण जात होते. पण त्यांची धर्मजिज्ञासाही काही कमी प्रबळ नव्हती. ती काही केले तरी दबली जाईना. अखेर या अंत:कलहाचा असा परिणाम झाला की, त्यांना झोप येईनाशी झाली.

दोन-चार दिवस झोपेचे औषध घेऊन कृत्रिमपणे त्यांना गुंगी आली, पण अखेर

या औषधांचा डोसही लागू पडेनासा झाला. संध्याकाळी नदीच्या काठावर जाऊन तेथील घाटावरील पवित्र शोभा पाहावी व थंड हवा खावी म्हणजे मन शांत होईल व रात्री झोप येईल या आशेने ते नदीवर गेले व घाटावरील सायंकालीन सौंदर्य पाहू लागले.

निसर्गदेवतेचे त्यावेळचे रम्य स्वरूप पाहून त्यांच्या जिवाला बरे वाटले. पण ज्यांच्या हृदयात भयंकर युद्ध चालले आहे, त्यांना कशापासूनही फार वेळ सुख होत नाही. भय्यासाहेबांचा अंतःस्थ कलह येथे पुन्हा जोरावला. 'रागिणीचे पालन करणे हा धर्म व आत्मप्राप्ती करून घेणे हाही धर्मच. वृद्ध पित्याला सोडून जाणे अयोग्य, पण ज्ञानवृद्ध गुरूंची आज्ञा न पाळणे हेही तितकेच अयोग्य नाही काय? नानासाहेब, भाऊसाहेब यासारख्यांना दुःख न देणे हे कर्तव्य खरे; परंतु आत्म्याची भवभयाची तळमळ शांत करणे हेही कर्तव्यच आहे. आनंदरावांची आनंददायक व पावन संगत सोडून देणे, त्यांचा स्नेह विसरून जाणे हे गर्हणीय असेल; परंतु आत्मोन्नतीच्या दृष्टीने ते अवश्यकरणीय आहे.'

'जगात जे अनंत चमत्कार आहेत त्यापैकी सर्वांत आश्चर्यकारक चमत्कार हा की, धर्म हा धर्माच्या आड येतो, धर्मप्रवृत्ती आत्मज्ञानाच्या आड येते, सत्संगती ईश्वरसंगतीच्या आड येते. मनुष्याला भवसागरात ओढणारे असे कामक्रोधादी नक्रच आहेत, असे नाही. कुसंगती व व्यसनी मित्र या भवसागरात ढकलीत आहेत. इतकेच नव्हे, सुस्वरूप आणि मोहक कामिनींनी या सागरात आपणाला अडकवून धरण्याकरिता जाळे पसरले आहे. एवढेही नव्हे, तर साहित्य, संगीतकला, सृष्टीतील रम्य देखावे, सत्संगती इत्यादी निरागस रमणीय वस्तूही संसारसागराला रम्य सरोवराचे स्वरूप देऊन हंसाप्रमाणे विहार करण्यास आपणाला आग्रह करीत आहेत. सर्वांत आश्चर्य करण्यासारखी गोष्ट म्हटली म्हणजे ही की, पितृप्रेम, मातृप्रेम, पत्निप्रेम, मित्रस्नेह, देशाभिमान, भूतदया- थोडक्यात सांगायचे म्हणजे नीतिमत्ता किंवा धर्मप्रवृत्ती हीसुद्धा धर्मोन्नतीच्या विरुद्ध उठून आपणाला पुन्हा संसारमोहजालात अडकवीत आहेत.'

जाळ्यामध्ये सापडलेल्या माशाप्रमाणे त्यांच्या आत्म्याची होणारी अशी ही तळमळ पाहून ईश्वराला त्यांची कीव आली म्हणून की काय, भय्यासाहेबांचा काही वेळाने एक ठाम निश्चय झाला व डॉक्टरच्या औषधापेक्षा या अंतःसमाधानामुळे त्यांचा त्या दिवशी घटकाभर डोळा लागला.

निजण्यापूर्वी रागिणी ईश्वराचे स्मरण करीत असता भय्यासाहेब एकाएकी जागे झाले व रागिणीकडे पाहून म्हणाले, ''आज तू खाली का गं बसलीस?''

भय्यासाहेबांचा प्रश्न ऐकताच दुःखविव्हल रागिणी चटकन उठून पलंगाजवळ गेली व म्हणाली, ''शिवीत बसले होते मी. आता जरा डोळा लागला खरा. चार दिवसांत झोप नाही म्हणून मी घाबरून गेले होते. पण ईश्वरानं काळजी निवारण केली.''

रागिणीचे उद्‌गार ऐकून भय्यासाहेबांचे कठोर बनलेले हृदय काहीसे द्रवले. तरी पण मन घट्ट करून चमत्कारिक स्वराने ते म्हणाले, ''रागिणी, काळजी करण्यासारखी माझी स्थिती आहे खरीच-''

''का? पोटातबिटात का दुखतं आहे? डॉक्टरला बोलावणं पाठवू का?''

''तसं नाही, मी तुला सोडून लवकरच जाणार!''

रागिणी घाबरून म्हणाली, ''असं भलतंच बोलू नये, होईल दुखणं बरं.''

भय्यासाहेब विषण्णपणे हसून म्हणाले, ''मला दुखणं काही नाही, तुला सोडून जाणार म्हणजे परलोकात नव्हे, तर काशीला, नाही तर हिमालयावर जाणार. बायकोचा, घराचा नि इस्टेटीचा मोह मला सोडलाच पाहिजे. 'गृहिणीधनगृहमोह सोडल्याशिवाय योग नाही' असं बोधस्वरूपस्वामींनी परवाच्या पत्रात मला स्पष्ट लिहिलं आहे. रागिणी, ही गुरुजींची आज्ञा आहे, तू याविरुद्ध मला काही सांगू नकोस. तुझं माझ्यावर प्रेम आहे ना?''

''मी सांगून भारीच खरं वाटणार आहे आता?''

''बरं, प्रेम आहे ते माझ्या आत्म्यावर का शरीरावर?''

''मला नाही ते काही समजत.''

''तुझं प्रेम शरीरावर असेल, तर या शारीरिक राजस प्रेमात काही अर्थ नाही. आत्म्यावर असेल, तर माझ्या आत्मप्राप्तीच्या आड येऊ नकोस. संतोषानं मला हिमालयावर जाऊ दे.''

भय्यासाहेबांचे हे शब्द रागिणीने ऐकताच इतका वेळ दाबलेला दु:खाचा उमाळा अनावर होऊन ती भय्यासाहेबांच्या अंगावर पडली व काही वेळाने हुंदके देत म्हणाली, ''मी आत्मप्राप्तीच्या आड नाही. मला बरोबर येऊ द्यावं एवढंच माझं म्हणणं आहे. माझं प्रेम आता राजस मुळीच राहिलं नाही. पृथक्‌शय्या, असिधाराव्रत किंवा आपण म्हणाल ते मान्य करण्यास मी तयार आहे. मला आपल्या सेवेला राहू द्यावं एवढीच माझी विनंती आहे. आपली सेवा करून मीही थोडीशी तपश्चर्या करीन.''

''रागिणी, मला एकट्याला जाऊ दे. वेडीसारखा असा आग्रह धरू नकोस.''

''रामाबरोबर सीता नाही का गेली? पंडुराजाची सेवा करण्याकरिता कुंती-''

''पण माद्रीला नेल्यामुळे पंडुराजाचं मन अखेर काममूढ होऊन तो कसा मरण पावला हे तुला ठाऊक आहे ना? तपाला नि योगाभ्यासाला स्त्रीसंगती उपयोगाची नाही.''

''का बरं? रघुवंश शिकविताना पूर्वीचे राजे पत्नीला घेऊन वानप्रस्थाश्रमाला जात होते असं सांगितलेलं आठवतं ना?''

''ते खरं, पण ते वृद्ध झाल्यावर. तरुणपणी कोणी बायकोला घेऊन गेला आहे का?''

''मग आपणही त्यांच्याप्रमाणेच वृद्ध झाल्यावर वानप्रस्थाश्रम घेऊ या.''

"रागिणी, तू मला बोलण्यात पकडलंस खरं, पण मी आता विनोद करीत नाही किंवा वादाकरिता वाद करीत नाही. हिमालयावर जाण्याचा माझा निश्चय झाला आहे, तो फिरायचा नाही. ब्रह्मज्ञानाला अमुक एक वय योग्य असं काही नाही. अंत:स्फूर्ती होऊन ज्या वेळेला वैराग्य उत्पन्न होईल, ज्या वेळेला ब्रह्मजिज्ञासा प्रबल होईल तोच काल त्याला योग्य. हा काल वयावर अवलंबून नाही, तर तो वैराग्यावर अवलंबून आहे."

"मनाला योग्य वाटेल ते करावं. माझी आता काही आडकाठी नाही. मला आपलं बरोबर घेऊन जावं म्हणजे झालं."

"रागिणी, तुला बरोबर नेणं योग्य नाही. तुला अजून पुरं वैराग्य नाही, तीव्र धर्मजिज्ञासाही नाही. तू माझ्याबरोबर येऊ नयेस. एक वर्षानंतर मी पुन्हा परत येईन व त्यावेळेस तुझी मन:स्थिती पाहून तुला घेऊन जाईन."

"मी आपली धर्मपत्नी ना? सहधर्मचारिणी ना? धर्मपत्नीला सोडून जाणं-"

"रागिणी..."

पुढे भय्यासाहेबांना बोलवेना. त्यांनी तिला गाढ आलिंगन दिले व ती दोघे केवळ अश्रुपातांनीच आपले प्रेम व आपला शोकक्षोभ व्यक्त करू लागली. समर्पक कारणापेक्षा या अश्रुपातानेच त्यांचे मन विरघळून प्रारब्धकार्यापासून च्युत होऊ लागले. रागिणीला जर कधी त्यांच्या प्रेमाचा संशय आला असेल तर तो आता पार गेला. आपल्यावर प्रेम नाही म्हणून जाणे होत आहे असे नव्हे, तर प्रेम कष्टाने व जुलमाने बाजूला ठेवून ब्रह्मजिज्ञासेने जाणे होत आहे असे तिला आता कळून चुकले व या उदात्त हेतूने स्वत:चा त्याग केल्याबद्दल अशा सत्यभक्त व धर्मनिष्ठ पतीचा तिला राग न येता त्याच्याविषयी तिला अधिकच आदर वाटू लागला. इतका की, भय्यासाहेब हे प्रत्यक्ष ज्ञानेश्वर, तुकाराम यांच्यासारखे देवाचे अवतार आहेत की काय, असे त्या बिचारीला वाटले व त्यांच्या पवित्र मार्गाच्या आड येणे अयोग्य होय, असेही तिला वाटू लागले. भय्यासाहेबांचे प्रेमार्द्र हृदयही 'धर्मपत्नीला सोडून जाणे हा धर्म काय' या अर्थाच्या अर्धोक्त वाक्याने अगदी गोंधळून गेले व त्यांचा दृढनिश्चय त्या अश्रुपातात लुप्त झाला.

प्रेमातिशयाने परस्परांची मने अशाप्रकारे आत्मकार्यच्युत झाली असता भय्यासाहेबांच्या मनात एकदम विलक्षण दैविक चेतना किंवा स्फूर्ती झाली आणि त्यांनी रागिणीला आपल्या बाहुपाशातून एकदम सोडून देऊन म्हटले, "रागिणी, तू माझी धर्मपत्नी आहेस, तर माझी आज्ञा मान्य कर व माझ्याबरोबर येण्याचा आग्रह सोड. तुझ्याच पारलौकिक कल्याणाची ही गोष्ट आहे. मी उद्या एकटा जाणार. तू उलट आता काही एक बोलू नकोस."

असे निश्चयात्मक वाणीने बोलून ते मग निरवानिरवीच्या गोष्टी सांगू लागले. "रागिणी, नानांना माझ्या जाण्यामुळे फार दु:ख होईल, त्यांची मनोभावाने सेवा कर

म्हणजे ती मला पोचली. भाऊसाहेब, नानासाहेब व शास्त्रीबुवा यांना माझं करणं पसंत नाही व ते माझ्यावर रागावले आहेत. माझी चूक असल्यास मला क्षमा करण्यास त्यांना सांग. आनंदरावांशी तर या माझ्या निश्चयासंबंधानं काही दिवसांपूर्वी भांडणच झालं. तुझ्यावरच्या उत्कट बंधुप्रेमामुळे त्यांना तेव्हा या गोष्टीचा निर्विकार रीतीनं विचार करता येईना व ते मला भलतेभलते शब्द बोलले. आम्ही भांडलो तरी परस्परांविषयीचा आमचा आदर कदापि कमी व्हायचा नाही आणि प्रेमात अंतर पडायचं नाही. तरी पण रागाच्या भरात मी त्यांना अपशब्द बोललो असल्यास मला क्षमा करायला त्यांना सांग. उत्तराताईही माझ्यावर रागावली आहे असं दिसतं. उत्तराताई फार चांगली आहे. तिची संगती सोडू नकोस. मी गेलो असे ऐकून अक्काला किती वाईट वाटेल! रागिणी, तू तिच्यापेक्षा मोठी आहेस, तिची तू समजूत कर. नानांच्या सेवेत अंतर पडू देऊ नकोस. मी तुला पंधरा-पंधरा दिवसांनी नियमाने पत्र पाठवीत जाईन आणि वर्षानंतर तुला कदाचित घेऊनही जाईन. मी आपल्या पोटापुरते पुष्कळ पैसे बरोबर घेणार आहे. माझी बिलकूल काळजी करू नका. ईश्वरावर तुझी श्रद्धा आहे ना? जो ईश्वर मुंग्यांचे रक्षण करतो, तो माझे करणार नाही का?

''रागिणी, मी आता सांगतो त्या गोष्टी नीट ध्यानात ठेव. धर्माची तुला चाड असेल, या जगापलीकडे तुला काही पाहायचं असेल, सुखापेक्षा सदाचार तुला प्रिय असेल, ब्रह्मपदी तुला विलीन व्हायचं असेल तर धर्मविरुद्ध येणाऱ्या सर्व रमणीय वस्तूंचा त्याग कर, प्रिय वस्तूंचा त्याग कर व अखेर आत्मत्यागाला- आत्मयज्ञाला तयार हो. काममोह जबर आहे, तर त्याविषयी सावध राहा. कोणाचा द्वेष करू नको, कोणाशी उद्धटपणे वागू नको, कोणाची निंदा करू नको. रागिणी, नानांच्या सेवेला चुकू नको, असत्संगती करू नको व सदाचार सोडू नको. आलो कोठून आणि जायचं कोठे याचा विचार कर. धर्मग्रंथांचे पठण आणि मनन कर आणि माझ्यावरची अनन्यभक्ती परब्रह्माकडे वळव, म्हणजे तुझा जन्म कृतार्थ होईल.''

◆

२०

रागिणी पतिविरहखिन्न झाली, म्हणून ती कर्तव्यविन्मुख झाली नाही. श्वशुराची सेवा करीत राहण्याचे आपले व्रत पूर्वीपेक्षा एकनिष्ठेने ती चालवू लागली. घरी पती नव्हता म्हणून ती माहेरी जाऊन राहिली नाही.

तिचे श्वशुर रावसाहेब नाना गुपचुपे म्हातारपणी झालेल्या पुत्रविरहाने फार वैतागून गेले होते आणि पुत्रविरहाचे सारे अपयश सुनेच्या वाईट पायांना ते देऊ लागले होते आणि ते कधीकधी हे स्पष्टपणे बोलूनही दाखवीत. आपली सून

आपल्या या घरात आता फार दिवस राहणार नाही, असे त्यांना वाटले होते. 'कशाला राहील? आधीच इंग्रशी शिकलेली, त्यातून माहेरची चांगली सुस्थिती, मग ती सासरी कशाला राहील? सासऱ्याची कष्टाची सेवाचाकरी करायला? छे! इंग्रजी शिकलेल्या बायका हे काम कधीच करायच्या नाहीत.' नाना गुपचुप्यांना असे वाटून आणि आपली एकट्याची पुढे कशी अवस्था होईल हे चित्र डोळ्यांपुढे येऊन ते वैतागाने रागिणीला काही दिवस बरेच कठोर शब्द बोलले. 'तूच काहीतरी प्रताप केले असशील म्हणून त्याला संसाराचा वीट आला. तुझे वाईट पाय घराला लागल्यापासून घरात कशालाच यश आलं नाही व कोणालाही सुख नाही,' इत्यादी इत्यादी. ही सर्व बोलणी रागिणीने सोसून घेतली व त्यांच्या सेवेत काहीही उणे पडू दिले नाही. पूर्वीसारखी ती माहेरीही आता फारशी जात नसे. घरातल्या कामात, सासऱ्यांच्या सेवेत व फुरसतीच्या वेळी धर्मग्रंथ पठणात ती काळ घालवीत असे. या गोष्टीचे नाना गुपचुप्यांना प्रथम आश्चर्य वाटले. ती सुशील आहे, नम्र आहे हे त्यांना ठाऊक होते; परंतु इंग्रजी शिकलेली मुलगी अशा स्थितीत आपली सेवा करीत राहील असे त्यांना कधीच वाटले नव्हते. श्वशुराची बरेच दिवस अशी सेवा केल्यावर तिच्याविषयी त्यांना आश्चर्याच्या ऐवजी आदर वाटू लागला. नाना गुपचुपे कितीही कृपण अथवा कितीही खाष्ट असले, तरी तिची ती कर्तव्यदक्षता व परिचर्यातत्परता पाहून त्यांना तिच्याविषयी आदर वाटल्याशिवाय कसा राहील?

रागिणी पूर्वीसारखी आता माहेरी वरचेवर जात नसे. यामध्ये श्वशुरांच्या सेवेत यत्किंचितही अंतर पडू नये हा एक हेतू होता. दुसराही एक हेतू असा होता की, आपल्या वडिलांना आपले हतभागी तोंड दाखवून त्यांचे आधीच शोकाकुल झालेले हृदय अधिकच शोकक्षुब्ध कशाला करावे? शिवाय माहेरी जायचे तरी कशासाठी? आई तर पूर्वीच निवर्तलेली. वडील आहेत आणि त्यांच्याशी शिळोप्याच्या गोष्टी बोलण्याकरिता जायचे, पण आता शिळोप्याच्या गोष्टी शक्य होत्या काय? मग उगीच जाऊन भाऊसाहेबांना रडविण्यात काय अर्थ आहे?

भाऊसाहेबांचे तिच्यावर एवढे प्रेम, पण तेही तिला आता म्हणायचे, ''रागिणी, नानांची सेवा टाकून इकडे येत जाऊ नकोस हो. भय्यासाहेब घरी असोत वा नसोत, तुझं घर ते.''

तिची जिवलग मैत्रीण उत्तरा तिला भेटण्याकरिता कॉलेजातून मुद्दाम आली आणि तिच्याकरिता विजयगावास काही दिवस राहिली. या अवधीत ती रागिणीकडे बऱ्याच वेळा बसण्याकरिता गेली असेल; परंतु त्या समंजस मुलीने रागिणीला प्रत्यक्ष असा उपदेश न करता किंवा तिचे सांत्वन करण्याचाही प्रयत्न न करता उभयतांच्या आवडीची मनोवेधक कामे काढून, पुस्तके वाचून किंवा प्रसंगोचित इकडच्या-तिकडच्या गोष्टी बोलून तिच्या दुःखाचे तिला काही वेळ विस्मरण होईल

असे करावे. औपचारिक उपदेश करणे उत्तरेला आवडत नसे व रागिणीला त्याची अपेक्षाही नव्हती. ती स्वत: कमी समंजस नव्हती. विवेक करावा, हे तिला लोकांनी सांगण्याची आवश्यकता नव्हती.

आईसाहेबांना मात्र हा विवेक राहायचा नाही. त्या कधीकधी येऊन रागिणीला हरतऱ्हेचा उपदेश करायच्या, ईश्वरावर सारा भार ठेवायला सांगायच्या, नवस आणि व्रते करायला सांगायच्या, भय्यासाहेबांनाच तिच्यासमोर दोष द्यायच्या, तिच्या श्वशुराच्या खाष्टपणाबद्दल टीका करायच्या आणि माहेरी जाऊन राहण्यालाही सांगायच्या. त्या दुष्ट हेतूने असे करीत होत्या असे नाही, पण त्यांना समजच कमी त्याला त्या बिचाऱ्या काय करणार?

नानासाहेब, शास्त्रीबुवा व आनंदराव ही सहृदय मंडळी रागिणीचे शाब्दिक सांत्वन करण्याच्या भरीला फारशी पडत नसत. आपण ज्या काही सांत्वनपर गोष्टी बोलू, त्या सर्व रागिणीला पूर्ण ठाऊक आहेत हे ते समजून होते. मग औपचारिकरीत्या या गोष्टी बोलून तिच्या दु:खाची तिला पुन्हा आठवण करून देण्यात अर्थ काय? रागिणी जर कधी नानासाहेबांकडे गेली तर रागिणीला पतिविरहदु:ख झाले आहे या गोष्टीकडे बहुधा लक्ष न देता ते आपले संभाषण व विनोद रोजच्याप्रमाणे चालवीत आणि या योगाने त्यांच्याकडे गेल्यावर रागिणीचा घटकाभर तरी वेळ काहीसा आनंदात जायचा. तिची स्थिती पाहून त्यांना दु:ख होत नव्हते असे नव्हे, तर ते शब्दांनी व्यक्त करण्याची त्यांना आवश्यकता वाटली नाही. जनुभाऊ चकणे यांना ही आवश्यकता वाटत होती व त्यांनी तिच्याशी बोलण्याकरिता एक औपचारिक भाषणही मनात योजून ठेवले होते. शोकातिशयप्रसंगीही रागिणी उदास; परंतु गंभीर आणि धीरवृत्ती आहे हे पाहून तिच्याविषयी त्यांचे मन आदरयुक्त झाले आणि त्यांचे हृदय कळवळून जाऊन योजिलेले सहानुभूतिपर भाषण ते विसरून गेले!

रागिणी नानांचीच सेवा करीत असे असे नाही, तर आपल्या नणंदेची-अक्कासाहेबांचीही सेवा ती प्रेमपूर्वक करीत असे. पूर्वी अक्कासाहेब तिला भेटण्याकरिता आल्या होत्या आणि आता त्या माहेरपणाकरिता आल्या होत्या. त्या तिच्याहून जरा लहान; पण त्या गर्भार असून, त्यांच्यावर नवऱ्याचे प्रेम असल्यामुळे त्या फार आनंदात होत्या. आपण सुखात नसलो म्हणजे दुसऱ्याचे सुख पाहवत नाही, असा साधारण मनुष्यस्वभाव आहे. रागिणीच्या जागी जर साधारण शीलाचीच एखादी स्त्री असती तर तिला नणंदेचे हे सुख पाहवले नसते. रागिणीच्या मनात वाईट विचार आले नसतील असे नाही, पण तिने या क्षुद्र विचारांना थारा दिला नाही व अक्कासाहेबांच्या सुखातच आपले सुख मानून राहावे, असा तिने विचार केला. हे तिला फारसे कठीण गेले नाही. कारण एकतर अक्कासाहेब व ती लहानपणापासूनच्या मैत्रिणी. दुसरे असे की, अक्कासाहेबांचा स्वभाव फारच भोळा, उदार व गोड होता.

त्यातून पुन्हा भय्यासाहेबांनी तिला मुद्दाम बजावून सांगितले होते की, 'अक्काचा सांभाळ तू कर, मी गेलो आहे असे तिला भासू देऊ नकोस.' नणंदा-भावजयांचे कुत्र्या-मांजरासारखे खडाष्टक असायचे हा नियम खरा, पण दोघीजणीही जेथे प्रेमळ व उदार स्वभावाच्या असतील, तेथे त्यांचे बहिणी-बहिणीसारखे प्रेमही असते. मात्र अशी उदाहरणे विरळा.

भय्यासाहेबांच्या अखेरच्या उपदेशाप्रमाणे आणि पंधरा-पंधरा दिवसांनी येणाऱ्या पत्रांत पुन्हा सांगितल्याप्रमाणे रागिणीचे प्रेम नाना, अक्कासाहेब आणि घरगुती चाकरनोकर यांच्यावरच अधिक झाले असे नाही, तर विश्वप्रेमाने आपले आयुष्य परोपकारात खर्च करावे, अशी तिला इच्छा होऊ लागली. आपल्या मैत्रिणींना, चाकरनोकरांना वगैरे अडीअडचणीच्या वेळी उपयोगी पडावे याशिवाय तिच्या स्वभावानुरूप तिला मार्ग दिसेना. आपले काही दागिने विकून गरीब ब्राह्मणांना व एका संस्कृत पाठशाळेला देणगी देण्याची आपली इच्छा आहे, असे तिने श्वशुरांना सुचविले. नाना गुपचुपे एवढे कृपण, पण रागिणीच्या भक्तीमुळे व सेवेमुळे ते आता इतके संतुष्ट झाले होते की, त्यांनी या गोष्टीलाही बिनतक्रार संमती दिली.

भय्यासाहेब 'गृहिणीधनगृहमोह' सोडून पुरश्चरणाकरिता काशीला गेल्याला आता सहा महिने होऊन गेले. वैशाखमास आला आणि विजयगावात लग्ना-मुंजीचे ताशेवाजंत्री व बँड वाजू लागले. हे बँड ऐकून व दारावरून जाणाऱ्या मिरवणुकी पाहून रागिणीला आपल्या विवाहकालाची आठवण होई. ते दिवस गेले, माईही गेल्या, पतीनेही आपल्याला टाकून दिले! दोन वर्षांत केवढा हा फरक! या दुःखामुळे तिला इतका उदासपणा व इतके गांभीर्य आले की, तिला आपले बाल्य जाऊन मोठेपण आले असे वाटू लागले आणि तिच्या चर्येवर व एकंदर वागण्यात एकप्रकारचा अकालिक पोक्तपणा दिसू लागला. असो. वरील वरातीमुळे स्वतःच्या लग्नाची व माईंची आठवण होऊन तिला दुःख होई हे खरे, पण दुसराही एक विचार तिच्या मनात येई. आनंदराव व उत्तराताई यांचा विवाह या वैशाखात जुळवून आणणे शक्य आहे काय? कसेही असो, आपण स्वतः खटपट केल्याशिवाय ही गोष्ट व्हायची नाही हे खचित, असा विचार करून तिने याविषयी उत्तरेला कॉलेजच्या पत्त्यावर एक पत्र लिहिले. त्याचे उत्तरेकडून पुढीलप्रमाणे उत्तर आले.

भायखळा, लेडीज लॉज,
ता. २ मे १९-

रागिणी,

तुझे पत्र वाचून आनंद झाला. मी तुला या महिन्यात पत्र लिहिले नाही म्हणून तू रागावलेली दिसतेस. पण तुला पत्रात काय लिहू, अभ्यासात माझा उत्तम रीतीने काळ चाललेला आहे. येथील माझ्या मैत्रिणी फार सुस्वभावी आहेत. पण रागिणी,

तुझी सर येथे एकीलाही येत नाही. तू जर कॉलेजात शिकण्यास आली असतीस तर किती मौज झाली असती! घरी अभ्यास करून मॅट्रिकच्या परीक्षेला बसण्याचा प्रयत्न करतेस का? परीक्षा पास झाली तर उत्तमच; नाही झाली तरी विद्या मिळेल व घटकाभर दु:खाचा विसरही पडेल. पण तू आता संसारी बायको झालेली दिसतेस. जुन्या बायकांप्रमाणे तू लग्ने जुळवायला लागली आहेस. माणूस एका हत्तीला पकडून दुसऱ्या हत्तींना फसवून पकडण्याकरिता त्याचा जसा उपयोग करून घेतो, तसा देव तुम्हाला एकदा संसारजालात पकडून मग दुसऱ्या लोकांना भुलवून आणण्यास सांगतो असे मला वाटते. रागिणी, विनोदाचा राग मानू नकोस. काही दिवसांपूर्वी जर तुझे पत्र आले असते, तर मी तुझ्या म्हणण्याला कबूल झाले असते, पण विचार करताकरता माझा आता असा निश्चय झाला आहे की, मी आनंदरावांशी विवाह न करणेच योग्य. त्यांच्याविषयी मला आदर आहे, प्रेमही आहे; पण त्यांच्याशी विवाह नको. कारणे पत्रात लिहिलीच पाहिजेत का? या गोष्टीचा विचार करणे मी आता सोडून दिले आहे व तूही सोडून दे. मला वाटते मी फार मानी, भांडखोर, कजाग आहे. मी कोणाच्या अंकित राहायची नाही. माझे कोणाशी पटायचे नाही. मी कधी लग्न करीन असे मला वाटत नाही. रागिणी, हे नुसते विनोदाचे लिहिणे नाही. याच्यात सत्याचा अंश आहे.

भय्यासाहेबांचे पंधरा-पंधरा दिवसांनी पत्र येते ना? हल्ली ते कोठे आहेत? काही दिवसांपूर्वी ते अलाहाबादेला होते, असे आमच्या कॉलेजातील अलाहाबादेचे विद्यार्थी आनंदरावांजवळ म्हणाले. दोघेही एकाच वर्गातील स्नेही असल्यामुळे भय्यासाहेबांची दाढी वाढली असताही त्यांना या स्नेह्यांनी ओळखले. प्रकृती वगैरे बरी आहे असे ते म्हणाले. बोधस्वरूपस्वामींविषयी त्यांची फारच भक्ती आहे व योगाभ्यासात त्यांची बरीच प्रगती झाली आहे असे भय्यासाहेबांच्या बोलण्यावरून दिसले, असे ते म्हणतात. त्यांच्या मार्गात त्यांना यश चिंतावे, का त्यांनी तो मार्ग सोडून तुझ्याकडे पुन्हा यावे असे चिंतावे? मला काही समजत नाही. तुला याचे उत्तर देता येईल काय?

मी तुला आज केवढे मोठे पत्र लिहिले आहे! तुझी पत्रे आताशी फार लहान येऊ लागली आहेत. पुढचे पत्र लांबलचक आले नाही तर मी रुसून बसेन आणि माझा रुसवा फार कठीण आहे, हे तुला ठाऊकच आहे. कळावे.

तुझी मैत्रीण,
उत्तराताई

'ता.क. - आनंदरावांची प्रकृती बरी आहे. आता त्यांचे अभ्यासाकडे लक्ष दिसत नाही. का? देशाभिमानी व स्वदेशी? का तुझे दु:ख! का दुसरे काही? ताई'

यांप्रमाणे पत्र आल्यावर रागिणीने ही खटपट सोडून दिली व ती आपल्या घरच्या कामात आणि श्वशुरसेवेत गढून गेली. उत्तराताईने सुचविल्याप्रमाणे फुरसतीच्या वेळात ती आता मॅट्रिकचा अभ्यास करू लागली; परंतु त्या स्थितीत ती एकटी कितीसा अभ्यास करणार? अभ्यास अर्थात विशेषसा झाला नाही, पण तिच्या मनाला काहीतरी एक नाद लागून तिचे पतिविरहदु:ख थोडेसे कमी झाले, एवढाच त्याचा फायदा झाला.

भय्यासाहेबांनी वचन दिल्याप्रमाणे पंधरा-पंधरा दिवसांनी त्यांचे पत्र येत असे. त्याच्यात त्यांची स्वत:ची खुशाली, ऐहिक सुखावरील-संसारावरील आसक्ती कमी करण्यासंबंधाने वगैरे रागिणीला थोडासा उपदेश, स्वत:ची योगात चांगली प्रगती होत असून, मनाला उच्च आनंद आहे अशाप्रकारची समाधानकारक विधाने, इष्टमित्रांच्या खुशालीची चौकशी इत्यादी मजकूर असायचा. असे सात-आठ महिने चालले; परंतु या संधीला एक महिना होऊन गेला तरी काशीहून पत्र आले नाही. सर्व मंडळी फार चिंतातुर होऊन गेली. काशीतील ओळखीच्या लोकांना पत्रे पाठविली; परंतु तपास लागत नाही, हे एकच उत्तर. अलाहाबाद, गया, हरिद्वार वगैरे ठिकाणी तारा पाठविल्या; परंतु काही पत्ता लागेना. त्यांच्या नावाने केलेल्या तारा 'मालक मिळत नाही' म्हणून भाऊसाहेबांकडे परत आल्या. अखेर त्यांनी महिन्याची रजा घेतली व स्वत: काशीला जाऊन चौकशी करण्याचा विचार केला. शास्त्रीबुवाही त्यांच्याबरोबर निघाले. 'काशीची मला चांगली माहिती आहे. मी तुमच्याबरोबर येतो म्हणजे चौकशीला बरे पडेल,' असे म्हणून तेही मित्रकार्याकरिता रजा घेऊन काशीला जाण्याच्या तयारीला लागले. रागिणीला बरोबर नेण्याचा त्यांचा प्रथम विचार नव्हता; परंतु तिला हा बेत कळल्यावर ती भाऊसाहेबांकडे गेली आणि ''तिकडे टाकून जायचं झालं- तुम्ही तरी टाकून जाऊ नका,'' असे रडतरडत अर्धवट रागाच्या व अर्धवट विनवणीच्या स्वरात म्हणाली. तिचे ते करुण शब्द ऐकून भाऊसाहेबांचे कोमल हृदय विरघळले. पण तिला घेऊन जाऊन फायदा काय? आपणाला कदाचित गावोगाव हिंडावे लागेल. मग हिला एकटीला कुठे ठेवायची? असा त्यांच्या मनात विचार आला आणि तिला काय उत्तर द्यावे हे त्यांना समजेना. ''तुम्ही नाही नेलंत तर मी एकटीच काशीला जाईन व शोध करीत राहीन,'' असे निर्वाणीचे व निश्चयाचे शब्द अखेर ती बोलली. तेव्हा तिला घेऊन जाणे हेच श्रेयस्कर, असे वाटून नाना गुपचुप्यांची याविषयी त्यांनी परवानगी विचारली व ते रागिणीला घेऊन काशीला गेले.

◆

२१

नानासाहेबांचे श्वशुर काशीला राहात होते, हे मागे सांगितलेच आहे. भाऊसाहेब व रागिणी त्यांच्याकडे उतरली आणि शास्त्रीबुवा आपल्या सहाध्यायी मित्राकडे गेले. काशीला त्यांनी सर्व धर्मशाळा, देवळे, घाट, मठ तपासून पाहून प्रत्येक ठिकाणी भय्यासाहेबांचा शोध घेतला. भेटेल त्या साधूजवळ व बैराग्याजवळ त्यांची चौकशी केली; परंतु त्यांचा पत्ता लागला नाही. मग त्यांनी ज्योतिष्यांनाही विचारून पाहिले. पण त्यांनी फक्त 'आसपास जवळच आहेत,' असे संदिग्ध उत्तर दिले आणि त्याचा काही उपयोग झाला नाही. एका बैराग्याने 'आपण वर्णन करता तसा एक ब्राह्मण योगी मी प्रयागाला पाहिला,' असे म्हटले. एवढ्यावरून शास्त्रीबुवा लागलीच प्रयागाला जाऊन तेथे चौकशी करून आले. एका स्वामीने 'तसा मनुष्य गयेला पाहिला,' असे सांगितले म्हणून भाऊसाहेब तेथे जाऊन आले. जेथे कोणी सांगावे तेथे त्यांनी चौकशी करावी; परंतु सर्व व्यर्थ. बोधस्वरूपस्वामी त्यावेळी म्हैसूरला गेले होते. त्यांच्याकडे त्यांनी पूर्वीच तारा वगैरे केल्या होत्या; परंतु त्यांचे उत्तर आले नव्हते. या सुमाराला त्यांच्याकडून उत्तर आले की, 'काशीमध्ये असता तुमचे भय्यासाहेब आमच्या सेवेला होते. तेथे काही दिवस राहिल्यानंतर ते कोठे निघून गेले त्याचा पत्ता नाही. प्राणत्याग करण्याची त्यांना वारंवार इच्छा होत असे, असे शिष्य सांगतात.' हे पत्र वाचून सर्व मंडळी फारच घाबरली व काय करावे हे त्यांना सुचेना. नानासाहेबांच्या श्वशुरांची साधूंवर श्रद्धा होती. त्यांना काशीतील पुष्कळ साधू व योगी ठाऊक होते. त्यांनीही पुष्कळ चौकशी करविली; परंतु काहीच उपयोग झाला नाही.

'ढोंगी, लबाड, चोर लोकांना लपून राहायला हा साधूचा पेशा फार उपयोगी पडतो, म्हणून पोलिसांची साधू, बैरागी, योगी, स्वामी यांच्यावर बरीच कडक नजर असते. तेव्हा पोलीस अधिकाऱ्यांकडे तुम्ही भय्यासाहेबांबद्दल चौकशी करा,' असे एकाने सुचविले. त्याप्रमाणे ती तिघे तेथील सी.आय.डी.च्या इन्स्पेक्टर साहेबांकडे गाडीतून गेली. साहेबांनी त्यांची हकिकत लक्षपूर्वक ऐकून घेऊन त्यांना पोलीस सुपरिंटेंडंट यांना भेटण्यास सांगितले आणि आपणही याबाबतीत शक्य तितकी खटपट करण्याचे आश्वासन दिले. पोलीस सुपरिंटेंडंटकडे गेल्यावर त्यांनी चौकशी करण्याचे या मंडळीला मोठ्या अगत्याने आश्वासन दिले व भय्यासाहेबांचे नाव, गाव, चेहरेपट्टी वगैरेचे वर्णन आपल्या नोटबुकात लिहून घेतले. 'मी खालच्या अंमलदारांना लिहितोच, पण तुम्ही एकदा घाटाजवळच्या गेटावरील हवालदाराला भेटा. त्यांना तुम्ही प्रत्यक्ष माहिती सांगितली आणि वयाची, स्वरूपाची, चेहरेपट्टीची वगैरे सर्व हकिकत सविस्तरपणे कळविली म्हणजे त्यांना बारीक चौकशी करण्याला ठीक पडेल. आपले काम काळजीपूर्वक करण्याबद्दल मीही त्यांना आपल्याबरोबर

एक चिठ्ठी देतो' असे सहानुभूतिपूर्वक, सभ्यतेने इंग्रजीत सांगून व एक चिठ्ठी लिहून देऊन साहेबांनी त्यांना निरोप दिला. अशा रीतीने अंमलदाराच्या सभ्य वर्तनाने व आश्वासनाने भाऊसाहेबांना बरे वाटले व त्यांची कळकळ पाहून त्यांना मोठा धीर आला.

गेटावरील हवालदाराकडे जाण्याकरिता पुन्हा ती मंडळी गाडीत बसली. गेटावर जाण्याचा रस्ता त्यांच्या घरावरूनच होता. घरासमोर गाडी आल्यावर भाऊसाहेबांनी गाडी थांबविण्याला गाडीवाल्याला सांगितले आणि ''रागिणी, तू आता उतर,'' असे रागिणीला म्हटले.

''तू किती फिरशील आमच्याबरोबर? हवालदार तिथे नसले तर ते असतील तिथे पुन्हा आम्हाला जावे लागेल. आता रात्र होत आली आहे, तू आपली घरी राहा,'' असे म्हणून शास्त्रीबुवाही तिला घरी राहण्याचा आग्रह करू लागले.

परंतु रागिणीने त्यांचे म्हणणे ऐकले नाही. ''रात्र झाली म्हणून मला कोण काय करणार आहे? आणि फिरण्याचा तो काय मला त्रास व्हायचा आहे? चालत जायचं नाही, काही नाही. घरी बसून मला नाही चैन पडत. जरा हिंडलंफिरलं म्हणजे बरं वाटतं.''

अशाप्रकारे ती बोलू लागल्यावर भाऊसाहेबांनी विशेष आग्रह धरला नाही व ते तिला हवालदाराच्या गेटाकडे घेऊन गेले.

◆

२२

भाऊसाहेब, शास्त्रीबुवा व रागिणी चिंतातुर होऊन हवालदारांकडे जात असता त्या गेटावर एक निराळाच प्रकार चालला होता. हवालदार जातीने दक्षिणी ब्राह्मण असून, तेथे एका खुर्चीवर बसून विडी पीत होते व शेजारीच एक लहान कारकुनी गादीवर बसलेल्या म्हाताऱ्या 'नाईक-कारकुना'जवळ बोलत होते. जवळ दोन तरुण पोलीस व हातात बेडी घातलेला एक दुर्मुख बनिया बसला होता.

इतक्यात दोन शिपाई दोन भटांना ढकलीत आणि गुद्दे मारीत गेटाकडे आणीत आहेत असे त्यांना दिसले व ते तिकडे पाहू लागले. धक्के खात धडपडत चालत असता घटंभट आपल्या सोबत्याला हळूच म्हणाला, ''कबूल करू नको बरं का रे पटंभट. चौकीत घेऊन चाललो होतो म्हणून सांग.''

हे ऐकून पटंभटाने आधी मागे वळून पाहिले आणि पोलीस आपापसात बोलत आहेत हे पाहून हळूच त्याने उत्तर केले, ''मी मुळीच नाही कबूल होत. तू मात्र भक्कम राहा.''

पटंभटाने हे शब्द हलकेच उच्चारले, पण त्याच्या दुर्दैवाने ते एका शिपायाने

ऐकले व लगेच त्याने त्याला गचांडी मारून ''काय बेत चालले आहेत रे भटुर्ग्या? कोण किती भक्कम राहतो आहे ते पाहतो आता!'' असे म्हटले. इतक्यात त्यांचे गेट आलेच.

हवालदार म्हणाले, ''काय आहे हे प्रकरण?''

शिपायांपैकी एकजण त्यांना सलाम करून म्हणाला, ''साहेब, हे दोघे जण घाटावर पडलेले कपडे नि त्यातले रुपये चोरून घेऊन जात होते.''

घटंभट रडतरडत म्हणाला, ''नाही हवालदारसाहेब, हा पटंभट नि मी घाटावर संध्येला गेलो होतो. संध्या आटपून घरी जाण्यास निघालो, तो हे कपडे आम्हाला दिसले जवळच. ते आम्ही तुमच्याकडे चौकीवर घेऊन येत होतो तो यांनी धरले आम्हाला.''

पटंभट डोळे पुशीत म्हणाला, ''नाहक धक्के मारले जमादारसाहेब आम्हाला.''

''अगदी नाहक,'' असे म्हणून घटंभट गळा काढून रडू लागला. पटंभटानेही आपल्या सोबत्याला रडण्यात यथाशक्ती मदत करण्याला मुळीच कसूर केली नाही.

दुसरा शिपाई रागाने म्हणाला, ''कशाला चालले होते मग कपडे घेऊन? तुमच्या घराकडे आहे वाटतं चौकी!''

हवालदार भिवया वर करून उपरोधिक स्वराने म्हणाले, ''काय भटजी, कशाला चालला होता घरी?''

पटंभट डोळे पुसून, घसा साफ करून म्हणाले, ''म्हटले, आधी घरी जाऊन पळीपंचपात्री ठेवून, अंगरखा-पागोटे घालून आपल्याकडे यावे. आपल्याकडे उघड्याबोडक्यांनी कसे यावे हवालदारसाहेब?''

घटंभटाने जोर दिला, ''कसे यावे, सांगा बरे हवालदारसाहेब?''

हवालदार हसून म्हणाले, ''भटजीबुवा, खोटं बोलण्यात काय तात्पर्य आहे? खोटं बोलून तुम्ही सुटाल असं का वाटतं तुम्हाला? काय ते झटकन सांगून मोकळे व्हा. तुमच्यासारख्या पांढरपेशा लोकांशी कठोरपणे वागायचा प्रसंग तुम्ही आणू नये, हे चांगलं. तुम्ही घाबरू नका. चुकून तुमच्या हातून हा अपराध झाला आहे, म्हणून होता होईल तो तुमच्या अब्रूला धक्का न लागावा अशी मी खटपट करीन. पण न्यायाच्या कामाला उगाच अडथळा नका आणू. सांगा पाहू मग काय झालं खरं ते?''

घटंभट काकुळतीने म्हणाला, ''नाही हो हवालदारसाहेब, आम्ही खरंच आपल्याकडे घेऊन येत होतो. आम्ही ब्राह्मण कशाला हे कपडे चोरू?''

यांच्याशी सौम्यपणाने वागून हे काही कबूल व्हायचे नाहीत, हे हवालदारांनी ताडले. ''अस्सं, अस्सं! ठीक आहे.'' असे साभिप्राय मुद्रेने त्यांनी म्हटले व छडी उगारून आणि डोळे वटारून त्या भटांना त्यांनी बजावून सांगितले, ''भटजीबुवा, खरं बोला- खरं बोललात तर ठीक, नाहीतर कठीण जाईल हो,'' असे म्हणून हवालदारांनी त्या भटांच्या पाठीमागे उभ्या असलेल्या शिपायांना डोळ्यांनी काही

खूण केली. त्यासरशी पटंभट एकदम साळसूदपणाचा आव आणून म्हणाला, ''मी सांगतो हवालदारसाहेब. खरी गोष्ट अशी आहे, हा घटंभट पैसे चोरून घेऊन जात होता. कपड्यामध्ये त्यानं नोटा पाहिल्या नि—''

घटंभट एकदम उसळून म्हणाला, ''कोण? मी चोरून घेऊन जात होतो? मी? मीच तुला सांगत नव्हतो की, बाबारे, हा काही ब्राह्मणाचा धर्म नव्हे, हा सारा माल आधी चौकीवर घेऊन चल. पण ते तुला नाही पटलं आणि तूच उलट माझ्यावर ढकलतोस काय? चोराच्या उलट्या बोंबा म्हणतात त्या या!''

पटंभट ओरडून म्हणाला, ''आता कशाला फिरतोस? खरा चोर तू! तुझ्या हातांत कपडे सापडले आणि मला दहा रुपयांची नोट देत होतास, नाही का? का? आता का बोलत नाहीस?''

हवालदार हसून म्हणाले, ''भटजीबुवा, आता तुम्ही दोघेही गप्प बसा. तुम्ही काही अजून या कामात कसलेले दिसत नाही. पुन्हा माझ्यासमोर याल त्यावेळी अधिक तयारीनं या, बरं का!''

नंतर ते शिपायांकडे वळून म्हणाले, ''आणा पाहू ते कपडे. काय काय आहे त्यात?''

घटंभट मधेच म्हणाला, ''शंभर रुपयांच्या नोटा आहेत व पन्नास रुपये रोख आहेत.''

''चूप बसा तुम्ही,'' हवालदार उसळून म्हणाले. ''तुम्हाला कोणी विचारलं आहे?'' नंतर नाईकांकडे वळून ते म्हणाले, ''नाईक, याचा पंचनामा केला पहिजे. जा रे कोणी तरी शिपाई आणि पंच घेऊन या पाहू. बरं नाईक, तुम्ही तोपर्यंत मसुदा तयार करून ठेवा, म्हणजे मागाहून उशीर नको.''

''मसुदा काय, मसुदा तयारच आहे मजजवळ.'' नाईकांनी उत्तर दिले व नंतर एका शिपायाकडे वळून ते म्हणाले, ''अरे, सामान काय काय आहे हे आपण कच्चं पाहू या तर खरं तोपर्यंत.''

त्या शिपायाने लगेच गाठोडे सोडून ''धोतरं, उपरणी, कफनी, कोट- जड लागतोय, रुपये दिसताहेत आत'' असे म्हटले.

''पाहा पाहू किती आहेत ते?'' असे नाईकांनी सांगितल्यावर ''हवालदारसाहेबांनाच पाहू द्या,'' असे म्हणून शिपायाने तो कोटच हवालदारांपुढे ठेवला.

खिशात हात घालून व नोटा काढून हवालदारांनी त्या मोजून पाहिल्या व नंतर रुपये फारसा आवाज होऊ न देता हलक्या हाताने मोजून पाहिले. 'शंभर रुपयांच्या नोटा व दहावीस रुपये रोख आहेत,'' असे ते गंभीर स्वराने म्हणाले.

''दहावीस का? चांगले पन्नासएक आहेत'' असे शब्द घटंभटाच्या अगदी तोंडात आले होते, पण त्याने आपली जीभ आवरली. नाईक व शिपाई यांना रोख

रुपयांबद्दल काय प्रकार झाला तो कळला असावा. कारण आपणाला आज काहीतरी हिश्श्यादाखल फूल नाही फुलाची पाकळी मिळेलच असे वाटल्यामुळेच की काय, त्यांची मुद्रा किंचित आनंदोल्हसित दिसू लागली.

शिपाई गाठोडे पुन्हा बांधू लागला, तेव्हा हवालदारांनी तो कोट, त्यातील नोटा व पाचदहा रुपये वगैरे पुन्हा गाठोड्यात घालण्यास दिले. आमच्या हवालदारांची व त्यांच्या हाताखालच्या नोकरांची त्या दिवशी तरी चैन झाली खरी.

गाठोडे वगैरे बांधून तयार झाल्यानंतर त्या शिपायांची दृष्टी दुर्मुख होऊन बसलेल्या बनियाकडे गेली. त्याला उलटसुलट प्रश्न विचारून त्याने केलेला गुन्हा त्याच्या पदरात हवालदार घालीत आहेत, इतक्यात भाऊसाहेबांची गाडी तेथे आली. रागिणी गाडीतून उतरल्यावर एका शिपायाचे तिच्याकडे लक्ष गेले व 'हे काय आहे प्रकरण?' असे म्हणून त्याने आपल्या सोबत्याला कोपराने ढोसले व ग्राम्यार्थसूचक दृष्टीने खुणावून रागिणीच्या सौंदर्याकडे त्याचे लक्ष वेधले.

सर्व मंडळी गाडीतून उतरताहेत तो एक शिपाई गेटाच्या बाहेर येऊन त्यांच्याकडे प्रश्नसूचक मुद्रेने पाहू लागला. ''हवालदार कोठे आहेत?'' असे त्याला भाऊसाहेबांनी विचारले.

शिपायाने त्यांना आत नेऊन हवालदारांना भेटविले. हवालदार त्यांना आदराने म्हणाले, ''काय काम आहे आपलं माझ्याकडे?''

भाऊसाहेब म्हणाले, ''आमचे एक इसम काही दिवसांपूर्वी काशीला आले होते. त्यांनी बैराग्याचा वेष घेतला होता आणि येथे ते योगाभ्यास करीत होते. आज दोन महिने त्यांचा पत्ता नाही. मी नुकतीच तुमच्या इन्स्पेक्टरांना ही हकिकत कळविली. त्यांनी तुमच्याकडे जायला सांगितले, म्हणून येथे आलो. त्यांनी तुम्हाला हे एक पत्रही दिलं आहे.''

हवालदारांनी चिठ्ठी पाहिल्यावर सर्वांना आदरपूर्वक खुर्च्यांवर बसविले आणि मग मंद स्मित करून त्यांनी म्हटले, ''या चिठ्ठीची काही वास्तविक जरुरी नव्हती. हे माझं कर्तव्यच आहे. असो. काय म्हणता? तुमची हकिकत मला सारी सांगा पाहू.''

भाऊसाहेबांनी भय्यासाहेबांविषयी सर्व हकिकत हवालदारांना सांगितली. ती ऐकून ते काही वेळ स्तब्ध होते. नंतर त्यांना म्हणाले, ''तुम्ही थांबा हा जरा. हा पंचनामा चालला आहे तो संपवतो म्हणजे शांतपणाने तुमच्या हकिकतीचा विचार करायला बरं पडेल.'' नंतर ते शिपायाला म्हणाले, ''काय आहेत रे जिन्नस?''

''एक अंगरखा; लिहिला नाईक? दोन लोकरीच्या बंड्या, एक रुमाल, एक काठी आणि हे या बंडीच्या खिशात काय आहे? दोन-तीन पत्रे दिसताहेत.''

हवालदार म्हणाले, ''नाईक, वाचा पाहू ही पत्रं. पत्रांवरून तरी काही सुगावा लागतो का पाहू.''

नाईकांनी ती पत्रे हातात घेऊन उलटीसुलटी फिरवून पाहिली. पत्रे मोडीत होती आणि नाईक पडले मुसलमान. त्यांना ती कोठली वाचावयास यायला? ते तोंड वाकडे करून हवालदारांना म्हणाले, ''काय घाणेरडं किजबिट किजबिट लिहिलं आहे हे! कोण लिहिणार होता कुणाला ठाऊक. पण आधी ही लिपी कोणती? इंग्रजी का उर्दू? उर्दूच, पण छे- ही-''

हवालदार म्हणाले, ''आणा पाहू ती पत्रे इकडे, मी वाचतो.''

नाईकांच्या हातून हवालदारांनी पत्रे घेऊन त्यावर दृष्टी फिरवताच ते एकदम मोठ्याने म्हणाले, ''अहो, हे तर मोडी आहे.'' असे म्हणून हवालदारांनी पुढील पत्र अर्धवट मोठ्याने व अर्धवट आपल्याशी वाचले.

''आशीर्वाद विशेष. आजतागायत मी खुशाल आहे. पण पुढे काय? मी तुला दोन महिन्यांत पत्र लिहिले नाही याबद्दल क्षमा कर. मी तुला सोडून आलो, पण तुझी मूर्ती डोळ्यांपुढून जाईना. तू मला मोठ्या प्रेमाने बोलावीत आहेस व माझ्या या भयंकर नैष्ठुर्याबद्दल मला दोष देत आहेस असे मला एकसारखे वाटे व माझी समाधी लागेना. समाधी न लागण्याचे कारण गुरुजींनी विचारले, तेव्हा मला खरे सांगावे लागले. 'स्त्रीच्या प्रेमात बद्ध असलेल्या स्थितीत एकाग्र समाधी शक्य नाही व ब्रह्मपदप्राप्ती अशा स्थितीत केव्हाही व्हायची नाही,' असे गुरुजी म्हणाले. याला उपाय विचारला असता 'पुनर्जन्माशिवाय उपाय नाही,' असे ते म्हणाले. पुनर्जन्म लवकर मिळावा म्हणून मी प्रेम, जीवाशा वगैरे सर्व सोडून आत्महत्या करून घेण्याचा निश्चय केला. प्रिये, प्रेमापेक्षा धर्म श्रेयस्कर आहे, नाही काय? विलासापेक्षा विरक्ती चांगली नाही का? एका अर्थी किंचित अप्रिय झालेल्या; परंतु खरोखरच अत्यंत प्रिय असलेल्या प्रिये, तुला माझ्यासारखेच वाटते ना? तुला जर माझ्यासारखे वाटत नसेल, तर तू मला माझ्या आजच्या कृत्याबद्दल दोष देशील, पण माझा नाइलाज आहे. परब्रह्म मला बोलावीत आहे. अहंता सोडून विश्वस्वरूपी परब्रह्मात लवकर लीन होण्याच्या इच्छेने ही बद्ध स्थिती मी एकदम सोडून देतो व खाली सही करून व तुझी आणि सर्व गुरुजनांची क्षमा मागून आता पुढच्या क्षणीच जलसमाधी घेतो. आपली भेट पुन्हा केव्हा होणार नाही! मी गेल्यावर तुझे कसे होणार? पण हा विचारच नको. रागिणी, सन्मार्ग सोडू नको आणि क्षमा कर, एवढेच मागणे आहे. पत्री लिहावे तेवढे थोडेच. मी आता आटोपतोच. रागिणी, क्षमा कर! क्षमा कर! क्षमा कर!

तुझा प्रिय पती,

मुमुक्षु

भय्यासाहेब

हे पत्र संपते न संपते तोच दैवाच्या या आकस्मिक घाल्यामुळे कोमलहृदय

रागिणीला घेरी आली व ती खुर्चीवरून एकदम खाली पडली. भाऊसाहेबांनी खाली बसून तिचे डोके मांडीवर घेतले. प्रतिकूल दैवाच्या या वज्राघाताने ते इतके चकित होऊन गेले की, त्यांच्या तोंडातून एकही शोकोद्‌गार न निघता ते केवळ शून्यदृष्टी होऊन दगडाच्या मूर्तीप्रमाणे स्तब्ध बसले.

◆

२३

काही वेळाने रागिणी सावध होऊन मंडळी बिऱ्हाडी गेल्यावर शास्त्रीबुवा 'शुभ बोलत असावे व धीर देत असावा' या न्यायाने म्हणाले, "हे कपडे जरी भय्यासाहेबांचेच असावेत व हे पत्र नि हे अक्षर जरी त्यांचेच आहे तरी हे पत्र लिहून झाल्यावर त्यांचे मन बदलले नसेल कशावरून? बरे, त्यांनी धीराने जरी गंगेत उडी घेतली असली तरी त्यांना चांगले पोहता येत असल्यामुळे त्यांना जलसमाधी घेता येणेच अशक्य! पोहता येत असले म्हणजे पाण्यात मुद्दाम बुडणे अशक्य आहे!"

शास्त्रीबुवा असे जरी म्हणत असत तरी त्यांना खरोखरच अशाप्रकारची आशा होती असे नाही, पण असे नसेल कशावरून असे त्यांना केव्हाकेव्हा खरोखरच वाटे. कसेही असो, त्यांच्या म्हणण्याने बिचाऱ्या रागिणीला थोडीशी आशा उत्पन्न झाली, एवढे मात्र खरे.

घाटाच्या आसपास गळ वगैरे टाकून खात्री करून घेण्याचे नानासाहेबांच्या श्वशुरांनी सुचविले व त्याप्रमाणे त्या रात्रीपासून ते काम सुरू करून, पैशाकडे मुळीच न पाहता दोन दिवस ते काम भाऊसाहेबांनी चालू ठेविले. इतके श्रम करूनही प्रेताचा पत्ता मुळीच लागला नाही. पाण्याच्या प्रवाहाबरोबर भय्यासाहेब किंवा त्यांचे प्रेत वाहत गेले असेल या कल्पनेने प्रवाहाच्या खालीही आठ-दहा मैलपर्यंत चौकशी करण्यास व बातमी लागल्यास ताबडतोब कळविण्यास त्यांनी पोलिसांना सांगितले व जो कोणी शोध लावील त्याला भरपूर बक्षीस मिळेल असेही प्रसिद्ध केले. तीन-चार दिवस कशाचा काहीच मागमूस लागेना. तेव्हा शास्त्रीबुवांचे धीराचे वरकरणी बोलणे सूक्ष्मदर्शी रागिणीलासुद्धा त्यावेळी खरे वाटले व नवरा जिवंत असेल अशी तिला बरीच आशा वाटू लागली. 'मन कदाचित आयत्या वेळी बदलले असेल' किंवा 'गंगेत उडी घेतल्यावरही पोहत पोहत दुसऱ्या तीरावर जाणे झाले असेल' किंवा 'गंगामातेनेही आपल्या भक्ताला कोठेतरी सुरक्षित ठिकाणी वाहत नेले असेल' अशाप्रकारच्या दुर्बल आशातंतूवर ती विसंबून राहिली.

काही दिवसांनंतर त्या घाटाखाली दोन मैलांवर असलेल्या दुसऱ्या एका घाटाजवळ पोलिसांना एक मुडदा सापडला. हा मुडदा अर्धवट कुजलेला व कोल्ह्यांनी व कावळ्यांनी खाऊन विद्रूप केलेला होता. त्यावरून अमुक मनुष्याचा

तो होता हे खात्रीपूर्वक सांगणे जरी अशक्य होते, तरी अवयवांच्या गौरवर्णावरून, शरीरयष्टीच्या उंचीवरून वगैरे तो कदाचित भय्यासाहेबांचाच असेल असे पोलिसांना वाटले. अर्थात त्यांनी तो भाऊसाहेबांना वगैरे दाखविला. भाऊसाहेबांना किंवा त्यांच्या मित्रमंडळीपैकी कोणालाही त्या मुडद्यावरून भय्यासाहेबांची ओळख पटेना. तरी 'त्याच्या उजव्या हातात ही अंगठी होती,' असे म्हणून शिपायांच्या नाईकाने जेव्हा ती अंगठी भाऊसाहेबांच्या हातात दिली तेव्हा त्यांच्या डोळ्यांसमोर अंधेरी आली व घेरी आल्यासारखे होऊन ते मटकन खाली बसले. ती अंगठी भाऊसाहेबांच्या चांगली ओळखीची होती. जी अंगठी त्यांनी भय्यासाहेबांना विवाहानंतरच्या एका शास्त्रविहित अशा उत्सवप्रसंगी प्रेमाने अर्पण केली होती, ती कशा भलत्या प्रसंगी त्यांच्या हातात परत आली.

◆

२४

शवाचा व त्यावरील अंगठीचा शोध लागल्यानंतर त्या शवाचे यथाविधी दहन करून काही दिवसांनी सर्व मंडळी विजयगावास परत आली. नाना गुपचुप्यांना, नानासाहेबांना वगैरे ही शोचनीय हकिकत पत्राद्वारे अगोदरच कळली होती. ही बातमी गावात लवकरच पसरली व रागिणीबद्दल पुष्कळ लोकांची मने खरोखरच हळहळली. भाऊसाहेब व रागिणी परत आल्यावर त्यांच्याशी काय बोलावे किंवा त्यांचे सांत्वन कोणत्या शब्दांनी करावे हे नानासाहेबांना, आईसाहेबांना आणि उत्तरेला सुचेना. 'ईश्वरेच्छा', 'ईश्वराची लीला', 'दैवाचे खेळ' इत्यादी सांत्वनपर शब्द उच्चारून भाऊसाहेबांचे व रागिणीचे सांत्वन झाले असते काय? हेच शब्द काय, पण दुसरे कोणतेही शब्द त्यांना त्यावेळी अगदी शुष्क वाटले असते. जनुभाऊ चकणे व गावातील इष्टमित्रमंडळी यांनी ईश्वरेच्छेसंबंधाने काही पोकळ विधाने करून त्यांचे सांत्वन करण्याचा प्रयत्न केला. पण रागिणीसारखा प्रसंग जिच्यावर आला असेल तिला किंवा तिच्या आप्तांना ईश्वर जगात आहे किंवा नाही अशीच शंका येऊ लागते. तेव्हा 'ईश्वरेच्छा'दी शब्दांनी त्यांचे काय समाधान होणार? या शब्दांपेक्षा नानासाहेबांच्या व उत्तरेच्या मौनयुक्त; परंतु शोकाकुल मुखचर्येनेच त्यांचे शतपट अधिक समाधान झाले असेल. स्निग्ध हृदयांना एकमेकांची सुखदु:खे शब्दांशिवाय कळतात.

विजयगावात गेल्यावर रागिणी दुसऱ्या दिवशीच सासरी राहायला गेली. शोक करीत बसण्यापेक्षा पतीने पूर्वी सांगितल्याप्रमाणे आपला काळ घालवावा, असा तिने विचार केला व भाऊसाहेबांना ते सांगून त्यांच्या अनुमतीने ती पुन्हा आपल्या श्वशुरगृही गेली.

पुत्रनिधनाची वार्ता ऐकल्यापासून नाना गुपचुप्यांचे मन विनाकारण रागिणीवर

रुष्ट झाले. 'ही आल्यापासून माझ्या मुलाला कीड लागत गेली व त्याचे मन बहकत गेले,' अशी त्यांची समजूत होऊन वृद्धत्वामुळे ती दृढ झाली आणि रागिणीचे मुखावलोकनही करू नये असे त्यांना वाटू लागले. रागिणीचे सौजन्य, तिची सेवा व तिचे विनयमधुर स्वरूप पाहून नाना गुपचुप्यांचे मन एखाद्या वेळेला कळवळून जाई; परंतु त्यांना पुन्हा असे वाटे की, रागिणी ही मोहक स्वरूप धारण करणाऱ्या राक्षसिणीसारखी आहे. शांतपणाने ते विचार करू लागले म्हणजे त्या बिचारीला आपण व्यर्थ दोष देत आहो असे त्यांना वाटावे; परंतु तीच आपल्या मुलाच्या नाशाला कारणीभूत झाली हा विचार पुन्हा प्रबळ होऊन जाई व अशावेळी रागिणी जर काही कारणानिमित्त त्यांच्याजवळ गेली, तर तिला भलभलते- उच्चारू किंवा लिहू नयेत असे- शब्द ऐकावे लागत.

नाना अखेर संतापाने तिला मारहाणही करू लागले व अशा रीतीने रागिणीचे ते जणू काय सत्त्वच पाहू लागले.

◆

२५

''रागिणी, तू म्हणतेस ते सगळं खरं, पण आपल्या जिवाकडे काहीतरी पाहायला नको का माणसाने?''

''जिवाकडे काय पाहायचं आहे ताई? मी मेले म्हणून आता जग भारीच ओस पडणार आहे?''

''असं म्हणून कसं चालेल? परवा तुझ्या सासऱ्यांनी तुला जिन्यावरून ढकलून दिलं तरी तू आपली बाई त्यांच्याकडे राहतेस. याला म्हणावं तरी काय? त्यांना जर तू दृष्टीसमोरदेखील नकोशी झाली आहेस तर तू तरी का त्यांना चिकटून राहतेस?''

''ताई, मी जर मामंजींची सेवा केली नाही तर कोण गं करील मग?''

''सारं खरं, पण प्रत्येक गोष्टीला काहीतरी सीमा आहे ना? तुझा अगदी प्राण घ्यायलादेखील तुझे सासरे तयार झाले आहेत, तरी तू आपली सासरीच राहायचं म्हणतेस. तुला खरं सांगू का? मला नाही बाई तुझं हे करणं आवडत. इतके दिवस राहिलीस तिथं ते एक ठीकच; पण आता काही याच्यात शोभा राहिली आहे का?''

रागिणी क्षणभर स्तब्ध राहून म्हणाली, ''नाही, पण मला काही हे घर सोडावंसं वाटत नाही. 'नानांची सेवा कर म्हणजे ती मला पोहचेल' हे तिकडचे शब्द मी कसे विसरून जाऊ? आणि 'अक्काचं माहेरपण तू करीत जा' हे शब्द तरी मी कसे विसरू ताई?''

''तुझ्यापुढं बोलण्याची काही सोय नाही. एरवी तुला कोणी सासरचं घर सोडायला सांगेल का? तुला मारहाण चालली आहे, काल जिन्यावरूनदेखील

लोटून देण्यापर्यंत मजल आली म्हणून म्हणते की, आता काही तू सासरी राहण्यात शोभा नाही. बाकी तू पहिल्यापासूनच दुराग्रही आहेस- तुझ्या मनाला वाटेल तेच तू करशील. पण माणसानं काहीतरी विवेक केला पाहिजे. 'मामंजी, मामंजी' झाले म्हणून ठार मारीपर्यंत का त्यांची सेवा करायची? प्रत्येक गोष्टीला काही सीमा आहे का नाही?''

''कर्तव्यकर्माला कसली आली आहे सीमा?''

''मला तुझ्यापुढं काहीएक बोलता येत नाही. मी आपली जातेच कशी इथून!''

असे म्हणून उत्तरा आपल्या घरी गेली. रागिणीचे मन वळवावे म्हणून ती तिच्याकडे आली होती, पण तिला मुळीच यश आले नाही. अशा स्थितीतही रागिणी सासरी राहण्याचा हट्ट सोडीत नाही, तेव्हा ही वेडी आहे असे उत्तरेला एखाद्या वेळेला वाटे व तिच्या फाजील कोमल हृदयाची तिला कीव येई. पण पुन्हा तिला असे वाटे की, ही वेडी नाही, तर हीच आपल्यापेक्षा हजारपटीने शहाणी आहे. रागिणी ही सीता, सावित्री यासारखी महापतिव्रता आहे. हिचे हे वर्तन वेडेपणाचे नाही, तर मोठे पवित्र व अनुकरणीय आहे असे तिला विचारांती वाटे. रागिणीची कीव करण्यापेक्षा तिचे विशेष कौतुकच करावे असे ती मनात म्हणे.

इकडे रागिणीचे मनही त्या दिवशी द्विधा होऊन गेले. 'जावं का माहेरी? इथं राहण्यात आता काय शोभा आहे?' असे विचार जो तिच्या मनात येत आहेत, तो तिचे अंत:स्थ हृदय तिला सांगे, 'शोभा असो नाही तर नसो, येथेच राहावे, येथेच राहण्याचा मार्ग मोठेपणाचा- श्रेयस्कर- पुण्यकारक आहे.' अशा स्थितीत तिच्या व्यावहारिक बुद्धीचा विजय झाला असता की, तिची अंत:करण प्रवृत्ती तिला प्रमाणभूत वाटली असती हे सांगणे कठीण आहे. कारण हा अंत:करणाच्या बुद्धीच्या लढ्याचा प्रश्न ईश्वराने अगदी निराळ्याच रीतीने त्याच रात्री सोडवून टाकला.

रात्री अकरा वाजण्याची वेळ. सासऱ्याचे पाय चेपून व शेकून रागिणी दोन घटकांपूर्वीच शेजारच्या खोलीत निजायला गेली होती. विचारांच्या काहुरामुळे बराच वेळ तिला झोप येईना. नुकता कोठे तिचा थोडा डोळा लागत होता, इतक्यात तिने ''गंगा, गंगा'' अशी सासऱ्यांची हाक ऐकली. (रागिणीला माहेरच्या नावाने हाक मारणं नानांना आवडत नसे.) ही हाक उच्च स्वरात होती; परंतु या हाकेत रोजचा कठोरपणा नसून तिच्यात विलक्षण मार्दव होते. रागिणी लागलीच उठली व नानांजवळ जाऊन ''कशाला हाक मारली?'' म्हणून सौम्य स्वराने व प्रेमाने त्यांना तिने विचारले.

''मुली, काही नको मला. तू जरा इथं बैस.''

या अकल्पित सौम्य शब्दांनी आणि त्यावेळच्या कोमल वृत्तीने रागिणी आश्चर्यचकित व कावरीबावरी झाली. ''डॉक्टरला बोलावून आणवू का? दादा जवळच आहे,

त्याला बोलावून आणायला सांगते,'' असे ती म्हणाली व तेथेच एका कोपऱ्यात निजलेल्या चाकराला हाका मारून ती उठवू लागली.

परंतु नाना गुपचुप्यांनी तिला जवळ बोलावून घेऊन तिचा सौम्यपणे हात धरला व प्रेमपूर्वक तिला खाली बसवून म्हटले, ''मुली, मला डॉक्टर नको आहे, तूच माझी डॉक्टर आहेस. माझ्या शरीरापेक्षा माझ्या मनालाच अधिक क्लेश होत आहेत. गंगा, तू गंगेसारखी शुद्ध व पवित्र आहेस. मी तुझा छळ केला याची मला क्षमा कर. मी तुला अपशब्द बोलत असे आणि वैतागाने पुष्कळदा मी तुला मारलंही आहे, पण मागाहून मला अतिशय वाईट वाटत असे. तुझी क्षमा मागावी, असं माझ्या मनात अनेकवेळा आलं असेल, पण लहान मुलीची मी कशी क्षमा मागावी, या लज्जेनं ते शब्द माझ्या तोंडातून निघत नसत. गंगा, तुझ्यासारख्या साध्वीला शिव्या देताना मी शुद्धीवर होतो किंवा नाही याची मला शंका येते. तू मला क्षमा केली आहेस असं ऐकलं म्हणजे मला सुखानं मरण येईल.''

असे म्हणून काही अंशी थकवा येऊन आणि काही अंशी रागिणी काहीतरी बोलेल या अपेक्षेने नाना क्षणभर स्वस्थ बसले. रागिणीला काय बोलावे, हे सुचेना. इतक्यात नानांना दुसरा एक विचार सुचला. ते पुन्हा म्हणाले, ''गंगा, मी आज-उद्या इहलोक सोडून कर्मफळं भोगण्याकरिता जाणार हे स्पष्ट दिसत आहे. मला मृत्युपत्र करायचं आहे. तुझ्या पोटापुरतं तुला ठेवून बाकी इस्टेट अक्काला द्यावी असं माझ्या मनात होतं. पण आता सर्व इस्टेट तुझ्याच नावानं ठेवून देण्याचा मी निश्चय केला आहे. कायद्यानं ती तुलाच मिळेल. अर्धी इस्टेट एखाद्या शाळेला धर्मादाय देणगी देण्याचा माझा विचार आहे. तेवढा तू पुरा कर. अक्का ही तुझी धाकटी बहीण आहे असं समज व तिचा सांभाळ कर. ती अल्लड आहे असं समज व तिच्यावर कधी रागावू नकोस. तुझं वय लहान असलं तरी तुला आता मनाचा मोठेपणा आलेला आहे. माझ्या मरणानंतर तू आपल्या माहेरी राहायला जाशील हे उघड आहे, पण अक्कांचं माहेरपण वगैरे करीत जा. ती तुझी धाकटी बहीण नाही तर ती तुझी मुलगीच आहे असं समज. अधिक काय सांगू?''

यावेळी नानांचा कंठ दाटून आला व त्यांच्या तोंडून पुढे अक्षर निघेना. त्यांना झोप येत आहे असे रागिणीला वाटले, म्हणून ती काहीएक न बोलता तेथेच स्वस्थ बसली. काही वेळाने त्यांना झोप लागल्यासारखी रागिणीला दिसली म्हणून ती आपल्या खोलीत जाण्याकरिता उठली; परंतु मनात काही संशय येऊन ती खाली बसली आणि नानांचा हात हलकेच धरून पाहते तो तिला आढळून आले की, त्यांची निद्रा साधी नसून ती कालनिद्राच आहे.

◆

२६

रावसाहेब नानासाहेब गुपचुपे जहागीरदार वारले म्हणून विजयगावातील स्थानिक वर्तमानपत्रांत व इतर शहरांमधील वर्तमानपत्रांतही काळ्या रेघांनी युक्त अशा मृत्युलेखांनी जरी दर्शविण्यात आले होते व 'त्यांच्या आत्म्याला शांती मिळो,' अशी जरी संपादकांनी त्यात ईश्वराजवळ मन:पूर्वक प्रार्थना केलेली होती, तरी विजयगावातील लोक त्यांच्या मृत्यूमुळे विशेष हळहळले असे म्हणता येणार नाही. कृपणपणाबद्दल आधीच त्यांची त्या गावात मोठी कीर्ती होती, त्यात आणखी रागिणीशी निष्ठुरपणे वागण्यासंबंधाच्या साधार आणि निराधार अशा अनेक कंड्यांची भर. अशा स्थितीत 'म्हातारा मेला' म्हणून लोकांचे मन काय म्हणून हळहळेल?

परंतु काही दिवसांनी रागिणीने त्यांनी दर्शविलेल्या इच्छेप्रमाणे पाऊण लाख रुपये तेथील इंग्रजी शाळेला त्यांच्या नावाने देणगी म्हणून जेव्हा दिले, तेव्हा मात्र कोमल व उदार बुद्धीच्या लोकांना त्यांच्याविषयी फार वाईट वाटले व लोकोपयोगार्थ कृपणपणे वागून पैसे साठविणाराला आपण उगाच दोष दिला, असे ते मनात म्हणाले. दुराग्रही लोक मात्र 'म्हाताऱ्याचे जरी नाव आहे तरी ही देणगी रागिणीचीच आहे, म्हाताऱ्याची असती तर त्याने मृत्युपत्र का नाही करून ठेविले? ज्याच्या हातून कवडी सुटायची नाही तो काय इतके रुपये धर्मादाय देतो?' असे म्हणत व म्हाताऱ्याला कृपणपणाबद्दल व रागिणीच्या छळाबद्दल दूषणे ठेवीत असत. मध्यम लोक नाना गुपचुप्यांच्या या अनुभवाविरुद्ध वर्तनाचा अचंबा करीत राहिले व त्यांची निंदा किंवा स्तुती न करता मनुष्यस्वभावाच्या विचित्र विरोधाबद्दल व गूढतेबद्दल साश्चर्य विचार करीत राहिले.

◆

२७

उत्तरा सुटीमध्ये कॉलेजातून परत विजयगावाला आली होती. जनुभाऊही त्याच सुमाराला नाना-भाऊंकडे आले होते. उत्तरेशी जर लग्न करायचे तर केवळ आईसाहेबांचेच मन आकर्षण करून घेऊन चालायचे नाही, असे त्यांना आता पूर्णपणे कळून चुकले होते. जनुभाऊ ते! मनात कल्पना यायचा अवकाश-लागलीच त्या उद्योगाला लागले.

एके दिवशी जनुभाऊ शेजारच्या घरी एका समानशील मित्राकडे बसायला गेले असता आईसाहेब व नानासाहेब गाडीत बसून बाहेर फिरायला जात आहेत असे त्यांनी पाहिले. उत्तरेशी एकान्तात बोलण्याला ही संधी चांगली आहे असा विचार मनात योजून आपल्या मित्राची त्यांनी काहीतरी सबबीवर रजा घेतली आणि तेथून

निघून ते तडक माडीवर दिवाणखान्यात गेले. उत्तरा तेथेच एका खुर्चीवर एक पुस्तक वाचत बसली होती.

"तुम्ही नाही फिरायला गेला आज?"

"थोडंसं कपाळ दुखतं आहे म्हणून नाही गेले झालं." असे म्हणून उत्तरा पुन्हा पुस्तक वाचू लागली.

वाचनाकडे पण आता उत्तरेचे लक्ष लागेना. जनुभाऊंविषयी मनात असलेला तिटकारा या वेळी एकदाचा मृदू शब्दांनी व्यक्त करावा, असा तिचा मनात विचार चालला होता; परंतु इतके दिवस विचार व निश्चय करूनसुद्धा हा कठोर अर्थ मृदू शब्दांनी व नाजूक रीतीने कसा व्यक्त करावा हे तिला सुचेना. केव्हातरी हे कठोर काम एकदा केलेच पाहिजे, असा विचार करून उत्तरेने एक-दोन वाक्ये मनात योजली व ती ती उच्चारणार, इतक्यात जनुभाऊच तिला म्हणाले, "मला तुमच्यापाशी थोडंसं बोलायचं आहे."

"मलाही तुमच्याशी थोडंसं बोलायचं आहे."

"खरंच का?" या अकल्पित व उत्तेजनपर भासणाऱ्या शब्दांनी खूश होऊन जनुभाऊंनी विचारले.

"हो, तुमच्याशी एका नाजूक गोष्टीविषयी मला बोलायचं आहे; पण बोलावं कसं हेच सुचत नाही."

उत्तरेच्या शब्दांनी जनुभाऊंना विलक्षण आनंद झाला. तिचे शब्द ऐकायला ते अत्यंत उत्सुक झाले.

"मलाही एका नाजूक गोष्टीविषयी तुमच्याशी बोलायचं आहे आणि दैवही अनुकूल झाल्यामुळे आपल्याला मन मोकळं करून बोलण्याची संधी आज मिळाली आहे."

परंतु उत्तरा काहीच बोलली नाही. तिच्या मनात गोंधळ चालला होता.

"मी कशाविषयी बोलणार आहे हे तुम्ही ओळखलंच असेल?" असे म्हणून अनुकूल उत्तराच्या अपेक्षेने जनुभाऊ उत्तरेकडे प्रेमपूर्वक दृष्टीने पाहू लागले.

"हो, मी ते ओळखलं आहे आणि मीही अंशत: त्याविषयी बोलणार आहे."

"असं जर आहे, तर बोलण्याची तरी काय जरूर आहे?" जनुभाऊंच्या तोंडातून हसतहसत आनंदोद्गार निघाले. "आपलं हृदय एकमेकांना कळलं, आता बोलायचं काय राहिलं आहे?"

तोंडून कठोर शब्द न निघाल्यामुळे आपल्या शब्दांचा विपरीत अर्थ होत आहे असे उत्तरेच्या आता ध्यानात आले. संतापाने दृढनिश्चयपूर्वक ती काही मर्मभेदक शब्द बोलणार, इतक्यात जनुभाऊच नाटकी आविर्भावाने म्हणाले, "मी तुम्हाला आधीच सर्व हृद्गत सांगितलं असतं; पण तुमच्या मनातल्या विचाराविषयी खात्री न

वाटल्यामुळे मला भय वाटत होतं. तुमच्या गुणांविषयी, स्वभावाविषयी आणि चारित्र्याविषयी मला किती आदर वाटत आहे याची तुम्हाला कल्पनाही नाही.''

''पण हा आदर तुमच्या कृतीत मात्र कधी मला दिसला नाही. तुमची कृती अशी असते की, माझ्या चारित्र्याची आणि अब्रूची तुम्हाला मुळीच पर्वा नाही. असं...''

''कृतीत आदर तो कसा दाखवायचा बुवा?'' जनुभाऊ मधेच म्हणाले. उत्तरेचा स्वर जरी कठोर होता व तिची मुद्रा जरी रागाची होती तरी हा एक प्रेमकलहच आहे असे वाटून, उत्तरेचा खरा भावार्थ बिचाऱ्या जनुभाऊंच्या ध्यानात आला नाही.

''कसा? सभ्यतेचं नि भारदस्तपणाचं वर्तन ठेवून!'' उत्तरा पूर्वीपेक्षा अधिक क्रोधाने म्हणाली.

''जर माझ्या हातून काही अपराध घडला असेल तर त्याचा दोष तुमच्याकडेच आहे. माझ्या हातून गैरवर्तन झालं असेल तर ते तुमच्यावरील प्रेमामुळेच झालं आहे. मी तुमचा आजपासून अनन्यभक्त- दासानुदास आहे. तुम्हाला संतोष देणे हेच माझं प्रिय आणि पवित्र कर्तव्य आहे. तुमचा शब्द मला वेदवाक्याप्रमाणे असून, तुमची इच्छा मला राजाच्या आज्ञेप्रमाणे आहे. मी तुमचा दास आहे, मला पदरात...''

जनुभाऊंचा हा फाजीलपणा भलत्याच थराला जात चालला आहे, त्याला वेळीच आळा घातला पाहिजे असा विचार करून उत्तरा कठोरतर स्वराने मधेच म्हणाली, ''माझे जर तुम्ही दास आहात तर मी सांगते ते ऐका! आजपासून तुम्ही माझा नाद सोडून द्या. मला संतुष्ट करणं हेच जर खरोखर आपलं कर्तव्यकर्म आहे असं तुम्हाला वाटत असेल तर तुमचं वर्तन आहे त्यापेक्षा अधिक शिष्टतेचं आणि भारदस्तपणाचं ठेवा. माझ्या म्हणण्याचा अर्थ यापेक्षा अधिक स्पष्टपणे फोडून सांगितलाच पाहिजे असं नाही.''

हे शब्द गांभीर्याने, किंबहुना उग्रतेने व क्रोधाने उत्तरेने उच्चारले खरे, पण लगेच तिला वाटले की, आपले हे शब्द फारच कडक झाले. म्हणून ती लगेच सौम्यतेने म्हणाली, ''तुमच्या मनात पाप नाही हे मला ठाऊक आहे. पण मनात पाप नसलं तरी जनात तुमच्या वर्तनाचा भलता अर्थ होण्याचा संभव आहे. तुम्ही घरोब्याचे आहात आणि समंजस आहात म्हणून मी तरी तुमच्यापाशी एवढं मन मोकळं करून बोलले.''

''आज तुमचं मन मला अनुकूल नाही तरी मी निराश होत नाही. अनुकूल कालाची वाट पाहून मी तुमची पुन्हा प्रार्थना करीन. मी-''

''बरी आठवण झाली.'' उत्तरा म्हणाली, ''मला रागिणीकडे जायचं आहे. अगदीच विसरून गेले मी. बरं जनुभाऊ, जाते मी. उगाच बोलून वाद वाढविण्यात अर्थ काय? तुम्ही जरी घरोब्याचे आहात आणि तुमच्या मनात पाप नाही तरी

तुमच्याशी असं एकान्तात फार वेळ बोलणं चांगलं नाही. खाली चाकर-नोकर आहेत ते याचा अर्थ काय करतील?'' असे म्हणून उत्तरा खुर्चीवरून उठली व जनुभाऊंच्या उत्तराची वगैरे वाट न पाहता तडक खाली स्वयंपाकघरात जाऊन स्वयंपाकिणीला म्हणाली, ''काकू, मी रागिणीकडे जाते आहे. आई आली म्हणजे तिला तसं सांगा.''

◆

२८

जनुभाऊ चकण्यांनी आईसाहेबांचे मन चांगलेच आकर्षण करून घेतले होते. त्यांच्याशी विवाह करायला आपली मुलगी तयार नाही हे पाहून प्रथम जरी त्यांना वाईट वाटले, तरी उत्तरेचे मन आनंदरावांविषयी थोडेसे अनुकूल आहे हे कळल्यापासून जनुभाऊंचा नाद सोडून देऊन 'आनंदरावांशी लग्न जुळते का पाहावे,' असा आईसाहेबांनी मनाशी विचार केला व ही गोष्ट त्या आपल्या पतीला वारंवार सुचवू लागल्या.

नानासाहेबांना पत्नीचा हा विचार बराच पसंत पडला व त्यांनी एक दिवस आनंदरावांना एकान्ती गाठून विवाह करण्याचा बेत आहे किंवा नाही, असा जणू काय सहजच प्रश्न विचारला. ''मला मुळी लग्न करायचंच नाही,'' असे आनंदारावांचे उत्तर मिळाल्यावर त्यांनी पुन्हा विचारले, ''का? देशाची सेवा करता यावी म्हणून अविवाहित राहायचं, का दुसरं काही कारण आहे?''

''हे एक कारण आहेच. पण दुसरं असं की, विलायतेला जाऊन अधिक अभ्यास करण्याची माझी महत्त्वाकांक्षा आहे. लग्न केल्यावर विलायत कसली नि महत्त्वाकांक्षा कसली?''

''का बरं? बायको काय विलायतेला शिकायला जाऊ नका म्हणेल?''

''तसंच केवळ नाही, पण त्यात खर्चाचा प्रश्न येतो. शिवाय...''

''तुमच्या बायकोच्या खर्चाचा बोजा तुमच्यावर पडणार नाही, अशी तुमच्या सासऱ्यानं व्यवस्था केली तर ही अडचण सहजच दूर होणार आहे.''

पैशाची अडचण दूर करणारा सासरा कोण, हे आनंदरावांना कळले नाही असे नाही, पण ते म्हणाले, ''दुसऱ्याही अनेक अडचणी आहेत. मंगोपार्क, स्वेन हेडिन इत्यादी प्रवाशांसारखा प्रवास करून नवीन शोध लावायची मला मोठी महत्त्वाकांक्षा आहे. आपल्या हिंदी लोकांनी असे शोध लावल्याशिवाय आपल्या देशाची कीर्ती उज्ज्वल व्हायची नाही. आपल्या हिमालय पर्वतासंबंधाचे शोध साहेबलोकांनी लावावेत ही आपणाला मोठी शरमेची गोष्ट नाही का? लग्न झालेलं नसलं म्हणजे मला असली धाडसाची कामं हाती घेता येतील.''

नानासाहेबांनी जरा आश्चर्याने विचारले, ''परीक्षा पास झाल्यावर डॉक्टरी करायची नाही म्हणता मग?''

''तसाच काही केवळ निश्चय नाही. माझे आपले मनातले बेत सांगितले आपणाला इतकंच. पण हातून कायकाय घडतं पाहायचं आता.''

''बरं, तुमच्या या बेताच्या आड न येणारी बायको मिळाली तर लग्न करायचं की नाही?''

''असले धाडसाचे प्रवास करणारांनी लग्न करणंच मुळी चांगलं नाही. शिवाय मला लग्नच करायचं नाही. रागिणी वैधव्यदुःख भोगीत आहे तोपर्यंत मला लग्नकर्तव्य नाही.''

आनंदरावांचे हे भाषण ऐकून नानासाहेबांनी विवाहाचा प्रश्न सोडून देऊन खुबीने दुसराच विषय काढला. त्यांच्या इकडच्या तिकडच्या गोष्टी चालल्या असता शास्त्रीबुवा तेथे आले व काही वेळाने आनंदराव त्या दोघांची रजा घेऊन फिरायला गेले. इकडे नानासाहेबांनी आनंदरावांशी झालेले सर्व संभाषण शास्त्रीबुवांना सांगितले. शास्त्रीबुवांपासून ते कोणतीही गोष्ट लपवून ठेवीत नसत. ते म्हणाले, ''शास्त्रीबुवा, रागिणी वैधव्यदुःखात आहे तोपर्यंत मला लग्न करायचे नाही असं जे आनंदराव म्हणाले, त्याचा भलताच अर्थ माझ्या मनात आता येत आहे. आनंदराव विधवा विवाहाला अनुकूल आहेत हे तुम्हाला ठाऊक आहे व त्या दोघांचं एकमेकांवर फार प्रेम आहे, यावरून...''

''भलतंच काहीतरी,'' शास्त्रीबुवा म्हणाले. ''त्यांचं प्रेम बहीणभावंडांसारखं आहे. तुमच्या मनात हा भलताच, चमत्कारिक विचार आला तरी कसा?''

''कसा नि काय! आनंदरावांच्या मनात रागिणीला दुःखातून सोडवायचं असलं, तर त्यांनी स्वतःच...''

''तुमची काहीतरी कल्पना आहे ही. असं व्हायला लागलं म्हणजे जगात कुणाला राहायलाच नको. रागिणीनं आनंदरावांशी विवाह केला म्हणजे मग...''

''मग काय? त्यात वाईट काय झालं? आनंदराव काही तिचा सख्खा भाऊ नाही. उत्तरेचं लग्न व्हायचं नसतं, तर मीसुद्धा म्हटलं असतं की, आनंदराव आणि रागिणी यांचं खुशाल लग्न व्हावं. पुनर्विवाह करायला लोकांना ते सांगत असतात, तेव्हा त्यांना म्हणावं, तुम्ही स्वतः पुनर्विवाह करून लोकांना उदाहरण घालून द्या.''

''छे! तुम्ही ही काहीतरी भलतीच कल्पना काढली आहे.''

''असेल. पण तुम्हीच सांगा शास्त्रीबुवा, रागिणीनं पुनर्विवाह केलाच तर त्यात वाईट काय आहे? या विषयाचा तात्त्विक वाद करून आपण दमलो आहोत. पण मी तुम्हाला रागिणीविषयी विचारतो की, तिनं आपला जन्म बारा महिने तेरा काळ दुःखात घालवावा असं तुम्हाला वाटतं, का तिनं...''

“बराच कठीण आहे हा प्रश्न.” शास्त्रीबुवा काहीसे उद्वेगाने म्हणाले.

“कठीण आहे म्हणूनच तुम्हाला विचारतो. तात्त्विक वादात तुम्ही निसटून जाता. पण आता तुम्ही एक सांगा की, रागिणीनं पुनर्विवाह करणं योग्य आहे की नाही?”

“ही गोष्ट पुष्कळ गोष्टींवर अवलंबून आहे. कोणाशी लग्न करायचं, त्यांच्यामध्ये प्रेम कोणत्या प्रकारचं आहे...”

“अंहं. ती लटपट काही चालायची नाही शास्त्रीबुवा. रागिणी तुम्हाला ठाऊक आहेच. तिच्याशी पुनर्विवाह करायला एक सज्जन, सात्त्विक तरुण तयार आहे, त्यांच्यामध्ये लहानपणापासून प्रेम आहे, तर रागिणीनं पुनर्विवाह करणं इष्ट आहे की नाही? ती जन्मभर दु:खात राहावीशी वाटते तुम्हाला? की तिनं त्याच्याशी विवाह करून पुन्हा संसारातील सात्त्विक सुखं-”

शास्त्रीबुवा मधेच हसून म्हणाले, “तुम्ही तर पकडलंच अगदी मला.”

“तोंडानं पकडलं म्हणता, पण सरळ असं एकही उत्तर देत नाही तुम्ही.”

“एक उत्तर कसं देणार नानासाहेब? व्यवहार दृष्टीनं पाहिलं म्हणजे तिनं लग्न करावं; पण जर उच्च धार्मिक दृष्टीनं पाहिलं तर तिनं लग्न न केलेलंच चांगलं.”

“तुमच्या या ‘दृष्टींना’ अगदी कंटाळलो आहे बुवा मी! तुम्हा दुतोंडी लोकांना कदाचित दोन दृष्टी असतील, पण मला जरी दोन डोळे आहेत तरी दृष्टी एकच आहे. रागिणीनं पुनर्विवाह करावा की नाही, याचं एक सरळ उत्तर द्या. अमक्या दृष्टीनं चांगलं आणि तमक्या दृष्टीनं वाईट ही उडवाउडवी मला नाही आवडत. उत्तरेचं नि आनंदरावांचं लग्न व्हावं अशी माझी इच्छा आहे, पण उत्तरेच्या प्रेमानं अंध होऊन रागिणीचं नुकसान मी कदाचित करीन. माझ्या उत्तरेला जसा चांगला नवरा पाहिजे तसा भाऊसाहेबांच्या रागिणीला नको का?”

“भाऊसाहेबांना मी संशयखोर समजत होतो, पण तुम्हीही त्यांच्यासारख्याच कल्पना चालवायला लागलात आज. रागिणी कधी असं करील का? ती पुनर्विवाह कदाचित करील- पण आनंदरावांशी? छे!”

“माझी तुमच्याएवढी खात्री नाही. तारुण्यात मनुष्याचं प्रेम कोणावर कसं बसेल...”

“छे! छे! बोलू नका असल्या गोष्टी रागिणीविषयी.”

“बरं, राहिलं आमचं. पण एवढं मी करणार की, रागिणीचं नि आनंदरावांचं जर प्रेम असलं तर उत्तरेकरिता खटपट करण्याचं मी बंद ठेवणार. उत्तरेपेक्षा रागिणीचं लग्न होणं अधिक इष्ट आहे. उत्तरेशी कोणीही लग्न करील. पण रागिणीशी लग्न करणारा योग्य मनुष्य मिळणं कठीण.”

◆

२१

प्रिय पती नाही, श्वशुरही नाही अशा स्थितीत रागिणीला सासरचा मोठा वाडा फार भयानक वाटू लागला व एकंदर जीवितही अत्यंत उदास, अर्थहीन व आशाशून्य भासू लागले. काही दिवसपर्यंत रागिणीला कोणत्याही गोष्टीमध्ये आनंद वाटेना. प्रिय मैत्रिणीची संगती, उत्कृष्ट काव्यातील उतारे, भगवद्‌गीतेचे पठण किंवा पाखरांचे मधुर गाणे हीसुद्धा तिला आनंद देत नसत, इतके रागिणीला नैराश्य व औदासीन्य आले होते. आत्महत्येचा विचार तिच्या मनात पुष्कळदा आला व आत्महत्या करून स्वर्गात तरी पतीसंगती आपणाला चिरकाल लाभेल या आशेने नदीत उडी टाकून रागिणी जगातून कायमची निघून जाणार होती. आज उडी टाकीन, उद्या टाकीन असा रागिणीने निश्चय करावा; परंतु हा भयंकर निश्चय तडीला नेणे तिला कठीण पडे.

वत्सल पित्याचे प्रेमपाश रागिणीला जगात ओढीत होते; पण हे पाशही तोडून पित्याला, जगाला व स्वत:ला भारभूत झालेले शरीर नदीत टाकून मोकळे व्हावे असा तिने एक दिवस मात्र खरोखरच निश्चय केला. उद्या पहाटेला स्नान करून शुचिर्भूत होऊन व तुळशीच्या पाया पडून गावातील नदीत उडी घ्यायची, असे तिने मनाशी ठरविले. भाऊसाहेबांना व उत्तरेला तिने दोन पत्रे लिहून ठेवली. त्यात अर्थातच आपल्या हेतूचे दिग्दर्शन तिने केलेले असून, 'या हतभागिनीला विसरून जा,' अशी त्यांना विनंतीही केलेली होती. इतक्यात एकाएकी तिला एका जटाधारी मनुष्याची अंधुक आकृती दिसू लागली. त्या आकृतीचे मुख जरी थोडेसे अस्पष्ट होते तरी ते अत्यंत प्रेमपूर्ण व मोहक भासले. त्या मुखावर पावित्र्याचे विलक्षण तेज होते. ती आकृती भय्यासाहेबांची होती काय? नाही. ते एवढे उंच नव्हते व त्यांचा चेहराही निराळ्या वळणाचा होता. मग कोणाची ही आकृती? येथे ती का, कशाला आली आहे? भूतपिशाच्चाचा तर काही संबंध नाही ना? हा विचार मनात येताच रागिणी घाबरून गेली व तिचे अंग घामाने डबडबून निघाले. तिने डोळे चोळले व ती अंथरुणावर उठून बसण्याचा प्रयत्न करू लागली. पण त्या आकृतीने हात पुढे करून "उठू नकोस," असे सौम्य वाणीने तिला सांगितले व उठण्याचा तिने कितीही प्रयत्न केला तरी तिला उठता येईना. "तुम्ही कोण?" असे रागिणी त्या आकृतीला विचारू लागली, पण ते शब्द काही केल्या तिच्या तोंडाबाहेर पडतच ना! मोठ्याने बोलण्याचा तिने पुन्हा प्रयत्न केला, पण या वेळीही काही उपयोग झाला नाही. पण इतक्यात "रागिणी, आत्महत्या करू नकोस, आत्महत्येने कर्मफल चुकेल काय?" असे शब्द त्या आकृतीच्या तोंडातून निघाले. हे शब्द इतक्या सौम्य व प्रेमळ स्वरात उच्चारलेले होते की, रागिणीची भीती तत्क्षणी नाहीशी होऊन त्या आकृतीशी

बोलण्याच्या उद्देशाने ती उठून बसायचा पुन्हा प्रयत्न करू लागली. रागिणीला या प्रयत्नात आता यश आले व तिने ''आपण कोण?'' असे प्रश्नात्मक शब्द उच्चारलेही. पण ती आकृती या वेळी एकदम गुप्त झाली होती! ती आकृती नाहीशी झाली खरी, पण त्या आकृतीच्या मुखातून निघालेले सौम्य, गंभीर शब्द रागिणीच्या कानांत बराच वेळ घुमत राहिले.

त्या रात्रीपासून रागिणीची वृत्ती हळूहळू बदलत गेली. तिची ही जी विचारक्रान्ती घडून आली, तिच्यासंबंधाच्या कारणामध्ये भाऊसाहेबांबद्दलच्या तिच्या प्रेमालाच प्रमुख स्थान दिले पाहिजे.

ते झाले असे : रागिणीच्या खिन्नतेमुळे तिची प्रकृती बिघडत चालली आहे ही गोष्ट आनंदरावांच्या ध्यानात आली. एक दिवस जेवताना त्यांनी जगाच्या सात्त्विक व रम्य बाजूचे चित्र रेखाटून व जगातील औदार्याची, वीरत्वाची वगैरे उदाहरणे देऊन जग एकंदरीत सात्त्विक, आनंदमय व मनोहर आहे आणि माणसाने उच्च हेतू मनात धरल्यास व विशाल दृष्टीने जगाकडे पाहिल्यास नैराश्यवाद अयथार्थ आहे असे बोलताबोलता सुचविले.

आनंदरावांचा उद्देश रागिणीच्या लक्षात आलाच. भाऊसाहेबांचे जेवण लवकर आटपून ते बाहेर आचवायला गेले असता रागिणी आनंदरावांना म्हणाली, ''दादा, तू म्हणतोस हे सगळं खरं, पण मनाला जर आनंद होत नाही तर आनंद तरी कसा मानायचा?''

''कसा म्हणजे? उगीच दुःख करीत राहिलं नाही म्हणजे आनंद होतोच.''

''बरं आनंद झाला तरी पुढं काय? ईश्वरानं हे आयुष्य सुखोपभोगाकरिता आणि आनंदाकरिता का दिलं आहे?''

''आनंदाकरिता नाही तर मग का दुःखच भोगण्याकरिता?''

''दुःखाकरिता नाही, परोपकाराकरिता.''

''मग परोपकार करण्याच्या मार्गाला लाग. उगीच खोलीत बसून रात्रंदिवस झुरत बसतेस हे चांगलं का?''

''पण दादा, विधवांनी परोपकार कसा करायचा? माझ्यासारख्या हतभागी विधवांना-''

''मनात असलं म्हणजे पाहिजे ते करता येईल. ते शक्य नाही हे कबूल केलं तरी सदोदित उदास राहून तू काय मिळविणार? कोणता परोपकार साधणार? यात स्वार्थ ना परमार्थ. उलट यानं तू आपली स्वतःची प्रकृती मात्र बिघडवून घेत आहेस. इतकंच नव्हे, तर स्वतः आपण उदास राहून लोकांना उदास करण्याचं तू पातक जोडते आहेस. तुझ्या काळजीनं भाऊंची कशी स्थिती झाली आहे याची तुला कल्पना तरी आहे का?''

यावर रागिणीने काहीच उत्तर दिले नाही. पण हे शब्द यावेळी विलक्षण रीतीने तिच्या हृदयाला लागले. आपण आपल्या प्रिय पित्याच्या दुःखाला कारणीभूत होत आहो हा विचार पूर्वी रागिणीच्या मनात कधी आला नव्हता असे नाही, पण यावेळचे आनंदरावांचे आवेशाचे शब्द तिच्या मनाला फारच झोंबले हे मात्र खरे.

काही वेळाने रागिणी आपल्या खोलीत जाऊन बसली. 'तुझ्या काळजीने भाऊसाहेबांची स्थिती कशी झाली आहे याची तुला कल्पना तरी आहे का?' हे आनंदरावांचे शब्द अनेकवेळा मनात उच्चारीत व त्यांचा विचार करीत ती पडली असता तिच्या मनात एकाएकी एकप्रकारचा प्रकाश पडला. परोपकार तर राहिलाच, पण उदास राहून आपण परापकार मात्र करीत आहो, अशी रागिणीची आता खात्री झाली. आपल्या भाऊंना आपण दुःख देत आहो हा विचार तिला फारच दुःखद झाला. या विचारामुळे तिला दुःखाचे हुंदके आले व आपल्याशीच हुंदके देत ती चांगली घटकाभर रडली. 'जिला आपल्या प्रेमळ पित्याला सुख देता येत नाही, ती लोकांना काय सुख देणार? भाऊंना मी सुख द्यायचे नाही तर कुणी? आई मेल्यापासून त्यांनी-'

या विचाराने रागिणीला आईची आठवण होऊन तिच्या दुःखोर्मी पुन्हा जोराने उसळल्या. आकाशात मेघपटले येऊन व सोसाट्याचा वारा सुटू लागून काही काळ सर्व दिशा जरी उदास भासू लागल्या तरी पाऊस पडल्यानंतर एखाद्या वेळेला पुन्हा सूर्यप्रकाश पडतो व या वेळेच्या सूर्याची प्रभा अधिक शांत, पवित्र व आनंददायक होते. रागिणीच्या नेत्रांतून दुःखाश्रूंची संततधार गळल्यावर तिच्या अंतःकरणावर पवित्र विचारांची शांत किरणे पडून तिला आता अप्रतिम समाधान वाटू लागले. भाऊंना सुख देणे आपले अत्यंत पवित्र कर्तव्य आहे असा विचार करून केवळ त्यांच्याकरिताच मन आनंदी ठेवायचे असा तिने मनाशी निश्चय केला. आश्चर्य हे की, त्या क्षणापासून तिची वृत्ती खरोखरच बदलली. अर्थात आपणाला जगून काय करायचे आहे, हा उदास प्रश्नच नष्ट झाला. भाऊसाहेबांचे मन आनंदित करणे हाच रागिणीचा त्या दिवसापासून जीवितहेतू होऊन राहिला.

◆

३०

या गोष्टीला दीड वर्ष झाले. या अवधीत कालमाहात्म्यामुळे म्हणा किंवा मानवसामान्याच्या आनंदप्रियतेमुळे म्हणा अथवा यौवन, ऐहिक सुस्थिती, सन्मैत्री, सत्संगती या गोष्टींमुळे म्हणा अथवा रागिणीचा स्वभाव आनंदी, विलासप्रिय व विनोदलोलुप होता म्हणून पाहिजे तर म्हणा- तिच्या वृत्तीत व वर्तनात बराच आश्चर्य करण्यासारखा उत्साह व उल्हास दिसू लागला. तिचे मधुर गाणे पुन्हा घरी ऐकू येऊ

लागले, तिचे प्रेमळ गोड बोल मंडळींना पुन्हा आनंदपूर्ण करू लागले, तिचा विनोद पुन्हा त्यांना हसवू लागला, तिचे सूचक प्रश्न वादविवादाला उत्तेजन देऊ लागले, उत्तरेच्या व तिच्या पुन्हा एकान्तात प्रेममधुर गोष्टी होऊ लागल्या.

मात्र या दीड वर्षांत इतर कुठलाच बदल घडून आला नाही.

एक दिवस शिळोप्याच्या गप्पा चालल्या असताना आईसाहेबांनी काही दुःखोद्गार काढले. तेव्हा जनुभाऊंनी त्यांना "तुम्ही माहेरी काही दिवस गेलात तर तुम्हाला थोडं बरं नाही का वाटणार?" असे सुचविले. "तुमची आई आता अगदीच वृद्ध झाली असेल, नाही?" जनुभाऊंनी सहज विचारले.

"हो, नव्वदावं वर्ष आहे तिला आणि आमच्या बाबांना तर शंभराला तीन-चारच वर्षं कमी असतील."

"पूर्वीची माणसं ही, म्हणून एवढी जगतात. नाहीतर आम्ही अलीकडचे लोक पाहा!" जनुभाऊ म्हणाले.

"आईला नि बाबांना भेटावंसं वाटतं, पण इथला घरचाही मोह सुटत नाही. आईकडे जाऊन तिच्याशी मला पुष्कळ बोलायचं आहे. उत्तरेच्या लग्नाची तिला कोण काळजी, तिच्या डोळ्यांदेखत हे एकदा लग्न झालं असतं म्हणजे बरं झालं असतं. पण माझं तेवढं नशीब आहे कुठं?"

हे शब्द उच्चारताना आईसाहेबांच्या डोळ्यांतून दोन-चार अश्रुबिंदूही पडले व त्यांनी निराशेचा एक मोठा उसासा टाकला. हे पाहून जनुभाऊंनी अतिशय वाईट वाटल्यासारखे दाखवून सहानुभूतीच्या स्वराने म्हटले, "तुम्ही या मे महिन्यात माहेरी का जात नाही? चार-पाच वर्षांत तरी तुम्ही माहेरी गेला नसाल."

"चार-पाच हो का? चांगली सहा-सात वर्षं झाली मला. आमच्या बाबांना इकडचा सुधारकी मार्ग पसंत नव्हता आणि उत्तरेला मोठी वाढविली म्हणून तर त्यांचं फारच रागाचं पत्र आलं होतं. काही दिवस तर पत्रव्यवहारही साफ बंद झाला होता दोघांमधला. मी बाबांना मागून पत्रं लिहिली आणि इकडची समजूत केली तेव्हा आता पुन्हा मनं शुद्ध झाली आहेत."

"मग मे महिन्याच्या सुट्टीत काशीला जा झालं. पोहोचवायला कोणी नसलं तर मी येईन. या निमित्तानं तरी काशी पाहायला सापडेल मला."

जनुभाऊंनी सुचविलेला विचार आईसाहेबांना पसंत पडला व आपल्या पतीजवळ रात्री जेवताना हा प्रश्न काढायचा असे त्यांनी मनात ठरविले. जनुभाऊंनी ही गोष्ट सुचविली ती मोठ्या धार्मिक बुद्धीने किंवा परोपकार बुद्धीने सुचविली असे अर्थातच नाही. प्रवासामध्ये उत्तरेशी एकांत प्रसंग येण्याचा संभव आहे, तिला खूश करण्याचेही प्रसंग बरेच येतील, तिचा प्रेमविकार कदाचित प्रवासात प्रबल होऊन ती आपणाला लवकर अनुकूल होईल इत्यादी विचारांनी प्रेरित होऊन त्यांनी ही गोष्ट आईसाहेबांना

सुचविली होती व कर्मधर्मसंयोगाने त्यांची ही प्रवासाची इच्छा सफल झाली.

त्याच दिवशी संध्याकाळी नानासाहेबांना त्यांच्या श्वशुरांकडून एक पत्र आले. त्यातील महत्त्वाचा भाग पुढे दिल्याप्रमाणे होता : 'आम्ही उभयता अतिवृद्ध मृत्युदारीच उभी असल्याप्रमाणे आहो. पुत्रपौत्रांचा निरोप घेऊन संन्यासाश्रम घेण्याचा विचार आहे. पत्रद्वारे आपले कुशल वारंवार विदित होऊन आनंदित झालोच आहो, तथापि आपणाला भेटून बरीच वर्षे झाली आहेत. तरी आपण उभयता चि. उत्तरेसह येथे यावे व आपले मुख डोळ्यांनी पाहावे अशी इच्छा आहे, ती पूर्ण करावी. आपणाला सवड नसल्यास चि. सौ. यमुना (आईसाहेबांचे माहेरचे नाव) व उत्तरा यांना कोणातरी विश्वासू माणसाबरोबर पाठवून द्यावे. उत्तरेसाठी येथे एक स्थळ पाहिले आहे. आपण यावे म्हणजे त्याविषयी समक्षच बोलू.'

हे पत्र आल्याचे आईसाहेबांना कळल्यावर त्यांना माहेरी जाण्याची फारच उत्कंठा लागली. काशीला जाऊन आपल्या आईशी व वृद्ध बापाशी सुखदुःखाच्या चार गोष्टी केव्हा बोलेन असे त्यांना होऊन गेले. नानासाहेबही विजयगावाला कंटाळले होते. मे महिन्याच्या सुट्टीत काही दिवस काशीला राहून नंतर हिमालयाच्या पायथ्याची वगैरे रम्य स्थळे पाहतपाहत त्या बाजूला मौजेचा प्रवास करावा, असा त्यांनी आपल्या मनाशी विचार केला. शास्त्रीबुवांनाही काशीतील त्यांच्या मित्राने तेथे बोलावले होते. काशीला जाण्याचा आणि नंतर हिमालयातील थंड हवा वगैरे उपभोगण्याचा विचार त्यांनाही पसंत पडला. भाऊसाहेबांनी व रागिणीनेही काशीला चलावे असे शास्त्रीबुवांनी सुचविले. ''मला एवढी रजा मिळायची नाही- मला थंड हवा सोसणार नाही- रागिणीलाही तिकडची हवा सोसणार नाही.'' इत्यादी सबबी सांगून भाऊसाहेब त्यांच्याबरोबर जाण्याचे टाळू लागले; परंतु अखेर दोघा मित्रांच्या आग्रहापुढे त्यांचे काही न चालून तेही या गोष्टीला कबूल झाले.

◆

३१

''काल तुम्ही कॉलेजात दिसला नाही, उत्तराबाई?'' आनंदरावांनी उत्तरेला विचारले.

''काल मी जरा आजारी होते. हो, बरी आठवण झाली. आज मला एक पत्र आलं आहे घरून. नाना नि आई काशीला जाणार आहेत आणि त्यांनी मलाही बोलावलं आहे.''

''भाऊसाहेब व रागिणीही जाणार आहेत त्यांच्याबरोबर. त्यांचं मला काल पत्र आलं आहे. काशीला काही दिवस राहून मग हरिद्वार वगैरे पाहायला मंडळी जाणार आहेत. मीही जाईन म्हणतो.''

"आणि मग तुमच्या परीक्षेचं व फर्स्ट क्लासचं कसं होणार? शेवटल्या परीक्षेत फर्स्ट क्लास नाही मिळाला म्हणजे तुमची सगळी career फुकट नाही का जाणार?''

"गेली तर गेली! परीक्षा पास झाल्यावर मला नोकरी करायची नाही आणि प्रॅक्टिसही करायची नाही.''

"म्हणजे मग करायचं काय?''

"काय करायचं ते पाहता येईल पुढे. देशाची अशी हलाखीची स्थिती झाली असता परीक्षा, नि career, नि नोकरी घेऊन बसण्यात काय अर्थ आहे? विद्या केवळ पैसे मिळविण्याकरिताच काय शिकायची? मला नोकरी धरायची नाही. देशाची काहीतरी सेवा करण्यात-''

"पण नोकरी केली म्हणजे देशसेवा करता येत नाही असं नाही काही.''

"ते खरं, पण मला इतर लोकांप्रमाणे पैसे मिळविण्यात जन्म घालवायचा नाही. आफ्रिकेत जाऊन 'मंगोपार्क'सारखे किंवा आपल्या हिमालयावर चढून 'स्वेन हेडिन'सारखे शोध लावावे असं माझ्या मनानं घेतलं आहे. आपल्या हिमालयासंबंधी सर्व शोध युरोपियन लोकांनी लावावे याची आपल्याला काहीच लाज नसावी का? हिमालयावर काही रानटी जाती आहेत. त्यांच्यामध्ये राहून त्यांचा धर्म, त्यांची भाषा, त्यांच्या चालीरीती याविषयी माहिती मिळविण्याचा माझा आज किती दिवसांचा बेत आहे. असं काहीतरी धाडस केल्याशिवाय देशाची उन्नती होणार कशी? आणि देशाचं नाव तरी इतर सुधारलेल्या राष्ट्रांत कसं होणार? हिंदी लोकांना आज तो मान नाही याचं खरं कारण हे आहे की, ते कोणत्याही शास्त्रात नवे शोध लावीत नाहीत. मी-''

"भय्यासाहेबांच्या थिऑसॉफीच्या वेडासारखं तुमचंही हे वेड भलत्या थराला जाईल हो!'' उत्तरा प्रेमपूर्व स्वराने म्हणाली. "बाकी मी तुम्हाला या गोष्टी सांगायला पाहिजेत असं काही नाही. पण आपलं राहवत नाही म्हणून बोलले, झालं.''

आनंदराव किंचित हसून म्हणाले, "मला तुम्ही इथं राहायला सांगता, मग तुम्ही तरी का जाता? तुम्हालासुद्धा परीक्षा आहेच ना?''

"मी पुष्कळ दिवसांत आजोळी गेले नाही आणि बायकांच्या परीक्षांचं मोठंसं महत्त्वही नाही तेवढं. तुमच्या परीक्षेचं काही तसं नाही.''

"ते खरं, पण मला परीक्षेचं आता काही वाटेनासं झालं आहे. परीक्षेचं काय मोठंसं? पुढच्या वर्षी होईल परीक्षा, पण ही संधी पुन्हा येणार आहे का? तुम्हा सर्वांनी तिकडे मजेदार प्रदेश पाहत फिरावं आणि मी एकट्यानं येथे खोलीत भुतासारखं बसून अभ्यास करीत राहावं हे तुम्हाला तरी बरं वाटतं का?''

आनंदरावांच्या या प्रश्नाने उत्तरेला फार फार बरे वाटले.

◆

३२

भाऊसाहेबांनी व शास्त्रीबुवांनी अर्ज करून मे महिन्याच्या सुटीला लागूनच दोन महिन्यांची रज़ा घेतली. चार महिन्यांत सबंध पृथ्वीची प्रदक्षिणा करणाऱ्या अमेरिकन लोकांसारखा प्रवास करणे भाऊसाहेबांना व नानासाहेबांना आवडत नव्हते. 'प्रेक्षणीय स्थळी घाईघाईने जाऊन पुन्हा लगेच घाईघाईने परत येण्यात काय मौज आहे?' असे ते म्हणत असत. पाखरासारखे भुर्रकन उडून भुर्रकन परत आल्याने मनुष्याच्या ज्ञानात काय भर पडणार व त्यात खरा आनंद तरी काय आहे?

एप्रिलच्या वीस तारखेला निघून काशीला जाऊन आठ दिवस तेथे राहायचे व नंतर हरिद्वार, गंगोत्री वगैरे ठिकाणी जायचे असा मंडळींचा साधारण कार्यक्रम ठरला होता. हिमालयावर चढून हिमालयाची शोभा पाहावी असे आनंदरावांनी सुचविले व त्याला शास्त्रीबुवांनी दुजोरा दिला. तेथे गेल्यावर कोणी अधिकारी स्वामी भेटतील अशी त्यांना थोडीशी आशा होती व असे कोणी स्वामी जरी भेटले नाहीत तरी नगाधिराज पवित्र हिमालय पर्वत पाहण्याचे श्रेय मिळेलच असे त्यांचे म्हणणे होते.

आनंदराव व उत्तरा कॉलेजमधून पंधरा तारखेला विजयगावाला आली व वरच्याप्रमाणे साधारण कार्यक्रम ठरून मंडळी वीस तारखेला स्टेशनवर गेली. या प्रवासात तिकिटांची वगैरे सर्व तयारी करण्याचे काम जनुभाऊंकडे देण्यात आले होते. तिकीट ऑफिसात जाऊन त्यांनी तिकिटे काढली व सामान पोर्टरांच्या डोक्यावर चढवून ते स्टेशनात शिरू लागले; परंतु तिकीट मास्तरने पोर्टरांना अडविले व सामान काट्यावर नेण्याला सांगितले. जनुभाऊंचे व त्या पारशी तिकीट कलेक्टर पोऱ्याचे काही वेळ मोडक्या इंग्रजीत भाषण झाले. 'भाषण' झाले म्हणण्यापेक्षा भांडणच जुंपले असे म्हटले पाहिजे. प्रकरण मारामारीवर जाते की काय, अशी पोर्टरांना भीती पडली; परंतु जनुभाऊंना अखेर काय वाटले कोणाला ठाऊक, त्यांचा आवाज क्रमाक्रमाने उतरू लागला व त्यांचे बोलणेही अधिकाधिक सौम्य व सामदामाचे होऊ लागले. अखेर त्या दोघांचे कानातल्या कानात काहीसे खलबत होऊन तिकीट मास्तरने सामान एकदाचे स्टेशनात सोडले. पोर्टर गेल्यावर जनुभाऊंचे व पारशी तिकीट कलेक्टरचे हस्तांदोलन झाले व त्यावेळी जनुभाऊंच्या हातातून एक रुपया त्या पारशी पोऱ्याच्या हातात निसटला की काय हे त्या दोघांनाच ठाऊक!

स्टेशनमध्ये जाऊन जनुभाऊंनी व टिल्लूने हमालांच्या मदतीने सर्व सामान एका कंपार्टमेंटमध्ये बाकाखाली व्यवस्थित रीतीने ठेवून दिले. इतक्यात मंडळीही आत आली.

ती सर्व एकाच कपार्टमेंटमध्ये होती. बायकापुरुषांनी एकत्र जवळजवळ बसण्याची त्यांना थोडीशी अडचण भासली. पण मंडळी घरोब्याची असल्यामुळे त्यांना या

गर्दीचे विशेष काही वाटले नाही. एका स्टेशनावर बोलण्याच्या ओघात शास्त्रीबुवांनी आपल्या मनु, याज्ञवल्क्य इत्यादी शास्त्रकारांची स्तुती केलेली पाहून उत्तरेला चेव चढून तिने वाद आरंभिला.

उत्तरा म्हणाली, ''न स्त्री स्वातंत्र्यमर्हति' किंवा 'न शूद्राय मतिं दद्यात्' असे लिहिणाऱ्या क्षुद्र बुद्धीच्या शास्त्रकाराला का मान द्यावा?''

''पण शास्त्रकाराने 'यत्र नार्यस्तु पूज्यन्ते रमन्ते तत्र देवता:' असंही म्हटलं आहे ना?'' शास्त्रीबुवांनी उत्तरादाखल प्रश्न विचारला.

''पण स्त्रियांची मनूने किती नालस्ती केली आहे हे तुम्ही का सांगत नाही?'' उत्तरा म्हणाली. ''स्त्रिया स्वभावत:च चंचल असतात. अनृत, साहस, माया इत्यादी दोष स्त्रियांमध्ये स्वाभाविकपणे असतात; व्यभिचाराकडे बायकांची प्रवृत्तीच असते असे तो वारंवार म्हणतो, हे तुम्ही का सांगत नाही? स्त्रियांविषयी त्याची इतकी अनुदार बुद्धी आणि त्याची तुम्ही स्तुती करता?''

''पण 'स्त्रिय: श्रियश्च गेहेषु न विशेषोस्ति' असेही तो म्हणतो.'' शास्त्रीबुवा जोराने म्हणाले. ''यत्र नार्यस्तु पूज्यन्ते रमन्ते तत्र देवता:' यापेक्षा बायकांची आणखी कशी स्तुती करायची?''

''मनूनं असं का म्हटलं आहे ते मला ठाऊक आहे. बायकांना जर वस्त्रालंकारांनी भूषित केलं नाही तर त्या असंतुष्ट राहतील व त्या त्यांच्या नवऱ्यांनाही आवडायच्या नाहीत आणि अशी स्थिती झाली म्हणजे कुटुंबात कलह माजतील आणि अशा स्थितीत अपत्ये चांगली निपजायची नाहीत व मुलांचे पालनपोषणही बायका चांगलं करणार नाहीत. म्हणूनच व्यवहारज्ञ धोरणी मनूनं सांगून ठेवलं आहे की, उत्सवप्रसंगी वगैरे बायकांना दागदागिने घालून सजवावं, त्यांना घरातील बारीकसारीक कामं सांगून वरवर तरी मान द्यावा व हरतऱ्हेनं त्यांना खूश ठेवावं. बायकांना फसविण्याची ही त्याची युक्ती आहे. बायकांशिवाय पुरुषांना सुख व्हायचं नाही म्हणून मनू सांगतो की, बायकांना पुरुषांनी दागदागिने देऊन खूश ठेवावं. याच्यात त्याचा काही उदार किंवा उदात्त हेतू नाही. बायकांचं मन कोवळं असतं, त्या प्रेमळ असतात. त्यांना पुरुषांप्रमाणं हक्क असले पाहिजेत इत्यादी कल्पना मनूच्या स्वप्नातसुद्धा नाही आल्या. 'पिता रक्षति कौमारे भर्ता रक्षति यौवने । रक्षन्ति स्थिवरे पुत्रा: न स्त्री स्वातंत्र्यमर्हति' अशा प्रकारचं त्याचं मुळी मत!''

उत्तरेचे हे व्याख्यानासारखे लांबलचक व उत्साहाचे भाषण ऐकून नानासाहेबांना तिचे जरासे कौतुक वाटले. आईसाहेबांनासुद्धा आपल्या मुलीविषयी कौतुक वाटले. पण आमच्या पूज्य शास्त्रकारांविषयी एकेरी शब्द वापरून तिने त्यांना शिव्या दिलेल्या पाहून त्यांना वाईटही वाटले व मुलीला शिक्षण दिल्याने तिची बुद्धी भलतीकडे वाहवत चालली आहे असे ध्यानात येऊन त्या जराशा खिन्न झाल्या.

टिल्लूने जेव्हा 'पिता रक्षति कौमारे' हा श्लोक उत्तरेच्या तोंडून ऐकला तेव्हा त्याला त्या श्लोकाचा अर्थ जरी कळला नाही, तरी उत्तरेच्या विद्वत्तेविषयी त्याची चांगलीच खात्री झाली व बायको असून 'भटजीवानी' श्लोक म्हणणाऱ्या उत्तरेची त्याला आता भीतीच वाटू लागली.

आनंदराव मनूच्या समर्थनार्थ म्हणाले, "त्यावेळी समाज अज्ञानी होता व स्त्रियांची त्यावेळी नीतिमत्ताही चांगली नसेल म्हणून मनूनं असे उद्गार काढले असतील."

रागिणीने या वादासंबंधी दुसरी एक तोड सुचविली. ती म्हणाली, "मनुस्मृतीमध्ये स्त्रियांविषयी चांगली विधाने आहेत ती चांगल्या स्त्रियांविषयी आणि वाईट विधाने आहेत ती वाईट स्त्रियांविषयी असं म्हटलं म्हणजे वादच मिटला."

"हेच खरं आहे!" शास्त्रीबुवा आनंदाने व उत्साहाने ओरडले. "त्यावेळी स्त्रिया अशिक्षित होत्या व पुरुषांमध्येही अज्ञान भरलेलं होतं. समाजात नीतिमत्ता चांगली नाही असं पाहून मनूनं स्त्रियांच्या संबंधानं ही बंधनं घालून दिली. त्या काळी स्त्रियांना जर स्वातंत्र्य दिलं असतं तर पापाचं साम्राज्य चहूकडे माजलं असतं."

"बरोबर आहे." भाऊसाहेब म्हणाले. "मुख्य प्रश्न असा आहे की, त्यावेळच्या मानानं मनूनं स्वीकारलेलं धोरण उदार बुद्धीचं होतं किंवा नाही? त्यावेळी समाजाची जर खरोखरीच वाईट स्थिती असेल, तर अशी बंधनं योग्य होती असंच म्हणावं लागेल."

"या प्रश्नांकडे ऐतिहासिक दृष्टीनंच पाहिलं पाहिजे." नानासाहेब म्हणाले. "मनुस्मृतीच्या काळी अथवा त्याच्या जरा आधी समाजबंधनं शिथिल झाली होती व व्यभिचारादी पापं फार बोकाळली होती असं माझं मत आहे. तेव्हा मनूला अशी कडक बंधनं घालून समाजशासन करावं लागलं."

"ज्या स्त्रिया मनूला दिसल्या त्यावरून त्यानं स्त्रीविषयक विधानं व बंधनं केली, याच्यात त्याचा दोष काय?" शास्त्रीबुवा म्हणाले, "मनु हा या कालाच्या मानानं उदारमतवादी नसेल, पण त्याची बुद्धी आपल्या कालाच्या मानानं पुष्कळच विशाल व उदार होती. पण ते राहू द्या. बायकांना पुरुषांप्रमाणे हक्क असावे हेच मुळी आम्हाला पसंत पडत नाही."

"खरंच- पुरुषांना कसं हे पसंत असणार?" उत्तरेने चटकन उत्तर दिले.

"समान हक्क मागायला बायका तयार आहेत, पण लढाईच्या वेळी आमच्याबरोबर समरांगणावर त्या यायला तयार आहेत का? लढाईत मरायला जायला आम्ही आणि नशिबानं जगून आलो, तर बायको म्हणणार- मला समान हक्क द्या."

"कितीशा अशा लढाया मारल्या आहेत शास्त्रीबुवा तुम्ही?" रागिणीने हसतहसत विचारले. तिच्या या प्रश्नाने सगळी मंडळी हसू लागली.

हशा थांबल्यावर उत्तरा म्हणाली, ''रानटी स्थितीत तुमचं म्हणणं बरोबर होतं, पण हल्ली मनगटाच्या जोरावर काहीच चालत नाही. इंग्लंडच्या गादीवर व्हिक्टोरिया राणी होती, पण ती अबला होती म्हणून तिचा हुकूम मानला नाही असं झालं आहे का?''

''पण समान हक्कांबद्दल भांडून तरी करायचं आहे काय?'' रागिणी तडजोड करण्याच्या इच्छेने म्हणाली, ''हल्ली बायकांना काय कोणी क्रूरतेनं वागवतो आहे? बायकोला समान अधिकार जरी नाहीत तरी सर्व पुरुषांना 'बाईलबुद्धे' अशी पदवी घरातल्या मंडळींकडून मिळते, यावरून काय समजायचं? खरी स्थिती अशी असते की, बायकोच नवऱ्याला वेसणीच्या बैलाप्रमाणं पाहिजे तिकडे नेत असते. पण नवऱ्याला वाटत असतं की, मीच अधिकार गाजवतो आहे नि मीच बायकोला ताब्यात ठेवतो आहे.''

''अगदी बरोबर आहे,'' असे म्हणून नानासाहेब आईसाहेबांकडे अर्थपूर्ण नजरेने पाहून हसू लागले.

''हे सर्व खरं,'' उत्तरा म्हणाली. ''पण आमचा अधिकार बरोबरीचा आहे, हे तत्त्व उघडपणे त्यांनी कबूल केलं पाहिजे. 'दयेच्या दृष्टीने' म्हणून पुरुषांनी चांगलं वागवलं तर त्यात काही विशेष नाही. पुरुष तरी राज्यकारभारात 'स्वराज्य' का मागतात? 'सुराज्या'वर त्यांचं समाधान का होत नाही? पुरुषांना जसं तात्त्विकदृष्ट्या स्वातंत्र्य आवडतं, तसं बायकांनाही आवडतं. बायका म्हणजे मनुष्य नाहीत का? बायकोनं सदैव दासीसारखं नवऱ्याच्या ताब्यात राहिलं पाहिजे, हे शास्त्र कसलं? मी तरी निदान कोणत्याही पुरुषाच्या अंकित—''

''अंकित असता कुठं तुम्ही? रागिणी म्हणते त्याप्रमाणे तुम्हीच नवऱ्यांना बोटावर नाचवता,'' शास्त्रीबुवा मधेच म्हणाले. ''आणि हल्ली तर काय तुमचा सुधारणेचा काळ. युरोपियन लोकांप्रमाणे बायकोला गाडीत चढवताना पुरुषांनी हात द्यायचा आणि त्यांच्या हातात हात घालून बागेमध्ये फिरायला जायचं आणि तिला काम पडू नये म्हणून स्वयंपाकाला बाई ठेवायची आणि-''

''सुधारणेचा काळ येत चालला आहे खरा, पण तुम्हाला तो पसंत नाही ना?'' उत्तरा म्हणाली.

''आम्हाला हल्ली विचारतो कोण? जो तो हल्ली समाज-सुधारक होत चालला आहे. देशाची नि स्त्रियांची उन्नती करण्याकरिता तरुण पुरुष स्वार्थत्याग करीत आहेत.''

''मला नाही वाटत असे स्वार्थत्याग करणारे फार लोक आहेत म्हणून.'' नानासाहेब म्हणाले. ''असे स्वार्थत्यागी तरुण जर पुष्कळ असते तर एव्हाना कितीतरी सुधारणा झाली असती व कितीतरी पुनर्विवाह झाले असते. पण आम्ही

जंगजंग पछाडतो तरी आपल्या महाराष्ट्रात अजून एकंदर ऐंशीच्या वर पुनर्विवाह झालेले नाहीत.''

''याचं कारण तरुण पुरुष विधवाविवाहाला तयार नाहीत हे अंशत: आहेच, पण विधवाही या गोष्टीला तयार नसतात हेही कारण आहेच.''

हे वाक्य उच्चारताना आनंदरावांच्या मनात रागिणीसंबंधाचा काहीएक विचार नव्हता. हे वाक्य त्यांनी केवळ तात्त्विक सामान्य दृष्टीनेच उच्चारले. पण या वाक्याचा 'मी रागिणीशी विवाह करण्याला तयार आहे, पण रागिणीच माझ्याशी पुनर्विवाह करण्याला तयार नाही,' असा नानासाहेबांनी अर्थ केला व आईसाहेबांनाही तशीच शंका आली आणि आपल्या उत्तरेचे आनंदरावांशी लग्न होणे शक्य नाही असे वाटून त्यांचे मन थोडेसे खिन्न झाले. विधवाविवाहाचा प्रश्न निघालेला पाहून रागिणीला साहजिकपणे कसेसेच वाटू लागले. सर्व लोक आता आपल्याविषयीच विचार करीत असतील, असा विचार तिच्या मनात येऊन ती लज्जायुक्तच नव्हे तर ओशाळल्यासारखी होऊन गेली.

इतक्यात जनुभाऊंना बोलण्याची इच्छा झाली व ते म्हणाले, ''आनंदरावांचंच म्हणणं खरं आहे. रागिणीताईशी लग्न करण्याला आज पुष्कळ लोक तयार होतील, पण त्याच पुनर्विवाहाला तयार नाहीत. त्यांची जर-''

''लग्न करून मोक्ष का मिळतो?'' रागिणी कंपित हृदयाने लज्जायुक्त होऊन म्हणाली. ''पुनर्विवाह न करता माझं मन जर प्रसन्न आहे तर मी पुनर्विवाह करून अधिक ते काय मिळविणार?''

काशीला पोहोचेपर्यंत असे हजारो विषयांवर वादविवाद झाले असतील.

◆

३३

येता येता काशी स्टेशन आले एकदाचे. तेथे उतारू मंडळीला कोठे जायचे वगैरे विचारण्याला व साधले तर आपल्याच घरी घेऊन जाण्याला भटजी-मंडळी आलीच होती. बाबासाहेब परचुर्‍यांकडून मंडळीला नेण्याकरिता एक मनुष्य स्टेशनवर आलेला असल्यामुळे बिचार्‍या भटजींची निराशा झाली. टिल्लूने व तेथे लगेच जमलेल्या हमालांनी डब्यातून सामान काढल्यावर आनंदरावांनी डब्यात शिरून सामान वगैरे काही राहिले नाही अशी खात्री करून घेतली आणि मंडळी स्टेशनाबाहेर पडली.

नानासाहेब, उत्तरा व रागिणी यांच्या पोशाखावरूनच तेथील भिक्षुक मंडळींना स्पष्ट कळून चुकले, मंडळी सुधारक आहेत व यांच्याकडून विशेष प्राप्ती व्हायची नाही. क्रिया वगैरे करायची आहे की काय? असा जरी या भिक्षुकवृंदाने उगीच खडा

टाकून पाहण्याकरिता या मंडळीला प्रश्न विचारला, तरी प्राप्तीची फारशी आशा न दिसल्यामुळे त्यांनी त्यांचा तेथे पिच्छा पुरवला नाही.

मंडळी काशीला बरेच दिवस होती. त्या पवित्र क्षेत्रातील विश्वेश्वर, धुंडिराज, दंडपाणी इत्यादी देवतांची मंदिरे व भागीरथीवरील घाट, मणिकर्णिकातीर्थ, ज्ञानवापीतीर्थ, अग्निकुंड, अगस्त्यकुंड इत्यादी स्थळे त्यांनी या अवधीत पाहून घेतली हे सांगायला नकोच. काशीपासून पाच-सहा मैलांवर असलेल्या बौद्धजनप्रिय 'सारनाथ' गावी जाऊन तेथील 'धामेक' नामक बुद्ध मंदिरही त्यांनी पाहिले. बनारसमधील ॲनी बेझंट या सुप्रसिद्ध थिऑसॉफिस्ट बाईचे 'सेंट्रल हिंदू कॉलेज' ही त्यांनी एक दिवस पाहिले. थिऑसॉफीच्या नादाने भय्यासाहेब संसारविमुख झाले ही गोष्ट भाऊसाहेब, रागिणी वगैरे मंडळी कशी विसरेल? यामुळे हे कॉलेज पाहून त्या मंडळींना विशेष आनंद झाला नाही. रागिणीला तर थिऑसॉफीचे नाव काढले म्हणजे भय्यासाहेबांची आठवण होऊन ती अगदी उदास होऊन जात असे.

आईसाहेबांच्या मनातून काशीलाच आपल्या आईबापांपाशी राहायचे होते, पण उत्तरा काशीला राहण्याला तयार नव्हती. सर्व मंडळी प्रेक्षणीय स्थळे पाहायला निघाली असता आपण मागे राहणे तिला आवडले नाही. ''आई, तू आपली इथं राहा, मी जाते नानांबरोबर,'' असे ती आईसाहेबांना म्हणाली व तिचा हा आग्रह पाहून आईसाहेबांचेही मन द्विधा झाले. एकीकडे वृद्ध मातापितरांचे प्रेम काशीला राहायला सांगत होते व एकीकडे उत्तरेला एकटीला पुरुष मंडळीत प्रवासाला पाठविणे योग्य नाही व आपल्या पतीला सोडून आपण एकटीने काशीला राहणे चांगले नाही, असे दुसरे मन त्यांना सांगत होते. अशा संशयाकुल स्थितीत आईसाहेब असताना त्यांच्या मातोश्रीने आपण होऊनच 'उत्तरेला एकटीला धाडणे चांगले नाही,' असे म्हटले व 'त्रिस्थळी करून परत आल्यावर उत्तरेला घेऊन तू काशीलाच राहा', अशी तडजोड सुचविली. ही सूचना आईसाहेबांना पसंत होऊन मंडळीबरोबर त्या यात्रेला निघाल्या.

◆

३४

त्रिस्थळी करून मंडळी गंगोत्रीला आली होती. गया काय, हरिद्वार काय किंवा गंगोत्री काय. या ठिकाणी अनेक स्वामी, साधू व बैरागी यायचे, जायचे व राहायचे. परंतु गंगोत्रीजवळच राहणाऱ्या एका स्वामींचे तेथे थोडेसे प्रस्थ माजले होते. ज्या भटजींच्या घरी ही मंडळी उतरली होती, त्या भटजींनी या स्वामींची बरीच कीर्ती त्यांना सांगितली व ती ऐकून त्यांचे दर्शन घेण्याचा मंडळीचा विचार ठरला होता. आईसाहेब, शास्त्रीबुवा, टिल्लू व थोड्या अंशाने रागिणी यांच्याशिवाय कोणाचीच असल्या लोकांवर श्रद्धा नव्हती. पण 'कशी काय व्यक्ती आहे,' हे पाहण्याच्या

उद्देशाने ही मंडळी स्वामींच्या दर्शनाला येत होती.

स्वामींजवळ आल्यावर त्या सर्वांनी यथोचित नमस्कार केला व थोडेसे औपचारिक भाषण झाल्यावर शास्त्रीबुवांनी 'समाधीच्या वेळी दर्शनाला येऊन त्रास दिल्या'बद्दल स्वामींची क्षमा मागितली.

"छे छे!" स्वामी म्हणाले, "समाधीला त्रास होतो ही गोष्ट खरी, पण आपल्यासारखी मंडळी आल्यानेच आम्हाला आनंद होतो. विषयवासना सोडून आमच्याकडे जितके लोक येतील तितके आम्हाला पाहिजेच आहेत. पण अलीकडच्या लोकांना संसाराचा मोह सुटेल तेव्हा ना?"

"असं का म्हणता?" आनंदराव म्हणाले. "अलीकडे तर ईश्वराची श्रद्धा फार वाढली आहे. इंग्रजी शिकलेले कितीतरी लोक हल्ली योगाभ्यास करतात व स्वामींचे भक्त बनतात."

"खरं आहे तुमचं म्हणणं." बोधस्वरूपस्वामी म्हणाले, "पण तुम्ही इंग्रजी शिकलेले लोक साधारणपणे अश्रद्धाळू असतात ही गोष्ट काही खोटी नाही. आपल्याकडे अजून निरीश्वरवादित्व फारसं माजलेलं नाही, पण मी जेव्हा काही वर्षांपूर्वी अमेरिकेत गेलो होतो, तेव्हा तेथले लोक पाहून व त्यांचा द्रव्याभिलाष, विषयासक्ती आणि अनाचार पाहून मी तर अगदी आश्चर्यचकित होऊन गेलो."

स्वामींच्या या भाषणावरून गोष्टी निघतानिघता स्वामींनी अमेरिकेतील वा युरोपातील आपला खराखोटा अनुभव या मंडळीला चांगला समजावून सांगितला. स्वामींची भव्य मूर्ती, त्यांचे पाणीदार डोळे, त्यांची भगवी वस्त्रे, त्यांचे हावभाव, त्यांचे इंग्रजी भाषेतील नैपुण्य, त्यांचे गहन तात्त्विक ज्ञान इत्यादी गोष्टी पाहून आईसाहेबांना, शास्त्रीबुवा व टिल्लूला त्यांच्याविषयी आदर वाटू लागला यात काहीच आश्चर्य नाही. पण नानासाहेब व भाऊसाहेब हेसुद्धा स्वामींना फसले, हे मात्र नवल खरे! दुसरे नवल असे की, नानासाहेब व भाऊसाहेब हे अनुभविक पुरुष स्वामींच्या जाळ्यात सापडले, पण रागिणी व उत्तरा या स्वामींच्या वक्तृत्वाला वगैरे मुळीच भुलल्या नाहीत.

स्वामींनी आपले अनुभव सांगितल्यावर व थोडासा तात्त्विक वादविवाद झाल्यावर रागिणीकडे पाहून नानासाहेबांना त्यांनी सहज म्हटले, "ही तुमची मुलगी दिसते आहे?"

"माझी नाही- यांची." नानासाहेब भाऊसाहेबांकडे हात दाखवून म्हणाले.

"तोंडावरून तिचं वैधव्यदुःख स्पष्टच दिसत आहे. पण हिचं हे वैधव्यदुःख फार दिवसांचं नाही, हेही तिच्या कपाळावरील रेषांवरून उघड दिसत आहे."

असे म्हणून स्वामी रागिणीच्या कपाळाकडे न्याहाळून पाहून पुढे म्हणाले, "पण थांबा हो, एक शंका आहे. तुमचा हात पाहू ताई,' असे म्हणून त्यांनी आपला हात पसरून रागिणीला हात दाखविण्याला सांगितले.

''माझा हात नको पाहायला. माझ्या कपाळी काय लिहिलं आहे हे दिसतंच आहे.'' असे उत्तर देऊन रागिणीने स्वामींना हात दाखविण्याचे नाकारले.

स्वामींचा अपमान होऊ नये म्हणून आईसाहेब रागिणीला मोठेपणाने म्हणाल्या, ''दाखव तर खरी, दाखवायला काय हरकत आहे?''

तरीही रागिणीने स्वामींना हात दाखविला नाही.

''नको, हात दाखवायला नकोच,'' स्वामी जरा सावरून घेण्याकरिता म्हणाले. ''हिचं पुन्हा लग्न होणार, हे हिच्या तोंडावरून आरशासारखं दिसत आहे.''

रागिणीने केलेला अपमान झाकावा हे एक व आपल्या उत्तरेचे लवकर लग्न होणार किंवा नाही हे जाणण्यालाही आईसाहेब उत्सुक होत्या हे दुसरे, म्हणून त्यांनी उत्तरेचा हात पाहण्याविषयी स्वामींना विनंती केली; परंतु स्वामींनी ही विनंती मान्य केली नाही.

''आता नको.'' स्वामी म्हणाले, ''माझी समाधीची वेळ झाली आहे. संध्याकाळी, नाहीतर उद्या या, मग तुमचा हात सावकाशपणे पाहू.''

स्वामींच्या समाधीच्या आड येऊ नये म्हणून मंडळी लवकरच उठली व मठाच्या बाहेर पडली.

मंडळी पुढे गेलीशी पाहून टिल्लू हळूच मागे परतला व स्वामींच्या पायांवर भक्तिपूर्वक मस्तक ठेवून व आशीर्वाद देण्याविषयी विनंती करून त्याने हळूच विचारलं, ''माझं लग्न होईल का नाही?''

''मघाशी का नाही विचारलंस?'' स्वामींनी जरा रागावून म्हटले.

''धनी होते जवळ, त्यांच्यासमोर कसं विचारू मी?'' असे टिल्लू म्हणाल्यावर स्वामी हसत आत्मगत विचार करू लागले. 'त्या चटकचांदणीने हस्तस्पर्शही होऊ दिला नाही आं? नाही तर नाही. त्या आईसाहेब येणार आहेत त्यावेळेला त्यांची ती मुलगी येईल व ही चटकचांदणीसुद्धा येईल, पण तोपर्यंत स्वस्थ बसण्यात अर्थ नाही. त्यांना इकडे आणण्याची आतून खटपट चालविली पाहिजे. या कामी या धर्मभोळ्या नोकराचा चांगला उपयोग होईल.'

असा विचार करून ते टिल्लूला म्हणाले, ''तुझा हात पाहीन, पण तू देवाचं काहीतरी काम केलं पाहिजेस.''

''काय काम करू? मी आज चुकलो, पण उद्या मी खास दक्षिणा घेऊन येईन.''

''आमच्यासारखे लोक पैशासाठी का कामं करतात? वेडा कुठला. आम्ही संसार सोडला तो पैसे आणि दक्षिणा मिळविण्यासाठी? देव सांगेल ते काम तुला केलं पाहिजे.''

स्वामी दक्षिणा घेत नाहीत हे पाहून टिल्लूला त्यांच्याविषयी फारच पूज्यभाव वाटू लागला. आईसाहेब व शास्त्रीबुवा फसले तेथे भोळा टिल्लू फसेल यात नवल

काय? दुसऱ्या दिवशी येऊन स्वामी 'देवाचे जे काम सांगतील' ते करण्याचे वचन देऊन तो तेथून निघाला व त्याने लवकरच आपल्या धन्याला गाठले.

"हेच बोधस्वरूपस्वामी विजयगावला आले होते आणि त्यांच्याबरोबर भय्यासाहेब निघून गेले असं मला वाटतं." आनंदराव भाऊसाहेबांजवळ हळूच त्यावेळी म्हणत होते.

"मग त्यांना भय्यासाहेबांची हकिकत का नाही विचारलीस?" भाऊसाहेबांनी विचारले.

"आता विचारून तरी काय करायचं आहे? व्हायची ती गोष्ट होऊन चुकली, आता कशाला ती गोष्ट पुन्हा उकरून काढायची? शिवाय रागिणीही तिथं होती. तिच्यादेखत भय्यासाहेबांची कशाला आठवण उकरून काढू?"

"केलंस ते ठीकच केलंस, पण आपण उद्या पुन्हा स्वामींकडे जाऊ आणि भय्यासाहेबांनी आत्महत्या का केली याची सविस्तर हकिकत विचारू." भाऊसाहेब म्हणाले.

ही मंडळी दूर गेल्यावर बोधस्वरूपस्वामी आपल्या सदानंद नावाच्या शिष्याला म्हणाले, "बेटा, तुला आता समाधीची गुरुकिल्ली सांगायचं माझ्या मनात आहे. पण हे ज्ञान देण्यापूर्वी तुझ्या गुरुभक्तीची कसून परीक्षा करून समाधिप्राप्तीचा तुला अधिकार आला आहे किंवा नाही हे मी पाहणार आहे."

"गुरुजींनी वाटेल त्या रीतीनं माझी भक्ती कसोटीला लावून पाहावी."

"तोच आज माझा विचार आहे. मी सांगेन ते तू करशील?"

सदानंद दृढ स्वराने म्हणाला, "जीवसुद्धा आपल्याकरिता देईन, रामदासांचा जसा कल्याण शिष्य, तसा—"

"शाबास- शाबास! बरं, मग मी सांगतो ते ऐक. माझ्या मनातून स्त्री-सान्निध्यात समाधी लावायची आहे. अरण्यात बसून एकान्तात कोणीही समाधी लावील, पण तरुण, सुंदर स्त्री जवळ असतानासुद्धा ज्याची समाधी लागेल त्यालाच इन्द्रियदमन करण्याची खरी शक्ती प्राप्त झाली आहे असे म्हणता येईल. याला योगशास्त्रात 'सविकार समाधी' म्हणतात. पूर्वी चार-पाचदा मी तशी समाधी लावलेली आहे आणि आजही मला अशीच इच्छा झाली आहे. मी सांगेल ते काम करायला तू तयार आहेस ना?"

"हो, आपल्याकरिता जीवही देण्याला मी तयार आहे."

स्वामी जरा कचरत म्हणाले, "तर मग माझ्या समाधीकरिता एक स्त्री आणून दे. तुझ्याशिवाय दुसऱ्या कोणालाही हे काम व्हायचं नाही."

सदानंद एकदम आश्चर्याने थक्क झाला व म्हणाला, "मी कोठून स्त्री आणून देऊ?"

“तुझी गुरुभक्ती जर खरी असेल तर स्त्री आणायला तुला काही कठीण पडायचं नाही. गुरुभक्ती तेवढी जाज्वल्य नसेल तर तुझ्यावर अनुग्रह करणं शक्यच नाही आणि समाधीची गुरुकिल्लीही तुला मी एवढ्यात सांगणार नाही.”

सदानंद काहीसा जोराने म्हणाला, “मला हे काम नाही व्हायचं.”

“का? या गावात स्त्रिया कमी का आहेत? आज मला ज्या बायका भेटायला आल्या होत्या, त्यांना जर तू सांगितलंस-”

सदानंद एकदम ओरडला, “गुरुजी, आता सर्व काही माझ्या लक्षात आलं. नावगाव बदलून आणि घरदार सोडून मी तुमच्याजवळ राहिलो तो ब्रह्मज्ञानाकरिता का अशा कुंटणपणाकरिता? गुरुजी, तुम्ही शुद्धीवर आहा काय? मला वाटतं, तुमच्या शरीरात आज पिशाच्च शिरलं आहे. तुम्ही-”

स्वामी मधेच हसून म्हणाले, “सदानंद, अरे, माझ्याविषयी का तू भलती शंका घेतोस? केवळ तुझी परीक्षा पाहावी म्हणून मी तुला हे काम सांगितलं. पण तू अगदीच भोळा, तुला हे सारं खरं वाटून तू मला खायलाच आलास, हा हा हा!”

“स्वामीजी, या लपंडावाला आता मी फसणार नाही, तुमच्या मनात पाप नसतं तर तुम्ही एवढे ओशाळले नसते व तुमचं तोंडही इतकं काळंठिक्कर पडतं ना. तुमचं खरं स्वरूप लवकर मला कळलं म्हणून बरं झालं, नाहीतर माझ्या जन्माचं नुकसान झालं असतं. तुम्ही इतके दिवस माझे गुरू होता, पण तुम्हाला आता मी सांगतो ते नीट ध्यानात ठेवा. हे सोंग तुम्ही आता मुकाट्यानं सोडून द्या, नाहीतर सर्व जगात मी तुमची फटफजिती उडवीन. इतके दिवस तुम्ही अनेक लोकांचा व स्त्रियांचा नाश केलात तो आता पुरे झाला. आता हा वेष आणि हा देश सोडून कुठेतरी कोपऱ्यात जाऊन आपलं तोंड काळं करा, नाहीतर मीच तुमचं बिंग साऱ्या जगात फोडीन आणि तुम्हाला जीव नकोनकोसा करीन.”

असे म्हणून रागाच्या व त्वेषाच्या भरात सदानंद तेथून निघाला, पण बाहेर पडल्यावर ‘जावे कोठे?’ हा प्रश्न त्याच्यासमोर चटकन उभा राहिला. घरी जावे, तर आपणाला ओळखतो कोण? सदानंद मनात म्हणू लागला, ‘मी मेलो आहे अशी सर्व लोकांची समजूत. बायकोचे स्मरण होऊ नये व एकाग्रचित्ताने योगाभ्यास करावा या हेतूने या ढोंगी स्वामीच्या सांगण्यावरून मी जिवंत असताना बायकोला वैधव्यदुःख भोगायला लावले, हाय-हाय, सदानंद- तू सदानंद कसला, तू सदादुःखी आहेस. रागिणीसारख्या बायकोला तू सोडून आलास, त्या साध्वीला खोटे पत्र लिहून फसवलेस व दुःखसागरात निर्दयतेने लोटलेस. या पापाबद्दल तुला देव तरी कशी क्षमा करील? जा, घरी जा व रागिणीचे पाय धर आणि तिची क्षमा माग. देव तुला क्षमा करणार नाही, पण ती साध्वी तरी तुला खास क्षमा करील यात संशय नाही. दुर्दैवी प्राण्या, तुला आता जगून काय करायचे आहे? तुझे मित्र तुला ओळखणार

नाहीत, तुझा सासरा तुला ओळखणार नाही, तुझी बायकोही तुला ओळखणार नाही.''

अशा रीतीने ज्याच्या मनात विचारांचा भयंकर कल्लोळ उडाला होता, तो सदानंद म्हणजे भय्यासाहेबच होत. गुरुजींच्या आज्ञेने त्यांनी खोटे पत्र लिहिले होते व तेवढ्याने मंडळीची खात्री होत नाही म्हणून गंगेच्या काठी सापडलेल्या एका प्रेताच्या बोटात आपली अंगठीही घातली होती.

मठाबाहेरून पडून विचार करीतकरीत ते शून्य दृष्टीने चालत असता दुपारचे चार वाजून गेले. अखेर भय्यासाहेब अगदी थकले आणि त्यांना सपाटून भूक लागली. पण खाणार काय? इतक्यात त्यांना एक आंब्याचे मोठे झाड दिसले. त्या पल्लवयुक्त आम्रवृक्षाकडे पाहून त्यांना त्याच्या छायेखाली बसावेसे वाटले व ते तेथे बसलेही.

वाटेने जाणारे-येणारे वाटसरू व यात्रेकरू भय्यासाहेबांचा संन्याशासारखा पोषाख पाहून त्यांच्या पाया पडत व ''क्या बुवाजी, यहां बैठै है?'' असे आदराने विचारून ''हम लोगोंकू आशीर्वाद दे देना,'' असे विनयाने विनवीत. वाटसरूंकडून होणारा अशा तऱ्हेचा आदर पाहून भय्यासाहेबांना स्वत:चीच लाज वाटू लागली व येथून कोठेतरी दुसरीकडे गेले पाहिजे व हा पोषाख बदलला पाहिजे, असा त्यांनी विचार केला. पण पाय अगदी थकल्यामुळे जायचे कसे व कोठे, हे त्यांना कळेना. इतक्यात त्यांच्या मनात असा विचार आला की, या झाडावर चढावे व वर बसावे, म्हणजे दोन-चार आंबेही खायला मिळतील व भोळे लोक आपला व्यर्थ आदर करून आपणाला मेल्यापेक्षाही मेले तरी करणार नाहीत. असा विचार करून ते झाडावर चढले व सोईची अशी एक फांदी पाहून तीवर जाऊन बसले. एका फांदीला खुर्चीसारखे टेकून त्यांनी दोन-चार पिक्के आंबे खाल्ले आणि मग ते आपल्या मनातल्या विचारात गुंग होऊन गेले.

कर्मधर्मसंयोगाने रागिणी व उत्तरा त्या दिवशी संध्याकाळी फिरायला म्हणून बाहेर पडून बोलत बोलत त्याच झाडाखाली आल्या.

◆

३५

''रागिणी,'' उत्तरा म्हणाली, ''आई म्हणते त्याप्रमाणे तू पुनर्विवाह का गं करीत नाहीस? तुला अशी पाहून मला फार वाईट वाटतं.''

''माझ्याशी विवाह करतो कोण?'' रागिणीने मंदस्मित करून उत्तर दिले.

''तू तयार झालीस म्हणजे हजारो तयार होतील.''

''मला एवढी सांगतेस, तर मग तू तरी लग्न का करून घेत नाहीस गं?''

"मी आहे त्राटिका- मला कोणताच नवरा पसंत पडत नाही."

"कोणताच पसंत पडत नाही असं नाही. तुला 'आनंद' देणारा एखादा-" रागिणी 'आनंद' या शब्दावर जोर देऊन व उत्तरेकडे सार्थ विनोदी दृष्टीने पाहत-पाहत म्हणाली.

उत्तरा अर्थात थोडीशी लाजली; परंतु म्हणाली, "तुझ्याच मनाचा काहीतरी हा संशय आहे. मला कुणाशीच लग्न करावंसं वाटत नाही आणि दुसरं असं की, मीही कुणाला पसंत पडायची नाही."

"हेही चुकीचं आहे. आनंदरावांना तू आवडत नाहीस असं मी तरी म्हणणार नाही."

"पण माझ्यापेक्षा तुझ्यावरच त्यांचं अधिक प्रेम आहे. तुमचं दोघांचं लहानपणापासूनचं आणि माझं-"

"लहानपणचं प्रेम निराळं अन् तरुणपणचं प्रेम निराळं."

"पण लहानपणच्या प्रेमाचं रूपांतर होऊन ते एखादवेळेला तरुणपणचं प्रेम..."

"असं एखादवेळेला होतं, पण आमचं प्रेम-"

"तुमचं एकमेकांवर प्रेम नाही म्हणतेस होय? मग ते तुला शत्रूसारखे वाटतात, खरं ना?"

"आमचं प्रेम आहे, पण ते निराळ्या प्रकारचं प्रेम ताई-"

"रागिणी, आपण लहानपणच्या मैत्रिणी खऱ्या, पण आता आपल्यामध्ये द्वेष उत्पन्न होणार."

"का?"

"आपण दोघी जणींनी एकमेकींचं मन ओळखलं आहे. आता लपविण्यात काय अर्थ आहे?"

हे शब्द ऐकून झाडावर बसलेल्या भय्यासाहेबांच्या अंगाला घाम सुटला व त्यांच्या तोंडातून 'हरे राम, हरे राम,' असे उद्‌गार बाहेर पडले. हे शब्द ऐकून त्या दोघीजणी चकित हरिणीप्रमाणे पाहू लागल्या; परंतु आसपास कोठे काही न दिसल्यामुळे "लांबून कोठून आला असेल आवाज किंवा भास झाला असेल," असे उत्तरा म्हणाली व तिने आपल्या हृदयात प्रबळ असलेल्या विचाराविषयी संभाषण सुरू केले.

"आनंदरावांवर आपल्या दोघींचं प्रेम आहे व ही गोष्ट लपविण्यात अर्थ नाही," असे उत्तरा पुन्हा म्हणाल्यावर रागिणी म्हणाली, "ताई, तू आपलं स्वत:चं मन ओळखलं आहेस खरं. इतके दिवस तू उगाच आढेवेढे घेत होतीस. आता मी दादाला सांगते नि तुमचं दोघांचं लग्न जुळतं का पाहते. दादाचं प्रेम तुझ्यावर आहे, असं मला-"

"नको, एवढी घाई नको. माझ्यावर प्रेम नाही हे मी पूर्वीच ओळखलं आहे. प्रेम दुसऱ्या कुणावर तरी आहे आणि ते तुझ्यावरच आहे अशी मला शंका येते. रागिणी, तू खरं सांग. तुमचं दोघांचं-"

"इतका का तुझा माझ्यावर विश्वास नाही ताई?"

"कसा असेल? प्रेम कुणी उघड सांगतं का?"

"तू नाही का आता सांगितलंस? आणि लहानपणी मी नाही का तुझ्याजवळ माझ्या प्रेमाची सगळी गोष्ट पहिल्यानं सांगितली?"

रागिणीने असे म्हटल्यावर उत्तरेला रागिणीसंबंधाने खात्री पटली व हिच्याबद्दल आपण उगाच संशय घेत होतो असे वाटून तिला स्वतःच्या पापी मनाची लाज वाटली व आपले मन संशयखोर आहे असे कबूल करून ती म्हणाली, "माझ्यावर प्रेम नाही असं मी पाहिलं, म्हणून मला वाटलं की तुझ्यावर प्रेम आहे आणि तुझी अलीकडची आनंदी वृत्ती पाहून व तुमचं दोघांच हसणंखेळणं पाहून-"

"काहीच्या बाहीच तरी तुझी कल्पना! कल्पनाशक्ती नाही म्हणतेस, पण तुझी कल्पनाशक्ती तर कादंबरीकाराच्याही पुढे धावते!"

"काही म्हण, मला संशय आला खरा आणि आपल्या दोघींमध्ये भांडण होऊ नये म्हणून मी तो आधीच तुला सांगून टाकला."

"हे चांगलं केलंस. संशय मनात ठेवला म्हणजे तो वाढतच जातो आणि मग त्याचा अखेर भलताच्या सलता परिणाम होतो."

"बरं पण रागिणी, तुला पुनर्विवाह करायचा नाही असा तुझा निश्चयच आहे, का तू उगाच लाजत आहेस? माझ्याशी खरं सांग, म्हणजे मी भाऊसाहेबांना सुचवून पुन्हा-"

"मला पुनर्विवाह करायचाच नाही."

यावर उत्तरा म्हणाली, "तुझं मत पुनर्विवाहाला अनुकूल आहे. शाळेत असताना 'पुनर्विवाह' या विषयावर तू दिलेलं व्याख्यान-"

"व्याख्यान द्यायला लागले तर मी अजूनही तसंच बोलेन. जिला पुनर्विवाह अवश्य वाटत असेल तिनं खुशाल करावा. मला आपलं हल्लीच्या स्थितीत काही कमी आहे असं वाटत नाही. आनंदानं राहावं व भाऊंना सुख द्यावं एवढ्याकरिताच मी आता जीव ठेवला आहे. मला पुनर्विवाह का करायचा आहे?"

'पण तू पुन्हा संसार करू लागलीस म्हणजे तुझ्या भाऊंनाही बरं वाटेल. तुझ्याकडे पाहून त्यांना किती दुःख होतं आहे याची कल्पना कर."

"दुःख होतं खरं, पण मी त्याला काय करू?"

"भय्यासाहेबांवर तुझी एवढी अनन्यभक्ती आहे, पण त्यांची काही तुझ्यावर तेवढी नव्हती. हे पुरुष बायकांना चंचल म्हणतात, पण यांच्यासारखा चंचल कुणी

नसेल. तुझ्यासारख्या बायकोला जाणूनउमजून सोडून जाववलं तरी कसं कोण जाणे! पुरुषांचं मन कठोर म्हणतात ते काही खोटं नाही. तुला सोडून जायच्या आधी भय्यासाहेबांची व माझी गाठ पडली असती तर त्यांची मी तोंडावर चांगली सणसणीत कानउघडणी करणार होते. धर्मजिज्ञासा होती तर मग लग्न कशाला केलंत, असं त्यांना विचारणार होते.''

"लग्न एकदा चुकून केलं म्हणून जन्मभर बायकोच्या बंधनात राहावं असं का आहे? आपल्या बायकांना संसाराचा मोह सुटला नाही म्हणून पुरुषांनीही तो सोडू नये? घरदार नि एवढी इस्टेट एवढ्या वयात सोडून देणाराचं धैर्य वाखाणावं, का त्याला दोष द्यावा? पुरुषांचं आणि तुझं वैर आहे हे मी विसरले म्हणा. पुरुषांचं तुला काहीच चांगलं दिसायचं नाही,'' असे म्हणून रागिणी हसली.

"काही म्हण, भय्यासाहेबांनी केलं हे काही चांगलं केलं नाही.''

"नसेल, पण त्याच्यात दुसरं कुणाचं नाही ना नुकसान झालं?''

"तुला राग येत असला तर मी बोलत नाही, प्रत्येक नवऱ्यानं बायकोला असंच सोडून चालतं व्हावं असं म्हणते पाहिजे तर. त्यांनी कोणाचं नुकसान केलं नाही म्हणतेस, पण तुझं नुकसान काय कमी झालं आहे? वैधव्यदुःख दिलं आणि आणखी नुकसान करायचं काय राहिलं आहे?''

"मला हे नुकसान मुळीच वाटत नाही. जाताना मला सांगितलं आहे की, 'आपले मन अधिक शुद्ध कर. मनातील पापविचारांचे नियमन कर.' आणि मीही आपल्याकडून तसाच प्रयत्न करीत आहे. उपदेशानं माझं मन शुद्ध करून टाकलं हे काय माझं नुकसान केलं होय? ईश्वराची भक्ती करायला शिकवलं, हे नुकसान केलं असं म्हणतेस?''

"तुझी भय्यासाहेबांवर एवढी भक्ती आहे, तर मी तरी त्यांच्याविरुद्ध कशाला बोलू? पतीवर अशीच भक्ती असावी. पण मनापासून अशी भक्ती नसताना लोकलज्जेस्तव जर तू-''

"माझ्या मनात पुनर्विवाह करायचा विचार आला तर मी लोकांना विशेष भ्यायची नाही. पण तशी इच्छाच होत नाही.''

"अगदी खरं का हे? सुखोपभोगाचे विचार तुझ्या मनात कधीच येत नाहीत? पुनर्विवाह करावासा कधीच वाटत नाही?''

"काहीतरी प्रश्न विचारतेस तू ताई. तसे विचार क्षणभर मनात यायचेच. मी काही सीता-सावित्रीसारखी-''

"तुझ्या बोलण्यावरून मला वाटलं की, तूसुद्धा तशी आहेस म्हणून तुला विचारलं.''

"अगं, तसे विचार मनात आले म्हणून कोणी पुनर्विवाह का केला आहे? मला

तरी निदान अशी इच्छा होत नाही. माझी आठवण बुजली असेल तर ना? अजून जिवंत असल्यासारखी मूर्ती माझ्यापुढं दिसते आहे. एखाद वेळेला मी फसते देखील. मला क्षणभर वाटतं की, नदीत जीव देणं झालं नाही, अजून जिवंत असायचं आहे आणि माझ्याजवळ येऊन माझी क्षमा मागणं चाललं आहे. पण ताई, क्षणभरानं माझं मलाच समजतं की, हा भास आहे, नाहीतर स्वप्न आहे. माझं एवढं नशीब कुठं चांगलं आहे?''

असे म्हणून ती उत्तरेच्या खांद्यावर मान ठेवून रडू लागली. इतक्यात भय्यासाहेब झाडावर म्हणाले, ''रागिणी, आहे- मी जिवंत आहे, तुझी क्षमा मागायलाच येतो.''

हे शब्द ऐकल्याबरोबर त्या दोघीजणी घाबरल्या व इकडेतिकडे पाहू लागल्या. क्षणार्धात रागिणीचे व उत्तरेचे लक्ष झाडावर बसलेल्या संन्याशी भय्यासाहेबांकडे गेले व उत्तरा एकदम 'भूत भूत,' म्हणून ओरडली. रागिणी क्षणभर तटस्थ उभी राहिली, पण उत्तरा जेव्हा भीतीने पळू लागली व तिला ओढू लागली तेव्हा रागिणीच्या मनातही भीती उत्पन्न होऊन तीही पळू लागली.

ती वेळ सूर्यास्ताची होती. आसपास कोणी नव्हते. आकाशात ढग आले होते. त्या संध्यास्तसमयी मनुष्याची मूर्ती दहा हातांवरून अंधूक व उभ्या सावलीसारखी दिसायची. भय्यासाहेब झाडावरून उतरून जेव्हा त्यांच्या पाठोपाठ धावू लागले, तेव्हा तर भूत पाठीला लागले असे त्यांना वाटून धावताधावता त्या दोघी ठेच लागून वाटेत पडल्या. पण उठून पुन्हा त्या ज्या धूम पळत सुटल्या त्या अर्धा-एक मैल लांबीवर एक टोलनाके होते तेथपर्यंत गेल्या व तेथे थांबून भीतभीत मागे पाहत धापा टाकू लागल्या.

इकडे भय्यासाहेबांनी घाईघाईने झाडाच्या फांदीवरून उतरतउतरत खाली येऊन अखेर जेव्हा औत्सुक्याने खाली उडी मारली, तेव्हा उंचावरच्या उडीने त्यांचा पाय लचकला व ते जरी तसेच आपल्या प्रिय पत्नीच्या पाठीला लागले तरी एका मिनिटातच पाय अधू झाल्यामुळे त्यांना खाली बसावे लागले. 'रागिणी, रागिणी' अशा ते लाजलज्जा सोडून देऊन मोठ्याने हाका मारू लागले, पण या त्यांच्या हाकांनी त्या दोघीजणी अधिक घाबरून जास्ती जोराने पळू लागल्या.

बायकोचा पाठलाग करण्याचे सोडून दिल्यावर भय्यासाहेब आपल्या मनाशी 'पुढे काय करायचे,' याचा पुन्हा विचार करू लागले. विचार करता करता 'रागिणी व उत्तरा येथे आल्या कशा?' याचा त्यांना प्रथम उलगडा होईना. 'आल्या असतील यात्रेला झाले' असा विचार करून समाधान करून घेतल्यावर साधकबाधक गोष्टींचा मनात पुष्कळ विचार करून 'गावात जाऊन यांच्या बिऱ्हाडाचा शोध काढायचा, रागिणीची क्षमा मागायची व योगाभ्यासाचा नाद सोडून द्यायचा' असे त्यांनी ठरविले व ते काही वेळ पाय चोळीत तेथे वाटेतच बसले.

पुन्हा थोड्या वेळाने ते उदास झाले व रागिणीकडे आता जावे की प्रियब्रह्मस्वामींचे दर्शन घ्यावे, असा विचार करू लागले. 'एवीतेवी इतके दिवस रागिणीला दुःख दिलेच आहे; आता एकदा प्रियब्रह्मस्वामींचे मत काय आहे ते पाहून यावे म्हणजे मनाची पुन्हा हुरहुर राहायला नको आणि ब्रह्मजिज्ञासेचे पुन्हा नाव घ्यायला नको! आताच रागिणीकडे गेलो आणि पुन्हा मनात प्रियब्रह्मस्वामींकडे जायचे येऊ लागले म्हणजे पूर्वीपेक्षा पुन्हा धर्म-प्रेमामध्ये व प्रेम-धर्मामध्ये हृदयात भांडण माजायचे. त्यापेक्षा आताच एकदा प्रियब्रह्मस्वामींची परीक्षा पाहून यावे आणि ते खोटे ठरले म्हणजे पुन्हा ईश्वराचे आणि योगाचे आणि धर्माचे नाव घ्यायला नको' असा विचार करून ते प्रियब्रह्मस्वामींचा शोध करण्याच्या इच्छेने हळूहळू, अर्धवट लंगडतच गंगोत्रीच्या धर्मशाळेत गेले.

◆

३६

"बोधस्वरूपस्वामी कुठं निघून गेले म्हणतात." भाऊसाहेब म्हणाले. "मी त्यांना पुन्हा भेटणार होतो व भय्यासाहेबांची चौकशी करणार होतो, पण आज सकाळी आपले भटजी म्हणाले की, ते कालच कुठेसे एकदम गुप्त झाले."

नानासाहेबांनी विचारले, "का बरं गुप्त झाले?"

"या स्वामींचं काय?" भाऊसाहेब म्हणाले, "मनात आलं की गुप्त व्हायचं. काल रागिणीला भय्यासाहेबांचा आवाज ऐकू आला, त्यांच्यासारखी मूर्ती दिसली- हे काय आहे?"

यावर नानासाहेब म्हणतात, "झाडावर एखादा गोसावडा बसला असेल व रात्रीच्या वेळी त्या दोघींना गावाबाहेर पाहून भुताचं सोंग घेऊन त्यांच्याकडून पैसे वगैरे उकळण्याचा त्याचा बेत असेल झालं."

भाऊसाहेब म्हणाले, "नाहीतर कदाचित त्यांना भास झाला असेल. आपल्या मनात जे सतत असतं त्याचा अशाप्रकारचा पुष्कळ भास होतो."

"असेल, तसंही असेल. उद्यापासून मुलींना असं संध्याकाळचं कोणी सोबत दिल्याशिवाय फिरायला पाठविता कामा नये. किती मोठ्या झाल्या आणि किती शिकल्या तरी अखेर बायका त्या बायकाच."

"नानासाहेब, आपण या मुलींना शिक्षण दिलं आणि त्यांना पुरुषांमध्ये येऊन उठण्याबसण्याची, वादविवाद करण्याची आणि बाहेर फिरायला जाण्याची परवानगी दिली आहे हे चांगलं केलं का वाईट, अशी मला अलीकडे शंका यायला लागली आहे."

"का? विशेष काही झालं आहे का काही?"

"विशेष काही नाही, पण माझं मनच संशयी व्हायला लागलं आहे. नानासाहेब, आपण आपल्या मुलींना जे स्वातंत्र्य दिलं आहे त्याचा परिणाम वाईट तर व्हायचा नाही ना? स्त्रियांना हल्लीपेक्षा अधिक शिक्षण व अधिक स्वातंत्र्य दिलं पाहिजे, ही सामान्य तत्त्वं ठीकच आहेत, पण रागिणीला मी जे स्वातंत्र्य दिलं आहे, तिला बाहेर फिरण्याची, पुरुषांशी बोलण्याचालण्याची-"

"तुमचं म्हणणं मी समजलो. मलाही उत्तरेसंबंधानं अलीकडे अशीच एखाद वेळेला काळजी वाटते."

"माझं मन संशयी असेल, पण स्त्रियांचं मन केव्हा कुणावर बसेल व त्या काय करतील याची खात्री देता यायची नाही. रागिणीचं व आनंदरावांचं बंधुभगिनीचं प्रेम असंच राहील, का त्या प्रेमाला दुसरं काही स्वरूप येईल याचा काही नियम नाही."

"दुसरं स्वरूप आलं तर त्यात काय बिघडलं? मला तर तो जावई मिळेल, तर मी त्याला आपली उत्तरा देऊन आणखी सर्व इस्टेटही वर देईन."

"मीही तसं करायला तयार आहे. रागिणीला जर पुनर्विवाह करायचा असला, तर मी त्यांच्या विवाहाला आज तयार आहे. पण त्यांचं हे प्रेम उघड व्हायच्या आधीच काही भलतेच प्रकार त्यांच्यामध्ये-"

"Nonsense! काहीतरी बोलता झालं. रागिणीविषयी ही शंका घेऊच नका. शिवाय आनंदरावही तशातला नाही."

"मलाही तसंच वाटतं. पण ही शंका आली म्हणजे मग विचार बाजूला राहून मी अगदी घाबरून जातो. नानासाहेब, रागिणी जन्माला नसती आली तर बरं झालं असतं असं मला वाटतं. ज्याची तरुण मुलगी विधवा झाली, त्या बापाच्या हृदयात काय होत असतं याची तुम्हाला कल्पना नाही. तिला पुनर्विवाह करायला सांगावं तरी कठीण, न सांगावं तर भलतेच प्रकार घडायचे व—"

भाऊसाहेबांनी हे वाक्य पुरे केले नाही. त्यांच्या खिन्न मुखावर नयनांतून एक-दोन अश्रुबिंदू पडून ते अधिक खिन्न व अनुकंपनीय दिसू लागले.

"भाऊसाहेब, तुमच्या मनात असले विचार येणे साहजिक आहे. माझ्यासुद्धा मनात उत्तरेसंबंधानं असले विचार येतात, पण मी तुमच्यासारखा एवढा कोमल नाही. विवेक करून मी या कुकल्पनांना दाबून टाकतो. मी तिला चांगले शिक्षण दिले आहे, यापुढे तिचे नशीब तिच्याबरोबर, असा विचार करून-"

"तिचं नशीब तिच्याबरोबर असं म्हणून मनाचं समाधान होत नाही त्याला काय करणार? माझ्या मनात या कल्पना येऊ लागल्या म्हणजे 'जगावे का मरावे' असं मला होऊन जातं. ज्या जगात नीतिमत्ता नाही, त्या जगात जगून तरी काय करायचं आहे? ज्या जगात रागिणीसारखीचासुद्धा भरवसा नाही, ते जग सोडलेलं बरं नाहीतर काय? जगात सदाचार, नीतिमत्ता, पावित्र्य आहे, का जगात केवळ जीवितकलह

चाललेला असून जो तो आपल्या सुखाकरिताच धडपडत आहे? आणि पावित्र्य, धर्मनिष्ठा व एकपत्नित्व ही सर्व लोकांना सांगण्यापुरतीच शाब्दिक तत्त्वे आहेत? जगात अखेर सत्याचा जय होणार का असत्याचा? स्वार्थत्याग करून सदाचारानं राहणारांचा, का मनसोक्त आचरण करून हवी ती चैन करणारांचा? धर्म, पावित्र्य, सदाचार ही जर केवळ शाब्दिक तत्त्वं असतील तर मग स्वार्थत्याग, कर्तव्यनिष्ठा, पातिव्रत्य ही सर्व मूर्खपणाचीच लक्षणं नाहीतर काय? हे विचार आज माझ्या मनामध्ये घोळत राहून हृदयात अंत:कलह माजून शेवटी मी आज इतका थकून गेलो की, ही बुद्धी ईश्वरानं जर मला दिली नसती तर फार बरं झालं असतं, असं मला वाटू लागलं आहे.''

''जगात आनंद अधिक आहे, ईश्वर आपल्या भक्तांचा वाली आहे, सत्याचाच अखेर जय होतो, पाप माजलं म्हणजे ईश्वर अवतार घेतो इत्यादी धर्मवचनं कथा करताना किंवा पुराण सांगताना ठीकच आहेत; परंतु ज्याचं हृदय माझ्यासारखं दु:खाग्नीनं पोळून निघालं आहे, ज्याची बायको निवर्तली आहे, मुलगी विधवा झाली आहे व तिच्या दु:खाकडे ज्याला रोज पाहावं लागत आहे त्याला तुमची ही पोक्तपणाची धार्मिक आश्वासनं पोकळच वाटतात. ईश्वर जर सज्जनांचा वाली आहे तर रागिणीला या स्थितीत त्यानं का आणलं? तिनं कोणतं पाप केलं आहे? 'सत्यमेव जयते' हे जर खरं आहे, तर मग लुच्चे लोक श्रीमंत व सत्यवचनी लोक दरिद्री असे का?''

''ही आश्वासनं आपल्यासारख्यांना नेहमीच पोकळ वाटाची. कारण या गोष्टी तर्कानं कधीही सिद्ध करता यायच्या नाहीत. 'सत्यमेव जयते' ही गोष्ट तर्कानं व अनुभवानं सिद्ध करून देणं शक्य नाही. जगात आजपर्यंत अनेक पापी लोकांना जय मिळाला आहे. अनेक नीच लोक श्रीमंत झाले आहेत व दुर्जनांचं त्यांना दास्यही करावं लागत आहे. पृथ्वीच्या अनेक बलिष्ठ राजांनी इतर बलहीन राज्यांवर स्वाऱ्या करून ती राज्ये पादाक्रान्त करून टाकली आहेत. अनेक राष्ट्रे आपल्या तलवारीच्या जोरावर अद्यापि लक्षावधी लोकांना दास्यात ठेवीत आहेत. या गोष्टी माहीत असता 'सत्यमेव जयते' असं छातीला हात लावून कोण सांगेल? क्षणभर या गोष्टी आपण विसरू या व असं समजू की, आजपर्यंत पृथ्वीच्या पाठीवर कोठेही व केव्हाही पापाचा व असत्याचा विजय झालेला नाही. आजपर्यंत जिकडेतिकडे सत्यच विजयी झाले आहे असं आपण गृहीत धरू. तरीसुद्धा यापुढे सत्याचाच जय होईल, हे अनुमान तर्कानं सिद्ध होत नाही. जगाच्या आरंभापासून हिमालयावरचा हा धोंडा येथेच आहे, तरी या क्षणानंतर तो येथेच राहील अशी खात्री आहे का? तर्कदृष्ट्या सत्याच्या जयाची लाखो, कोट्यवधी उदाहरणेही कुचकामाची ठरतात.''

''सत्य व सदाचार याचं जगात साम्राज्य नाही हे अनुभवसिद्ध आहे, मग सत्य

तरी का बोलावं व सदाचार तरी का चालावा?''

''तुमच्या या उदास विचारानं तर्कानं काही समाधान व्हायचं नाही. सदाचाराची आवड तर्कानं कोण कशी उत्पन्न करणार? सज्जन मनुष्याला पावित्र्य जे प्रिय असते, ते का, हे त्याला सांगता येणार नाही. पावित्र्यप्रीती मनाच्या कोमलतेवर, सहृदयतेवर, उदार मनोवृत्तीवर, लहानपणापासून मिळालेल्या शिक्षणावर व लागलेल्या सवयीवर आहे. सदाचारी मनुष्याला पाप करणं वाईट वाटतं, तो अमुक पापाची गोष्ट का करीत नाही, तर ती करताना त्याला 'वाईट वाटतं' म्हणून! ती गोष्ट योग्य आहे असं त्याला युक्तिवादानं सिद्ध करता येईल असं नाही.''

''सदाचरणी मनुष्याला आपल्या सदाचाराचं युक्तिवादानं समर्थन करता आलं नाही, तर ही गोष्ट समजून आल्यावर त्याचा सदाचार डळमळणार नाही का? लहानपणी दिलेल्या धर्मशिक्षणानं, उदार उदाहरणानं आणि बळजबरीनं लाविलेल्या सवयीनं आलेल्या सदाचारप्रीतीला 'युक्तीचा आधार नाही' हे त्या मुलाला मोठेपणी समजू लागल्यावर मोठ्या द्रव्यमोहाच्या किंवा काममोहाच्या प्रसंगी त्याचा सदाचार जरासा लटपटणारच! 'पाप करू नये' असं धर्मात सांगितलं आहे, सद्गुरू असंच सांगतात, लोक असंच म्हणतात व मलाही तसंच वाटतं; पण लोकांच्या या 'सांगण्याला' व माझ्या 'वाटण्याला' बुद्धीचा-युक्तीचा आधार नाही अशी खात्री झाल्यावर, 'पाप करू नये' हे लोकांचं सांगणं मला पोकळ व ढोंगीपणाचं वाटेल व माझं धर्मभीरूत्व मला वेडगळपणांचं भासू लागेल आणि माझ्या सदाचाराच्या उदात्त व सुंदर कल्पनांचे डोलारे कागदी, बेगडी ताबुताप्रमाणे काही काळानंतर नदीत बुडवून टाकण्याची मला इच्छा होईल.''

नानासाहेब म्हणाले, 'असं होण्याचा संभव आहे ही गोष्ट खरी, पण याला उपाय काय?''

''यालाही एक उपाय आहे. पण तो तुम्ही मान्य करणार नाही. तुमची नेहमी युक्तिवादावर भिस्त असते. तुम्हाला आमच्या अंत:स्फूर्त ज्ञाना (Intution) चं तत्त्व मान्य व्हायचं नाही. बाकी आज तुम्ही Reason ला अर्धचंद्र दिला आहे तेव्हा Intution ला कदाचित घरात घ्याल.''

''तुमचं 'अंत:स्फूर्त ज्ञान' म्हणजे प्रत्येक मनुष्याच्या हृदयातील सदसद्विवेकबुद्धीनं होणारं ज्ञानच ना?''

'चोरी करू नये,' असं तुमचं अंतर्ज्ञान पुष्कळ सांगेल, पण 'हे अंतर्ज्ञान विश्वसनीय का?' हाच ज्याला प्रश्न उत्पन्न झाला त्याला तुम्ही काय उत्तर देणार? समजा की, 'चोरी करण्याला हरकत नाही' असं तर्क सांगतो व तुमचं 'अंतर्ज्ञान' 'चोरी करू नये' असं सांगतं. आता प्रश्न आहे की, तुमचा 'तर्क' खरा की 'अंतर्ज्ञान' खरं?''

"अर्थात अंतर्ज्ञान! तार्किक बुद्धी हे मनाचं एक अंग, सदसद्विवेकबुद्धी हे दुसरं, उपजत बुद्धी हे तिसरं, धार्मिक बुद्धी हे चौथं—"

नानासाहेब हसून म्हणाले, "पापबुद्धी हे पाचवं, उदारबुद्धी हे सहावं, कृपणबुद्धी हे सातवं, जडबुद्धी हे आठवं, तीक्ष्णबुद्धी हे—"

भाऊसाहेब म्हणाले, "पुरे- पुरे, ही यादी पुरे. मी सांगितलेल्या बुद्धी आणि तुम्ही सांगितलेल्या बुद्धी यामध्ये कितीतरी भेद आहे. मी सांगितलेल्या बुद्धी अगदी विजातीय आहेत. डोळ्यांना जसं कानांचं काम करता यायचं नाही, तसं तर्काला सदसद्विवेकबुद्धीचं काम करता येणार नाही. तानसेन गाऊ लागल्यावर त्याच्या गाण्याची परीक्षा त्याच्या वेड्यावाकड्या तोंडावरून करायची नाही, तर गायनावरून! आणि हे गायन 'डोळ्यां'नी काही दिसायचं नाही. तसंच अमुक कृत्य चांगलं का वाईट हे सदसद्विवेकबुद्धीनं ठरवायचं. या कामात तर्काला काही समजायचं नाही. तर्काला पावित्र्य म्हणजे काय हे समजायचं नाही. आई आपल्या मुलावर का प्रेम करते किंवा आपल्या सुखाकडे न पाहता ती त्याच्याकरिता का परिश्रम करते व त्याची काळजी घेते या गोष्टींतील रहस्य तार्किकाला समजायचं नाही. मुलांकरिता प्राण देण्याला तयार झालेल्या आईला किंवा पातिव्रत्य राखण्याकरिता स्वतःच्या पोटात खंजीर खुपसून घेणाऱ्या पतिव्रतेला केवळ तार्किक मनुष्य मूर्खच म्हणणार."

"म्हणजे नैतिक विषयांविषयी बोलताना तर्कानं आपलं तोंड बंद ठेवावं असं का होतं?" नानासाहेबांनी विचारले. "एखादी गोष्ट करताना हितकर, अहितकर इत्यादी विचार करायचाच नाही का? सदसद्विवेकबुद्धीचं ऐकावं व पातिव्रत्य पाळावं यासंबंधानं तुम्ही एवढे आता जोरात उद्गार काढलेत, पण मघाशी तुम्हीच सारासार विचार करून रागिणीचा पुनर्विवाह झाला तर बरा असं म्हणाला होतात?"

"विसंगत आहे खरं हे, पण त्याला काय करणार? तर्काचा आणि सदसद्विवेकबुद्धीचा हा नेहमीचाच कलह आहे. मनुष्य एकदा कधी या बाजूला वळतो आणि एकदा त्या बाजूला. माझं मनच या प्रश्नाबद्दल संशयित आहे. तर्काचा, सदसद्विवेकाचा, बुद्धीचा, प्रेमाचा, मनोवृत्तीचा मनात आपापसात नेहमीच कलह चालायचा आहे असं मला वाटतं. तर्क खरा का सदसद्विवेकबुद्धी खरी, या प्रश्नाचा मनुष्याला अंतच लागायचा नाही. कदाचित अंत लागेल, पण तो कालांतरानं. धर्माची तत्त्वं तर्कानं कळू लागल्यावर व भौतिक शास्त्राच्या तत्त्वाप्रमाणे त्यांच्याविषयी खात्री झाल्यावर आणि धर्म व भौतिक शास्त्र यांचा विरोध अज्ञानमूलक आहे असं कळू लागल्यावर—"

नानासाहेब मधेच म्हणाले, "पण अशी स्थिती या जन्मात कधी येईल का? तुमचं हे वर्णन स्वप्नसाम्राज्यात खरं आहे. या खडतर दुःखी-पापी जगात ही स्थिती कोठेही दिसायची नाही. धर्म एकीकडे ओढतो तर तर्क दुसरीकडे नेतो आणि इंद्रियं

तिसरीकडे त्याला वळवितात. यापैकी कोणत्याही द्वयीचं कधी जमायचं नाही, तर या त्रयीचं कोठलं जमायला?''

''मला तर वाटतं की, सदसद्विवेकबुद्धी, मनोवृत्ती, तर्क, धर्म, प्रेम, सुखाभिलाष इत्यादिकांचा अन्योन्यविरोध सततचा नाही. ज्यांच्यामध्ये हा कलह बंद झाला होता असे वसिष्ठ, अत्रि, मरीचि इत्यादी ऋषी आपल्याकडे होऊन गेले आहेत.''

नानासाहेब म्हणतात, ''होऊन गेले असं पुस्तकात म्हटलं आहे, वसिष्ठ वल्मीकी खरोखरच होते, का ते काल्पनिक-''

''ते सोडा. अलीकडच्या रामकृष्ण परमहंस, स्वामी विवेकानंद, स्वामी रामतीर्थ इत्यादी महाविभूतींच्या चरित्रांकडे पाहिलं तर ते खरोखरच आधुनिक ब्रह्मवेत्ते होते असं तुम्हाला म्हणावं लागेल. जगात त्यांना 'गूढ', 'अज्ञेय' असं काही नव्हतं. जगाचं खरं खरं स्वरूप म्हणजे ब्रह्म आणि ब्रह्म म्हणजे तरी आपण स्वतःच, अशी त्यांची दृढ भावना होती. तर्कानं जे त्यांना सांगावं तेच अंतःकरणानं सांगावं, तेच इंद्रियांना प्रिय असावं व तेच हातून घडावं. त्यांच्या हृदयात कधीही कसला कलह नव्हता, संशय नव्हता व पापविचार नव्हता. जगात आपल्यासारख्यांना दुःख किंवा पाप म्हणून जे दिसतं, आपणाला जी अमंगलता, अनुचितता अथवा कुरूपता दिसते ती खरोखर तशी नाही, तर अधिक विशाल व खोल दृष्टीनं पाहिलं तर सर्व जगात सत्-चित्-आनंद या तीन गोष्टी भरलेल्या आहेत असंच त्यांना दिसे. जग हे सच्चिदानंदस्वरूप व आपणही सच्चिदानंदस्वरूपच अशी त्यांची स्थिती होती. या अशा भाग्यवान लोकांना ब्रह्मवेत्ते म्हणायचं नाही तर काय म्हणायचं?''

''पण तुम्ही यांना प्रत्यक्ष पाहिलं आहे का? नाही. मग त्यांचं वर्णन वाचूनही तुम्ही एवढं त्यांचं वक्तृत्वपूर्ण गुणवर्णन करता म्हणायचं?''

''तुमच्या वकिली प्रश्नाचं धोरण मी समजलो. मनुष्य संशय घेऊ लागला म्हणजे त्याचं तोंड काही धरता येणार नाही. तुमच्यासारखे लोक असा संशय घेतात, पण स्वतः कोणत्या स्वामीचं दर्शन घ्यायला मात्र जात नाहीत हा एक मोठा चमत्कारच आहे. या खेपेलाच प्रियब्रह्मस्वामींचं दर्शन झालं तर पाहीनच, पण नाहीच झालं, तर पुढच्या खेपेला तरी त्यांचं दर्शन घ्यायला मुद्दाम मी येणार आहे. एकदा प्रत्यक्ष दर्शन घेऊन त्यांना आपल्या शंका विचाराव्या, असं मला वाटतं आहे.''

''आम्हीही येऊ तुमच्याबरोबर. बाकी आमची श्रद्धा नाही हे त्यांना आम्ही प्रथमच सांगून टाकणार.''

''आम्हीही तसेच सांगणार. तात्त्विक शंका विचारायला चोरी कसली?''

''या हिमालयातच ते कुठेतरी राहतात, असं आमचे श्वशुर म्हणाले होते. त्यांची या स्वामींवर फार भक्ती बुवा!''

"पुष्कळ लोक त्यांचं वर्णन करतात. आपणाला या खेपेला दर्शन झालं तर ठीकच, नाहीतर पुढच्या वर्षी येऊ दर्शनासाठी."

◆

३७

हिमालयातील एका गिरिस्थानी एक दिवस जनुभाऊ उत्तरेने आपणाला का झिडकारले असावे याविषयी विचार करू लागले. पण त्यांना या प्रश्नाचे समाधानकारक असे उत्तर काही मिळेना. उत्तरेसारख्या प्रौढ 'मुली'ला दुसरे कोणी वरणे शक्य नव्हते अशी जनुभाऊंची खात्री होती. त्याप्रमाणेच प्रत्येक स्त्रीची विषयेच्छा प्रबल असते असेही त्यांचे ठाम मत होते. तेव्हा ही उत्तरा आपल्याशीच विवाह करायला का तयार होत नाही, याचे जनुभाऊंना मोठे कोडे पडावे यात मोठेसे नवल नाही. विजयगावात असताना उत्तरेचा आणि त्यांचा आकस्मिकरीत्या कसा नाटकी 'सीन' झाला याची त्यांना या वेळी साहजिकच स्मृती झाली. त्यावेळेला आपली कशी हास्यास्पद स्थिती झाली हा विचार मनात येऊन त्यांना वाईट वाटणे हे साहजिकच होते; परंतु या गोष्टीला पुष्कळ दिवस होऊन गेले असल्यामुळे स्वत:च्या त्यावेळच्या स्थितीचे चित्र आता त्यांच्या डोळ्यांपुढे उभे राहून त्यांचे त्यांनाच थोडेसे हसू आले.

त्या 'सीन'मध्ये उत्तरेने जे वर्तन केले त्याचा संथपणे विचार करताकरता जनुभाऊंना असे दिसून आले की, उत्तरा म्हणजे काही साधीभोळी बायको नाही. ती दृढनिश्चयी आहे, आपल्यापेक्षा अधिक बुद्धिमान आहे आणि एकंदरीत ती आपल्या आटोक्याच्या बाहेरची आहे.

'उत्तरा काही रागिणीसारखी गरीब नाही' जनुभाऊ मनात म्हणाले आणि दोघींच्या गुणावगुणांची तुलना करू लागले. 'उत्तरा कितीही बुद्धिमान असली, तरी स्त्री या नात्याने रागिणीपेक्षा ती कमीच योग्यतेची. रागिणीच्या तोंडातून कठोर शब्द कधीतरी निघाला आहे का? उत्तरेसारखे लोकांचे दोष तिने कधी दाखविले आहेत का? 'पुरुषजातीने स्त्रियांना दास्यात ठेवले आहे,' असे तिने उत्तरेसारखे कधीतरी प्रतिपादिले आहे का? 'स्त्रियांचे अधिकार', 'पुरुषजातीचा अभिमान' इत्यादी शब्द रागिणीच्या तोंडून कधी निघाले आहेत का? उत्तरेप्रमाणे तिने कधी ईश्वराच्या अस्तित्वाविषयी शंका घेतल्या आहेत का? उत्तरा ही पुरुषजन्माला आली असती तर खरोखरीच चांगली होती. रागिणी! या जगात रागिणीसारखी दुसरी कोणी स्त्री असेल काय? ती जर मला मिळाली तर माझ्यासारखा धन्य मीच. काय आश्चर्य तरी! इतके दिवस ही गोष्ट माझ्या मनात कशी आली नाही? उत्तरेच्या अशा कोणत्या गुणावर मी भुललो? उत्तरेपेक्षा रागिणी रूपाने आणि गुणांनी शतपटीने श्रेष्ठ आहे. हिची मर्यादशीलता कोठे आणि उत्तरेचे धारिष्ट्य कोठे. हिचा उदार प्रेमळपणा कोणीकडे आणि उत्तरेचे

कायदेशीर 'हक्का'चे बोलणेचालणे कोणीकडे. बोलण्यात घसरलेल्या माणसाला सावरून घेण्याची रागिणीची इच्छा कोणीकडे आणि वादात दुसऱ्याला पकडण्याची उत्तरेची इच्छा कोणीकडे. उत्तरेच्या श्रीमंतीला भुलून मी आपल्या घरात एक त्राटिका मात्र आणली असती. रागिणी ही खरोखर गाय- कामधेनू आहे. ती आता चिखलात रुतली आहे. तिचा जर आपण उद्धार केला, तर तिच्यावर उपकारांचा डोंगर होऊन आपलाही सर्व प्रकारे फायदा होणार आहे. पण रागिणीजवळही पैसे कमी आहेत असे नाही. तिची स्वत:ची मोठी इस्टेट व भाऊसाहेबांचीही इस्टेट पुढेमागे आपलीच होणार! याबाबतीत सावकाशपणे चालले पाहिजे. उत्तरेजवळ बोलण्यात जशी चूक झाली, तशी या वेळी होऊ देता कामा नये.'

यात्रमाणे जनुभाऊ चकण्यांचा आपल्या मनाशी विचार तर ठरला. मग पुनर्विवाहाचा प्रश्न त्यांनी एकदा बोलण्यात कसा काढला, विधवांविषयी बोलताना त्यांना दुसऱ्या एका प्रसंगी गहिवर कसा आला, भाऊसाहेबांकडे जाऊन ज्ञानलोलुप माणसांप्रमाणे ते विषयांची माहिती कसे विचारू लागले, डोंगरावर फिरता फिरता एखादे वासाचे फूल त्यांना सापडले तर ते भाऊसाहेबांना सप्रेम आदराने ते कसे अर्पण करू लागले, रागिणीशी ते सभ्यतेनेच; परंतु पूर्वीपेक्षा अधिक सलगीने कसे बोलू लागले, तिच्या वैधव्याबद्दल आपणाला फार वाईट वाटते ही गोष्ट दूरदुरूनच, पण मोठ्या चाणाक्षतेने ते कसे सुचवू लागले, भाऊसाहेबांची व रागिणीची ते कशी स्तुती करू लागले या व अशाच प्रकारच्या इतर गोष्टींचे सविस्तर वर्णन कशाला करायला हवे? भाऊसाहेबांच्या विद्वत्तेविषयी आदर दाखवून आणि आपणाला त्यांच्याशी तत्त्वज्ञान शिकण्याची इच्छा आहे असे सांगून त्यांचे मत तर जनुभाऊंनी अनुकूल करून घेतले.

◆

३८

एकदा रागिणी एकटीच फिरायला बाहेर पडली असता जनुभाऊंनी तिला एकांतात गाठले आणि त्यांनी तिला आपणाशी विवाह करण्याची विनंती केली. एका आधुनिक कादंबरीतील एका नायकाचे भाषण वाचून जनुभाऊंनी त्यातील काही कल्पना आपल्या भाषणात घातल्या. रागिणीसारख्या अल्पवयी सुकुमार स्त्रीचे आयुष्य दुर्दैवाने कसे दु:खमय झाले आहे, तिच्यासारख्या 'नवमंजरी'च्या सुवासाला लुब्ध होऊन तिच्याजवळ आलेल्या 'भृंगा'ला तिने दूर सारू नये, रागिणी म्हणजे त्यांच्या 'हृदयमानसरसा'त विहार करणारी एक 'हंसी' आहे, ती पंकात मग्न झालेली एक 'कामधेनू' आहे इत्यादी परस्परविरोधी उपमा, रूपके वगैरे अलंकारांची त्यांनी बेधडकपणे आपल्या नाटकी भाषणात अगदी रेलचेल करून सोडली.

जनुभाऊ अगदी आकस्मिक रीतीने आल्यामुळे आणि त्यांचे ते भाषण चालले असता ते थांबवावे कसे हे दोन-तीन मिनिटे रागिणीला न सुचल्यामुळे मनात योजिलेल्या सर्व उपमा वगैरे तर जनुभाऊंना पूर्ण ओकून टाकायला सापडल्या. त्यांचे नाटकी भाषण ऐकून अर्धा-एक मिनिट रागिणीला प्रथम हसूच येऊ लागले आणि ते दाबण्याकरिता तिला बराच प्रयास करावा लागला.

हसू टाळण्याकरिता ती हातातील दर्भांकुर तोंडाने धरून दाताने कुरतडू लागली व जनुभाऊंचे भाषण त्यांचे मन न दुखवता एकदम कसे बंद करावे याचा विचार करू लागली.

परंतु हा 'सीन' फार वेळ चालणे शक्य नव्हते. रागिणीने जनुभाऊंचा अंत:स्थ हेतू पूर्णपणे ओळखला होता. ते जेव्हा आपल्या 'उदात्त हेतू'चे वर्णन करू लागले आणि केवळ विधवाविवाहाला उत्तेजन देण्याकरिता समाजाला उदाहरण घालून देण्याच्या गोष्टी सांगून, रागिणीला सोडून गेल्याबद्दल भय्यासाहेबांना दोष देऊ लागले तेव्हा रागिणीच्या तळपायांची आग मस्तकाला गेली. मग मात्र जनुभाऊंच्या मनाला वाईट वाटेल की काय याबद्दलचा विचारही तिच्या मनात न येता तिच्या तोंडातून पुढील शब्द तिरमिरीसरसे बाहेर पडले :

''मला पुनर्विवाह बिलकूल कर्तव्य नाही. माझा नाद सोडून आपण एखाद्या गरीब अनाथ विधवेचा जर उद्धार केलात, तर-''

''पण तुमच्याशिवाय माझं सारं जीवित शून्यप्राय आहे, मला तुमच्याशिवाय दुसरं कोणी नको, तुमच्याकरिता मी घरच्या मंडळीला, मित्रमंडळीला, फार काय जनलज्जेलासुद्धा न भिता-''

''आपली एवढी उदारबुद्धी आहे म्हणूनच मी म्हणते की, आपण एखाद्या गरीबशा विधवेशी विवाह करून घ्यावा. अशा थोड्या का विधवा आहेत जगात?''

''पण मला तुमच्यासारखी स्त्री साऱ्या त्रिभुवनात कुठंही मिळायची नाही.''

''अगदी खरं आहे. प्रत्येक स्त्रीमध्ये काहीतरी फरक असतोच.''

''माझ्या बोलण्याचा भावार्थ तसा नाही. मला तुमच्यासारखी प्रिय, पवित्र, पूज्य स्त्री दुसरी कोठे दिसणार? होय, तुम्ही मला प्रिय आहात एवढंच नव्हे तर अत्यंत पूज्यही आहात. तुमचे शब्द मला गायनाप्रमाणं मधुर लागतात, एवढंच नाही तर ते मला वेदवाक्याप्रमाणं मान्य वाटतात.''

''वेदवाक्याप्रमाणं मान्य- म्हणजे मुळीच मान्य नाहीत असंच म्हटलं पाहिजे.'' रागिणी या 'सीन'चा अंत करण्याच्या उद्देशाने म्हणाली. ''वेदवाक्य तुम्हाला मान्य नाही आणि लोकांनाही मान्य नाही. वेदाची मान्यता शाब्दिकच आहे.''

''ही थट्टेची वेळ नाही. माझा प्राण कसा अगदी व्याकूळ होत आहे-''

''आपला प्राण माझ्या दर्शनानं अधिक व्याकूळ होऊ नये म्हणून आपण माझं

दर्शनच घेऊ नये हे चांगलं आणि असं एकांतात तर माझं दर्शन आपण मुळीच घेऊ नये. माझ्या या स्पष्ट सांगण्याचा अर्थ जर आपणाला समजला नसेल तर भाऊंना सांगून मला तो त्यांच्याकडून सांगवून आपला बंदोबस्त करावा लागेल.''

घडलेली हकिकत कोणालाच सांगू नये असा रागिणीच्या मनात विचार आला; परंतु उत्तरेच्या खोलीत गेल्यावर सखीस्नेह प्रबळ होऊन तिने घडलेला प्रकार उत्तरेला प्रथम थोडक्यात, नंतर पुन्हा सविस्तरपणे सांगितला. तेव्हा उत्तरा म्हणाली, ''बायकांना असं एकांतात गाठून त्यांच्याशी लग्नाच्या गोष्टी बोलणं चांगलं का?''

''चांगलं नाहीच!'' रागिणी हसून म्हणाली, ''पण काय गं ताई, तुला याच्यात वास्तविक काही गैर दिसू नये. पुरुषांचे नि बायकांचे हक्क अगदी सारखे आहेत ना? पुरुषापुरुषांची एकांती गाठ पडायला जशी हरकत नाही, तशी स्त्री-पुरुषांची एकांती गाठ-''

''खरं म्हटलं, तर हरकत नसावीच. पण आपल्या हिंदू पद्धतीप्रमाणे ते वाईट दिसतं. शिवाय जनुभाऊंसारख्यांना तर केव्हाही बायकांशी एकांतात बोलण्याचा अधिकार नाही.''

''का बरं? त्यांनी काय केलं आहे?''

''त्यांनी आपल्या हक्काचा दुरुपयोग करून तो गमावला आहे.''

''तुझ्याशी लग्न करण्याची गोष्ट काढली, हा हक्काचा दुरुपयोग वाटतं? दादासारख्यानं तशी गोष्ट काढली असती म्हणजे तेवढा सदुपयोग झाला असता, नाही गं ताई?'' रागिणी हसून म्हणाली.

''चल- पुरे आता तुझा चावटपणा! मला नाही तुझी असली थट्टा आवडत.''

''बरं, राहिली माझी थट्टा, पण दादांनी केलेली अशी थट्टा तरी आवडेल ना तुला?''

''तुला माझ्या लग्नाची फार घाई झालेली दिसते, मग तू गं का पुनर्विवाह करून घेत नाहीस? तुझं मत तर पुनर्विवाहाला प्रतिकूल नव्हतं आणि-''

''पुनर्विवाह करायचा म्हणूनच का तो करायचा? त्या दोघांमध्ये प्रेम असायला नको का?''

''अलबत- प्रेम तर पाहिजेच. लग्न करायचा विचार असला म्हणजे प्रेम आपोआप येतं.''

''म्हणजे प्रेम आधी नसलं तरी लग्नाचा विचार करावा, असंच ना तुझं म्हणणं?''

''मनुष्याचं कोणावरच प्रेम नाही असं कसं होईल?''

''माझं ज्याच्यावर प्रेम आहे ते माणूस या जन्मात तरी मला मिळायचं नाही.''

'हिच्या प्रेमाचे असे कोणते माणूस असावे?' असा उत्तरा आपणाशी विचार

करू लागली. 'भय्यासाहेबांवर हिचे प्रेम आहे, पण ते आता पुन्हा मिळण्याची आशा नाही' असा रागिणीचा अर्थ नसावा असे तिला प्रथम वाटले, पण क्षणानंतर 'आनंदरावांविषयी तर ही बोलत नसेल ना?' अशी तिला शंका आली.

आपल्या मनातील हा संशय तिने व्यक्त करून दाखविला असता तर ते बरे झाले असते. पण उत्तरेने आपली शंका बाहेर बोलून दाखविली नाही व तीच खरी आहे असे गृहीत धरून ती अगदी निराश झाली.

◆

३९

या हकिकतीला तीन-चार दिवस झाल्यानंतर जनुभाऊंनी भाऊसाहेबांचे कान फुंकून रागिणीविषयी त्यांचे मन कलुषित करण्याला सुरुवात केली.

"रागिणीताईंना मी योग्यच नव्हतो," जनुभाऊ भाऊसाहेबांबरोबर फिरायला गेले असता त्यांना म्हणाले. "मजजवळ ना विद्या ना पैसा, वयानंसुद्धा मी त्यांना अनुरूप नव्हतो. पण भाऊसाहेब, मी प्रेमातिशयानं वेडा होऊन गेलो आणि माझं हृदय त्यांच्यापुढं उघडं केलं. मला आपल्यापुढं बोलण्याचीसुद्धा लाज वाटते."

"ही गोष्ट विसरा म्हणून सांगितलं ना तुम्हाला एकदा? मनुष्याच्या हातून चूक होतेच आहे."

"ते सगळं खरं, पण रागिणीताईंच्या मनाला ही गोष्ट किती लागली असेल! त्यांना मी अगदीच अयोग्य होतो. माझं काय वय आहे आता त्यांच्यासारख्या तरुण मुलीशी लग्न करायचं? पण जगात चमत्कार असा आहे की, आमच्यासारख्यांना लग्नाची इच्छा होते आणि आनंदरावांसारख्यांना अविवाहित राहावंसं वाटतं."

"खरंच! तो का लग्न करीत नाही काही समजत नाही. नानासाहेबांच्या मनातून त्याला घरजावई करून घ्यायचं होतं, पण तो लग्न करून घ्यायला तयार नाही. देशाभिमानानं कदाचित तो लग्न करीत नसेल."

"कदाचित उत्तराबाईंवर त्यांचं प्रेम नसेल म्हणून ते लग्न करीत नसतील. प्रेम असल्याशिवाय आनंदराव लग्न करायला तयार व्हायचे नाहीत."

"असंही असेल कदाचित."

"मला तर तशीच शंका येते. मी आनंदरावांना परवा लग्न का करीत नाही म्हणून सहज विचारलं. त्यांच्या बोलण्यावरून मी एवढंच ताडलं की, त्यांचा लग्न करायचा बेत तर आहेच-"

"मग ते का करीत नाही तो?"

"प्रेमामुळे! जिथं तिथं हे प्रेम आडवं येतं!" जनुभाऊ वाकड्या नजरेने भाऊसाहेबांकडे पाहून हसत हसत म्हणाले.

''मला नाही तुमचा अर्थ कळला.''

''मला तरी काय ठाऊक? पण आपलं अनुमान काढता येईल. लहानपणापासून आपण जिला पाहिलेलं असतं, लहानपणापासून जिच्याशी आपण खेळलेले असतो, तिच्यावरच मोठेपणी आपलं प्रेम बसणार, यात आश्चर्य करण्यासारखं काहीच नाही.''

''काय? रागिणीवर त्याचं प्रेम आहे म्हणता?''

''मला तर असं वाटतं खरं आणि हा विवाह झाला तर खरंच फार चांगलं होईल. दोघांचं एकमेकांवर लहानपणापासून प्रेम आहे व ती एकमेकांना अगदी अनुरूप आहेत ही गोष्ट माझ्या ध्यानात आल्यापासून रागिणीताईंनी माझा अव्हेर केला याचं मला आश्चर्य वाटत नाही.''

''तुम्हाला ही गोष्ट कशावरून कळली?''

''कशावरून? प्रेमीजनांची दृष्टी भारी तीक्ष्ण असते हे आपणाजवळ कबूल करायला मला हरकत वाटत नाही आणि शिवाय रागिणीताईंनी माझा अव्हेर केला त्यावेळेला त्यांच्या तोंडातून चुकून गेलेल्या एका वाक्यावरून मला ही गुप्त गोष्ट साहजिकपणे पण स्पष्टच कळली. साहजिक आहे ही गोष्ट अगदी. दोघांचं वय अनुरूप, दोघांचं एकमेकांवर पूर्वीपासून प्रेम, दोघांचं-''

''मग माझ्याशी का नाही बोलत तो?''

''वा! आपणाशी कसं बोलतील ते? इतके का ते निर्लज्ज झाले आहेत? आणि रागिणीताईंना पुनर्विवाह करायची लाज वाटते. त्यांचे प्रेम आहे, त्यांच्या मनातून विवाह करायचा आहे, पण जनलज्जेला त्या भिऊन आहेत.''

''अं? यात कसली आहे जनलज्जा?''

''तुम्हा-आम्हाला त्याचं काही वाटत नाही आणि आपण पुरुष, लोकांच्या बोलण्याला विशेष भीकही घालीत नाही. पण बायकांना पुनर्विवाह करायचा म्हणजे खरोखरच जिवावरच येतं. त्यातून पुन्हा आनंदरावांना इतके दिवस रागिणीताईंनी 'दादा' म्हणून म्हटलेलं-''

''मी तिला सांगतो, म्हणजे मग तरी कबूल होईल ना ती? माझी काही हरकत नाही त्यांच्या लग्नाला.''

''पाहा बुवा विचारून. कदाचित होतीलही त्या आनंदानं कबूल, कदाचित रागिणीताई प्रथम 'नाही नाही' म्हणतील, पण हे साहजिकच आहे. भाऊसाहेब, बायकांची इच्छा असली तरी त्या 'नाही नाही' असंच पहिल्यानं म्हणायच्या.''

अशा रीतीने रागिणी आणि आनंदराव यांचे एकमेकांवर प्रेम आहे अशी जनुभाऊंनी भाऊसाहेबांच्या मनाची तर खात्री केली. भाऊसाहेबांना याच्यात विशेष आश्चर्य किंवा वाईटही वाटले नाही.

"लहानपणी बहीणभावंडांप्रमाणे वागले, म्हणून मोठेपणीही हेच नाते ठेवावे असे काही शास्त्र नाही." ते मनात म्हणाले. "दोघेही तरुण आहेत व दोघांचे प्रेम आहे, अशा स्थितीत त्यांनी लग्न केलेलेच बरे. नाहीतर त्यांच्या हातून भलतेच काहीतरी व्हायचे."

जनुभाऊंनी रोज कोणत्या ना कोणत्या तरी निमित्ताने ही गोष्ट काढून भाऊसाहेबांचा संशय दृढ करावा असे चालले होते. एक दिवस तर या विषयासंबंधाने बोलताबोलता जनुभाऊंनी तरुण युरोपियन लोकांच्या नीतिमत्तेची गोष्ट काढली. 'लग्नाचे काम भागल्यावर लग्न करून तरी काय करायचे आहे' असे सूचक वाक्य बोलून भाऊसाहेबांचे मन त्यांनी अगदीच कलुषित करून टाकले.

◆

४०

"नानासाहेब, या हिमालयावर आल्यापासून मनाला काय आल्हाद होत आहे! आजची ही चंद्रज्योत्स्ना किंवा एकापाठीमागं एक उंच उंच होत गेलेली गगनचुंबित व हिमाच्छादित शिखरं किंवा त्यावरून परावर्तन पावून तेथील वनश्रीवर पडलेली चंद्रकिरणं किंवा हे स्वच्छ जलनिर्झर ही सर्व पाहून जगदात्म्याच्या अस्तित्वाबद्दल जो संशयित राहील त्याच्यापुढे प्रत्यक्ष ब्रह्मदेव जरी उभा राहिला तरी त्याला ईश्वराची साक्ष पटणार नाही. भाऊसाहेब, नभोमंडळातील या वरच्या ताऱ्यांत मला पुराण ऋषी दिसत आहेत, तेही माझ्याकडं प्रेमपूर्ण दृष्टीनं पाहत आहेत व आनंदानं मला बोलावीत आहेत. प्रसन्न जलनिर्झर शांतचित्तानं ईश्वराकडे जात आहेत व मला आपल्याबरोबर यायला सांगत आहेत. भाऊसाहेब, नानासाहेब, या सर्वोत्तुंग हिममय शिखरावर आसन घालून सच्चिदानंद ईश्वर सत्स्वरूपी व सद्विकासी दृष्टीचं ध्यान करीत आहे व या ध्यानात अथवा या आत्मानंदात मी लीन होऊन गेलो आहे असं मला दिसतं."

"शास्त्रीबुवा, तुम्ही म्हणता तसं तुम्हासारख्यांना वाटणं साहजिकच आहे." नानासाहेब उत्तरादाखल म्हणाले. "मी पक्का नास्तिक जरी कधी नव्हतो तरी इतके दिवस अज्ञेयवादाचं व जडवादाचं माझ्या मनात प्राबल्य असल्यामुळे बुद्धिशैथिल्य येऊन नीतीचा उत्साह नाहीसा होत चालला होता. परंतु या हिमालयावर आल्यावर व येथील देखावा पाहिल्यावर पूर्वसंस्कार जागृत होऊन की काय, माझ्या मनात चमत्कारिक चमत्कारिक भावना उत्पन्न होत आहेत. काल दोनप्रहरी त्या डावीकडच्या धबधब्यामुळे उडणाऱ्या तुषारांवर अथवा फेसावर पडलेल्या सूर्यकिरणांचं पृथक्करण होऊन त्यातून दिसू लागलेलं सप्तरंगी विलक्षणच चित्र मी पाहिलं व माझ्या जडवादाला सगुण ईश्वराचा रंग येऊ लागून त्यावर मी प्रेम करू लागलो. येथील

अनेकविध तरूवर आणि प्रफुल्लित लता पाहिल्या व समोरच्या शिखरावरील हिम जसं दुपारी विरघळू लागतं, तसा माझा जडवाद विरघळू लागला. विविधगुणधर्मांच्या लतावृक्षादिकांना आश्रय देणारा हा हिमाचल, अनंत पुष्पांना व जीवकोटींना आनंदविणारा सूर्य, निष्ठुर माणसांना व निर्ढावलेल्या पापी लोकांनाही भयाकुल करणारी ही श्रीमत् व ऊर्जित गिरिशृंगे, उदास जिवांचंही मन रिझविणारं हे सौंदर्य ही सर्व अहेतुक आहेत- केवळ परमाणुसंघर्षणानेच झालेली आहेत असं यापुढे तरी मी म्हणणार नाही. भाऊसाहेब, या हिमालयाच्या दर्शनानं आपणावर असा काहीच परिणाम झाला नाही का?''

''कालिदासादी कवींनी केलेलं हिमालयाचं वर्णन मी लहानपणी मोठ्या आनंदानं वाचलं व त्या वेळेपासून हिमालयाचं दर्शन घेण्याबद्दल मी फार उत्सुक होतो. ज्या दिवशी मी येथे आलो, त्या दिवशी स्वतःची लहानपणची एक महत्त्वाकांक्षा सफल झाली म्हणून माझी मला धन्यता वाटली व येथील मनोहर देखावा मला मातेप्रमाणेच प्रिय वाटला. परंतु आता तो मला प्रिय तर वाटत नाहीच, उलट मोठा भयप्रद वाटत आहे. मला यात ईश्वर- सदय ईश्वर- कोठेच दिसत नाही. शास्त्रीबुवा, तुम्हाला ताऱ्यांमध्ये व निर्झरांमध्ये ईश्वर दिसतो. नानासाहेब, तुम्हाला तो जलतुषारांमध्ये दिसतो, पण परवा संध्याकाळी रागिणीचा पाय पडून तिला जो नाग चावायला आला त्या नागातही तुम्हाला ईश्वर दिसला का? नानासाहेब, तुम्हाला धबधबा पाहून ईश्वराची साक्ष पटल्यासारखं झालं. पण त्या धबधब्यावरील घसरणीवरून गाय अचानक खाली पडताना आपण जेव्हा पाहिली तेव्हा आपणाला काय वाटलं? खिंडीत पडलेल्या त्या गाईच्या मढ्याचं दीन मुख पाहून शास्त्रीबुवा, तुमच्या त्या शिखरस्थ ध्यानी सच्चिदानंदाला आनंद होतो काय? नानासाहेब, तुम्हाला येथील विविध फलपुष्पान्वित लतावृक्ष पाहून आनंद वाटला, पण आपल्या त्या पोरगेल्याशा तरतरीत वाटाड्यानं चुकून एक फळं खाल्लं व तत्काळ तो तडफडून मेला हे तुमच्या ईश्वराला कसं पाहावलं? मला अरसिक म्हणा, पाखंडी म्हणा, काहीही म्हणा- मला आता या हिमालयावर सदय व सच्छील असा ईश्वर दिसत नाही. या अवाढव्य हिमनगाकडे पाहून व भोवतालच्या भयंकर दऱ्या पाहून माझा जीव आश्चर्य भयाकुल होऊन जातो. या जगाविषयी सादर प्रेम ज्याला वाटेल, त्यालाच मी धार्मिक समजतो असं मत शास्त्रीबुवांनी आता व्यक्त केलं. पण काय हो शास्त्रीबुवा, तुम्ही तर आता साकार ईश्वराचे भक्त दिसता! आणि पूर्वी तर निराकार ब्रह्मवादी म्हणून तुम्ही आमच्याशी वाद करीत होता.''

''दोन्ही मतं खरी आहेत. ज्याला जे खरं वाटेल ते त्यानं घ्यावं.''

''म्हणजे 'सत्य' हे व्यवहारावर अवलंबून आहे होय?'' भाऊसाहेबांनी किंचित हसून विचारले.

“व्यवहारावर नाही, तरी आपापल्या वेळोवेळच्या मनोवृत्तींवर ते अवलंबून असतंच. स्नानसंध्या करून शांतपणे तत्त्वज्ञानाचे ग्रंथ वाचीत असता मला अद्वैतवाद अगदी सत्य वाटतो, पण मी दुःखात असलो म्हणजे मी साकार ईश्वराची करुणा भाकू लागतो.”

नानासाहेब हसत हसत म्हणाले, “शास्त्रीबुवा, हिमालय पाहून तुम्हाला optimistic विचार सुचले त्याअर्थी तुमची वृत्ती त्याच्या आधी आनंदी होती हे मी ओळखतो. पण भाऊसाहेब याच हिमालयाकडे पाहून भयाकुल झाले आहेत तेव्हा त्यांच्या मनाला काही स्वस्थता नव्हती व नाही असंही मी ताडतो.”

“अगदी खरं आहे. रागिणीमुळे मी फार काळजीत आहे.”

“उन्मादकारी च यौवनम्’ असं म्हटलं आहे ना? त्यातून रागिणीचं व आनंदरावांचं लहानपणापासून प्रेम आहे आणि ही रमणीय शीतल स्थानं कामोद्दीपक आहेत.”

“कामोद्दीपक आहेत ही तुमची स्वतःची कल्पना आहे. माझं तर मन येथे अधिक समाधान पावलं आहे व एकंदरीत मला येथे अधिक पावित्र्य दिसत आहे.” नानासाहेब म्हणाले.

“काय, आनंदराव इतका वाईट आहे असं खरोखर तुम्हाला वाटतं?” शास्त्रीबुवांनी प्रश्न केला.

“तो वाईट नाही म्हणूनच त्याची मला भीती वाटते. त्याने आपल्या सद्गुणानं तुमचं व माझं मन आकर्षण करून घेतलं आहे, तसंही रागिणीचंही-”

“कशावरून तुम्ही हे म्हणता?” नानासाहेब म्हणाले.

“कशावरून का असेना, मला कळलं आहे ही गोष्ट खरी.”

“दोघांची मनं जर जुळली असती तर मग त्यांचा विवाह का नाही करून टाकीत?” शास्त्रीबुवा म्हणाले.

नानासाहेब आश्चर्यचकित स्वराने म्हणाले, “काय शास्त्रीबुवा, तुम्ही पुनर्विवाहाला अनुकूल?”

“त्यांची मनं एक झाल्यावर त्यांची शरीरं निराळी ठेवण्यात काय अर्थ आहे? त्यातूनही दोघं जणं तरुण आणि दोघांचं प्रेम असताना त्यांना एकाच घरात ठेवून त्यांची भेट होऊ द्यायची नाही म्हणजे त्यांची निव्वळ छळणूक करणं होय, त्यांचं अशा रीतीनं सत्त्व पाहणं चांगलं नाही.”

“तर मग आनंदरावाला कोठे पाठवून देऊ म्हणता?”

“पुनर्विवाह करायचा नसला तर असं काहीतरी केलंच पाहिजे. पण मी विचारतो, तुम्ही त्यांच्या विवाहाच्या विरुद्ध काय म्हणून, हे लग्न चालवायला कोणी उपाध्याय मिळत नसला तर मी चालवितो त्याचं याज्ञिक, मला त्याबद्दल वाळीत टाकलं तरी हरकत नाही, रागिणीसारख्या स्त्रीला जन्मभर दुःखात ठेवायचं

हा धर्म कसला?''

''आज शास्त्रीबुवांना जंगीच जोर आलेला दिसतो आहे! बरं, रागिणीला तुम्ही विचारून पाहिलं का? ती काय म्हणते?'' नानासाहेबांनी विचारले.

''ती म्हणते, मला पुनर्विवाह करायचा नाही- पण माझी खात्री आहे की, जनलज्जेला ती भिते आहे, दुसरं काही नाही. मनातून तर लग्न करायचं आहे आणि लोक हसतील म्हणून—''

नानासाहेब म्हणाले, ''हे कशावरून तुम्ही म्हणता? कदाचित तिला खरोखरच पुनर्विवाह करावासा वाटत नसेल. भय्यासाहेबांचं व तिचं प्रेम तुम्हाला आठवत नाही का?''

''पूर्वी होतं त्यांच्यावर तिचं प्रेम, पण आता ते दुसऱ्यावर—''

''तुम्ही फार अनुदार झाला आहात अलीकडे भाऊसाहेब. मी उत्तरेकडून युक्तियुक्तीने रागिणीचे सगळे हृद्गत काढून घेतो.''

मंडळी जेवायला बसली असता आईसाहेबांनी हिमालय सोडून घरचा रस्ता धरण्याची गोष्ट काढली व 'इथे थंडी फार आहे, सापांची वगैरे भीती आहे, सिंह, वाघसुद्धा इथे आहेत असे म्हणतात,' इत्यादी गोष्टी हळूहळू सुरू करून त्या गुलहौशी प्रवाशांना विजयगावातील आपल्या सुखाच्या व सोईच्या घराकडे वळायला त्या आग्रह करू लागल्या. त्या म्हणाल्या, ''मुलींना घेऊन असं महिना-महिनाभर थंडीवाऱ्याचं राहणं काही चांगलं नाही आणि मला आता काही डोंगर चढायचा नाही. घरी चलायचं असलं तर बरं आहे, नाहीतर मी आपली इथं बसून राहीन. इथं तापबीप आला नि कोणी आजारी पडलं तर औषध द्यायला तरी कोणी आहे का?''

''आनंदराव डॉक्टर आहेत तर खरे! आणि तुझी मुलगी काय कमी डॉक्टरीण आहे?''

''आनंदराव डॉक्टरच आजारी पडले आहेत, कपाळ फार दुखतं आहे असं आताच मला म्हणत होते.''

''होय का रे?'' भाऊसाहेबांनी आनंदरावांना विचारले.

''विशेष काही नाही. आज सकाळी वाऱ्याचा बाहेर पडलो त्यामुळे पडसं आलं आहे थोडं झालं.''

''मघाशी तर अंथरुणावर पडून होते. आता आपलं ते लपवताहेत झालं.'' आईसाहेब म्हणाल्या.

'आनंदराव आपण आजारी नाही म्हणून म्हणताहेत आणि तू का त्यांना आग्रहानं उगीच आजारी पाडते आहेस?'' नानासाहेब हसत हसत म्हणाले.

जनुभाऊ म्हणाले, ''हा वाद आता कशाला? विजयगावाला परत जायचं का आणखी वर चढायचं एवढाच तूर्त प्रश्न आहे.''

''परत जायचं नाही, पुढंही जायचं नाही आणि इथंही राहायचं नाही.'' आनंदराव म्हणाले.

''म्हणजे? हा काय बाई घोटाळा?'' आईसाहेबांनी विचारले.

''तुम्हाला प्रियब्रह्मस्वामींचं दर्शन घ्यायचं आहे ना? त्यांचा आश्रम येथून डाव्या हाताकडे तीन-एक मैलांवर आहे. त्याचा एक शिष्य मला भेटला होता आज दुपारी वाटेत, त्यानं ही माहिती सांगितली. त्यांच्या आश्रमात राहण्याची वगैरे उत्तम सोय आहे.''

''मग आम्हाला हे तू का नाही कळवलंस आधी?'' भाऊसाहेब म्हणाले. ''मला प्रियब्रह्मस्वामींचं दर्शन घ्यायची फार इच्छा आहे. शास्त्रीबुवा, तुम्ही येणार ना?''

''अलबत!'' शास्त्रीबुवा म्हणाले. ''त्याकरिता तर मुख्यतः मी हिमालयावर आलो. त्यांच्यासारख्या सत्पुरुषाचं दर्शन व्हायलासुद्धा मोठी पुण्याई लागते.''

''मग आम्हीसुद्धा येतो.'' बिचाऱ्या भाविक आईसाहेब म्हणाल्या.

''नाही, तू कंटाळली आहेस ना या प्रवासाला आणि थंडीवाऱ्याला?'' नानासाहेब म्हणाले. ''आपण आपले परत चला जाऊ या विजयगावाला.''

''अगदी काही शब्दांत पकडायला नको एवढं मला, एवढी आलेच आहे तेव्हा त्यांचं दर्शन घेतल्याशिवाय कसं जायचं परत घरी? देवाजवळ जाऊन त्याचं दर्शन घेतलं नाही म्हणजे पाप लागतं, तसंच साधूचंही.''

◆

४१

''काय आनंदराव, मी सांगितलं ते खरं की नाही?'' जनुभाऊ म्हणाले.

''अगदी खोटं. तुम्ही म्हटल्याप्रमाणे रागिणी मला भेटली होती, पण तिनं मला उत्तरेशी लग्न करण्याचा आग्रह केला.''

''आनंदराव, तुम्ही अगदीच भोळे हो! अहो, ती तुमच्याकडे येऊन 'माझ्याशी लग्न करा' असं का म्हणेल? काहीतरी निमित्त काढून ती तुमच्याकडे येते व संधी साधून तुमच्याशी मिनिट-दोन मिनिटं एकान्तात बोलते यावरून तुम्ही काय ते समजून घेतलं पाहिजे. 'माझ्याशी लग्न करा' असे शब्द तिच्या तोंडातून कसे बाहेर पडतील? हे शब्द तुम्ही उच्चारले पाहिजेत.''

''माझी खात्री आहे की, रागिणीच्या मनात माझ्याशी लग्न करण्याचा विचार कधीही यायचा नाही. तुमचा काहीतरी गैरसमज झालेला दिसतो.''

''शाबास, शाबास! मला रागिणीताईंनी झिडकारून टाकलं हाही माझा गैरसमज असेल? 'माझे आनंदरावांवर प्रेम आहे' असे त्या त्यावेळी रागात बोलून गेल्या हाही माझा गैरसमजच? त्या तुमच्याकडे प्रेमदृष्टीने पाहतात व उत्तराताईंचं निमित्त करून

तुमच्याशी एकीकडे गोष्टी करीत बसतात हाही गैरसमजच असेल? आनंदराव, तुम्ही भोळे, निष्कपटी आहात. हा सद्गुण आहे खरा, पण इतका फाजील भोळेपणा जगात कसा चालेल? मला तर तुमची आता कीवच येते.''

◆

४२

प्रियब्रह्मस्वामींच्या दर्शनाकरिता निघालेली विजयगावकर मंडळी चुकतचुकत आणि वाट काढीत काढीत एकदाची एका धर्मशाळेजवळ पोहोचली. या मंडळींना जी धर्मशाळा सापडली ती एका धनिक व भाविक गृहस्थाने प्रियब्रह्मस्वामींच्या भक्तीने तेथे बांधून ठेविली होती आणि तेथे कारकून व दोन गडी यांची नेमणूक करून ठेवून व त्यांच्याकडून वर्षाची शिधासामग्री येथे नेववून ठेवून, प्रियब्रह्मस्वामींच्या दर्शनाला जे श्रद्धाळू लोक येतील त्यांची त्यांनी खाण्यापिण्याची आणि राहण्याची सोय करून ठेविली होती. पूर्वी या स्वामींचे भक्तमंडळ फार मोठे होते. हिमालयातील त्या दुर्गम धर्मशाळेत पूर्वी तीस-तीस, चाळीस-चाळीस माणसे राहत असत; परंतु अलीकडे कारकून आणि गडी याशिवाय येथे कोणी नव्हते. याचे कारण स्वामी अलीकडे पुष्कळ दिवस गुहेत राहून वर्ष-वर्ष, दोन-दोन वर्षं कोणाला दर्शनच देत नसत हे असेल; कदाचित त्यांचे आणखी दुसऱ्या ठिकाणी आश्रम असतील व तिकडे त्यांची अधिक भक्ती असल्यामुळे या स्थानाचे महत्त्व कमी झाले असेल. त्यामुळे विजयगावकर मंडळी तेथे गेल्यावर त्यांना तेथे दुसरे कोणी भक्त दिसले नाहीत.

त्या धर्मशाळेतील उत्तरेकडील रागिणीच्या खोलीच्या खिडकीतून एक भयंकर दरी दिसत होती. त्या दरीतील झाडीतून एक प्रचंड नदी संथपणे व धिमेपणाने वाहत होती. दरीपलीकडे असलेल्या वृक्षाच्छादित पर्वतावरून काही झरे स्वैरपणे उड्या मारीत होते; परंतु त्यांच्या वृत्तीत उच्छृंखलपणा नसून ते बालकांप्रमाणे विहार करीत आहेत असे दिसत होते. त्या दरीतील हिरव्यागार- अथवा काळ्या म्हटले तरी चालेल- झाडीच्या मध्यभागी एक लहान तळे होते. ते इतके लहान होते की, काळ्या अंधकारमय झाडीत सकाळी ते अगदी लपून जात असे. दुपारी सूर्य वर आला आणि त्याची किरणे त्या तळ्यातील पाण्यावर पडली की, ते तळे एखाद्या मोठ्या हिऱ्याप्रमाणे चमकत असे आणि त्याच्या त्या चकाकीकडे फार वेळ कोणाला पाहवत नसे.

रागिणी आपल्या खोलीच्या खिडकीत बसून अर्धा-अर्धा तास विचारात मग्न होत असे. त्या घोर नदीकडे पाहून तिला भय वाटे. बालकांप्रमाणे आनंदाने बागडणारे समोरचे झरे पाहिले म्हणजे आपणाला दोन-तीन मुलगे असते तर किती बरे झाले

असते, असे बिचारीला एखादे वेळेला वाटावे. तिचे मन तो देखावा पाहून कधी भीतीने गांगरून जात असे, तर कधी वरील विचारामुळे ते अगदी निराश, उत्साहहीन व उदास होऊन जात असे. समोरच्या झाडीतील वृक्षांचे कोमल पल्लव किंवा रंगीबेरंगी पुष्पे किंवा खिडकीबाहेर आपल्या प्रियकराशी अथवा प्रिय बालकांशी गूढ प्रेमसंवाद करणाऱ्या साळुंक्या कोणाला प्रिय वाटणार नाहीत? पण रागिणीच्या त्या उदास मन:स्थितीत तिला या सर्व गोष्टी अप्रिय झाल्या. साळुंक्यांचा आवाज तर तिला अशावेळी अगदी कर्कश वाटत असे. त्यांच्या प्रेमसंवादाचा तिला अशावेळी राग येत असे व त्यांना खडा मारून खिडकीजवळून हाकलून द्यावेसे तिला वाटे. वास्तविक त्या साळुंक्यांचा काय बरे अपराध? पण आपण उदास असल्यावर लोकांचा- पाखरांचाही आनंद आपणाला पाहवत नाही व त्यांचा आपणाला उगाच संताप येतो.

आनंदरावांच्या खोलीतून अधिक उत्साहजनक देखावा दिसत होता. खालची पर्वतशृंगे पाहून त्यांच्याही वर आपण आहो हा विचार कोणाला सुखदायक होणार नाही? आनंदरावांना तर हा विचार सुखदायकच झाला असे नाही, तर त्यांना आणखी वरवर जावे व हिमालयाच्या उच्चतम शिखरावरून एकदा सर्व जगाकडे दृष्टी फिरवावी, अशी प्रबल महत्त्वाकांक्षा उत्पन्न झाली. त्यांच्या खिडकीबाहेर अनेक झाडे व अनेक लता असून, त्या लतांवरील सुवासिक पुष्पे मातेच्या मांडीवर बसलेल्या मुलांप्रमाणे शोभत होती व लता जणू काय आपल्या मुलांच्या मुखाकडे पाहून आनंदाने डुलत होत्या.

आनंदरावांच्या खिडकीतून सूर्यास्ताची विलक्षण शोभा दिसे. सूर्य जसजसा मावळू लागे तसतसा खालच्या शिखरावर अंधकार पडे व त्यांच्या वरची शिखरे जणू काय त्यांच्याकडे पाहून अभिमानाने हसत आहेत असे दिसे. हळूहळू त्यांच्यावरही छाया पडत जायची व त्यांच्या वरील शृंगे आता त्यांना हसू लागायची. आकाशातील मेघांनाही वरवर डोके काढणाऱ्या या शिखरांचा गर्व हरण झालेला पाहून जणू काय बरे वाटू लागून ते हसतमुखाने व रंगीबेरंगी पोषाख करून शत्रूचा पराभव पाहण्याकरिता आकाशातून मौजेने फिरत आहेत असा पुष्कळवेळा भास होई. उजव्या हाताच्या शिखरावर अशी चमत्कारिक झाडेझुडपे होती व त्यांच्या अनेकरंगी पल्लवांतून अशी विविध रंगांची लहानमोठी फळे व पुष्पे झळकत होती की, सूर्याच्या किरणांनी त्यांच्या रंगीबेरंगीपणात जरी आणखी भर घातली नसती तरीही त्यांचे वैचित्र्य अत्यंत चित्ताकर्षक झाले असते व देवाने पर्वतशिखराला असे का नटविले याचे पाहणाराला आश्चर्य वाटत राहिले असते.

◆

४३

'स्त्रीशिक्षणा'चा व 'स्त्रियांच्या कर्तव्या'चा एक दिवस सहज प्रश्न निघून त्या दिवशी उत्तरेला मोठा आवेश चढला व ''आम्ही तत्त्वाकरिता भांडतो, सुखाकरिता नाही,'' असे ती म्हणाली. ''पुरुषांनी आम्हाला जरी प्रेमानं वागविलं, तरी जोपर्यंत ते आम्हाला बरोबरीच्या नात्यानं वागवीत नाहीत तोपर्यंत आमचं समाधान व्हायचं नाही. पुरुषांशी बरोबरीच्या नात्यानं वागून आम्हाला त्रास झालेला पत्करेल, पण दासीसारखं राहून खायला-प्यायला चमचमीत अन्न व ल्यायला उंचीउंची लुगडी मिळाली तरीसुद्धा ती आम्हाला नकोत! आम्ही हक्काकरता भांडतो, सुखाकरिता नाही.''

''मग तुम्हाला काय पाहिजे?'' शास्त्रीबुवा हसून म्हणाले, ''लुगडी नकोत तर आमच्यासारखी धोतरं नेसायची आहेत?''

''आम्हाला वाटलं तर तसं करण्याचाही आम्हाला अधिकार आहे.'' उत्तरेने उत्तर दिले.

''नाही म्हणतो कोण? पण-'' शास्त्रीबुवा म्हणाले, 'तुमचे अधिकार कधी कोणी काढून घेतले आहेत?''

''न स्त्री स्वातंत्र्यमर्हति- असं लिहिणाऱ्या मनूनं,'' उत्तरेने चटकन उत्तर दिले.

'मनुस्मृती'चा प्रश्न मुद्दाम सोडून विषय थट्टेवारीच नेण्याच्या उद्देशाने शास्त्रीबुवा म्हणतात, ''मगं तुझं म्हणणं काय? पुरुषांनी उद्यापासून स्वयंपाकाला लागावं असं का तुझं म्हणणं आहे? बायकांनी फौजेत शिरावं आणि त्यांच्या नवऱ्यांनी घरात भाकऱ्या भाजाव्यात अशी का तुझी इच्छा आहे?''

''एखाद्या पुरुषाची योग्यता भाकऱ्या बडवायचीच असली तर त्यानं तेच काम करावं आणि झाशीच्या राणीसारख्या स्त्रीला जर सेनापतीची जागा मिळाली तर तिनं ती खुशाल स्वीकारावी. प्रत्येक व्यक्तीला स्वतःच्या आवडीचं काम करण्याचा अधिकार आहे.''

''अधिकार आहे, पण साधारण बायकांची योग्यता कोणतं काम करण्याची असते?''

''हे ठरविण्याचा पुरुषांचा अधिकार नाही. आम्हाला जर वाटलं की, आम्ही स्वयंपाकाच्याच योग्यतेच्या आहोत तर आम्ही स्वयंपाक करू. पण 'अमुक कर' म्हणून जोरानं बायकोला सांगण्याचा पुरुषांना अधिकार नसावा. हल्ली पंधरा रुपयांच्या कारकुनाला एखादी सुशिक्षित बायको मिळाली तरी तिच्या नशिबी चूल नि तवाच आणि एखादे दिवशी स्वयंपाकाला उशीर झाला तर खर्डेघाश्याला तिला मारण्याचाही अधिकार, असं का? या दोघांना बरोबरीचे हक्क का नसावेत?''

“असावेत,” रागिणी म्हणते. “पण स्वयंपाक कुणी करायचा याबद्दल वादविवाद करून मतं का घ्यायची त्यांनी? आणि दोघांची मतं विरुद्ध पडली, म्हणजे मग काय करायचं? का त्या दिवशी कुणीच स्वयंपाक करायचा नाही?”

“हे आक्षेप आजचे नाहीत. दोन पुरुष एके ठिकाणी राहिले म्हणजे कोण स्वयंपाक करतो? त्यांच्यापैकी ज्याला फुरसत असेल किंवा त्यापैकी जो कमी दर्जाचा असेल किंवा स्वयंपाकात अधिक कुशल असेल तो स्वयंपाक करतो. तसंच नवराबायकोंमध्ये होईल. बायकोला वाटलं की, आपण स्वयंपाकच केलेला बरा, तर ती स्वयंपाक करील, पण तिला 'तू अमुकच काम कर' असं सांगण्याचा नवऱ्याला हक्क नसावा.”

“जाऊ द्या हा विषय,” नानासाहेब म्हणाले. “या वादात उत्तरेला संतापविण्यापेक्षा दुसरा काही लभ्यांश नाही. नवराबायकोचं नातं बरोबरीचं असावं हा तिच्या म्हणण्याचा अर्थ आहे आणि तिचं हे म्हणणं बरोबर आहे.”

“अगदी बरोबर आहे.” रागिणी म्हणाली. “पण अधिकार कोणाचा अधिक आहे याचा नवराबायकोनं विचार करण्यापेक्षा 'प्रेम कोणाचं अधिक आहे' याचा विचार केला तर वाईट का? आपलं जीवित आपल्या नवऱ्याकरिता नि मुलाबाळांकरिता असं ज्या बायकोला वाटतं, तिला बरोबरीचे अधिकार काय करायचे आहेत? आणि आपली बायको ज्याला सहधर्मचारिणी- अर्धांगी वाटते तो बायकोवर कसला अधिकार गाजवील? आणि गाजवला म्हणून झालं काय वाईट?”

“कसं बोलली रागिणी!” शास्त्रीबुवा म्हणाले. “हिंदुधर्माचं खरं रहस्य तू आता सांगितलंस.”

शास्त्रीबुवांनी रागिणीविषयी हे प्रशंसापर उद्‌गार सहज काढले, पण उत्तरेचे मन आधीच मात्सर्यकलुषित झालेले आणि त्यातून ती आता चिरडीला गेलेली असल्यामुळे तिला ही रागिणीची प्रशंसा खपली नाही. रागिणीने आपल्या आनंदरावाचे मन आकर्षण करून घेतले- आणि तेही सीध्या मार्गाने नव्हे- आणि पुन्हा तिचीच सर्व लोकांनी स्तुती करावी हे तिला सहन झाले नाही. रागिणीसारख्या जिवलग मैत्रिणीचासुद्धा तिला आता द्वेष वाटू लागला.

तिने आपला हेवा व राग या वेळी शब्दांनी उच्चारून मात्र दाखविला नाही. “हिंदुधर्माचं काय रहस्य आहे हे मला नाही अजून समजलं.” ती म्हणाली. “बायकोनं सत्यनारायणाच्या वेळेला वगैरे नवऱ्याच्या डाव्या हाताला हात लावून बसावं, घरचा स्वयंपाक करावा, मुलांची हगोली धुवावीत हाच ना हिंदू बायकांचा धर्म?”

“उत्तरेचं मन या पाश्चात्त्य शिक्षणानं अगदी बिघडून गेलं आहे.” भाऊसाहेब म्हणाले, “आनंदरावांना जसं हिंदी लोकांच्या राजकीय 'स्वराज्या'चं वेड लागलं

आहे, तसं हिला बायकांच्या सामाजिक 'स्वातंत्र्या'चं वेड लागलं आहे. दोघंही जण काळवेळ, पूर्वपरंपरा वगैरे काही पाहत नाहीत.''

''म्हणजे? हिंदी लोकांचं स्वराज्य आणि बायकांचं स्वातंत्र्य तुम्ही एकाच पंक्तीला बसवलंत म्हणायचं!'' आनंदराव म्हणाले.

''बायकांना स्वातंत्र्य दिल्याशिवाय तुम्हाला स्वराज्य मिळायचं नाही,'' उत्तरा म्हणाली.

''हिंदू बायकांना पुरुषांनी अधिक प्रेमानं वागवावं, त्यांना शिक्षण द्यावं असा उत्तराताईचा अर्थ आहे,'' रागिणी म्हणाली. ''आणि हे तिचं म्हणणं खरं आहे. स्त्रियांच्या 'अधिकाराची' आणि 'सामाजिक स्वातंत्र्याची' तत्त्व वादापुरतीच ती प्रतिपादते.''

रागिणी हे उत्तरेला सांभाळून घेण्याकरिता म्हणाली, पण तिचे हे बोलणे तर उत्तरेला मुळीच मानवले नाही. रागिणी पोक्तपणाचा व समंजसपणाचा आव आणते आणि आपण गरीब व नम्र आहो असे भासवून लोकांचे- विशेषत: आनंदरावांचे मन वश करून घेते असे उत्तरेला या वेळी वाटते. कर्मधर्मसंयोग असा की, तिला आपल्या मनातली मळमळ प्रकट करण्याची लवकरच संधी मिळाली.

गोष्टी बोलताबोलता विजयगावातील एका तरुण विधवेची गोष्ट निघाली व ती 'बिचारी गरीब सालस पोर आहे', असे नानासाहेब म्हणाले व शास्त्रीबुवा तिची स्तुती करून तिची कीव करू लागले.

''ती बाहेरून गरीब दिसते, पण काही कमी नाही हो!'' आईसाहेब म्हणाल्या. 'ती आपल्या सासूला पुरून उरली आहे. रामभाऊ तिरमिऱ्यांची मुलगी आहे ती.''

''अगदी खरं आहे. तिचा दीर मला असंच सांगत होता.'' भाऊसाहेब म्हणाले. ''बाहेरून ती गरीब दिसते, पण आतून पुरी खट आहे असं तो मला म्हणाला.''

''दिरानं कशाला सांगायला पाहिजे?'' उत्तरा म्हणाली, ''तिला पाहिल्याबरोबर आपल्याला नाही का ओळखता येत? बाहेरून गाईचं सोंग पुष्कळजणी घेतात, पण आतून निराळंच रूप असतं आणि निराळेच धंदे चाललेले असतात!'' हे शेवटले वाक्य रागिणीला लागावे म्हणून उत्तरेने मुद्दाम मात्सर्यपूर्वक उच्चारले होते, पण रागिणीच्या मनात कपटच नव्हते तेव्हा तिला असली वाक्ये काय लागणार?

भाऊसाहेबांना मात्र उत्तरेचे हे अर्थगर्भ वाक्य ऐकून आणि हे वाक्य उच्चारताना व उच्चारल्यावर उत्तरेने रागिणीकडे टाकलेले साभिप्राय कटाक्ष पाहून धक्का बसला. जनुभाऊंनी त्यांचे डोके इतके बिघडविले होते की, रागिणी तशी आहे असे त्यांना वाटू लागले होते. पण रागिणी तशी नाही, असेही त्यांना तितकेच, किंबहुना त्याहूनही अधिक सत्य वाटत होतं. पण जनुभाऊंचे म्हणणेही एखाद वेळेला त्यांना अधिक विश्वसनीय वाटे. अशा या चमत्कारिक स्थितीत या उत्तरेसारख्या तिच्याच

मैत्रिणीने सूचित कलेला आरोप भाऊसाहेबांना थोडासा साधार वाटला यात नवल काय? यांना जर तो अगदी निराधार वाटता, तर त्यांना वाईट न वाटता उत्तरेचा संताप आला असता, पण एकीकडे तर तिचा अमर्याद संताप, तर एकीकडे आरोप बरोबर असेल अशी भीती, अशा स्थितीत त्यांना आपला संतापही व्यक्त करता येईना व काय बोलावे आणि काय करावे हेही सुचेना.

◆

४४

"रागिणी, तुला माझं ऐकायचं असलं तर तू आपली पुनर्विवाह करून घे. आनंदरावाला मी विचारतो, तो माझं ऐकेल. तुमचं दोघांचं प्रेम आहेच, त्याला जर भिन्न स्वरूप-"

"पण भाऊ, मला पुनर्विवाह नसला करायचा तर तुमचा का आग्रह? जिला करायचा असेल पुनर्विवाह तिनं खुशाल करावा, पण जिला करायचा नाही तिला का असा सगळ्यांचा आग्रह आणि छळवणूक? पुनर्विवाह म्हणजे मोक्ष का आहे?"

"मोक्ष नाही, पण त्यात पापही काही नाही. पुरुष नाही का दुसरी बायको करीत?"

"पाप नसेल. पुनर्विवाह करणारीला मी दोष का देते? मला आपला करायचा नाही एवढंच म्हणते मी. पुनर्विवाह केला म्हणजे पुण्य तर नाही ना लागत? जिची पतीवर एवढी भक्ती असेल तिनं पुनर्विवाह न केलेलाच बरा, असं तुम्हीच नेहमी म्हणत होता ना? आणि आता मला असा आग्रह करता?"

रागिणीच्या या बोलण्यावर तिला काय उत्तर द्यावे, हे भाऊसाहेबांना सुचेना. आपल्या रागिणीने श्रेष्ठतम मार्गाने चालावे अशी त्यांची खरी इच्छा. रागिणीचे त्यावेळचे पावित्र्य, तेज व तिचा निर्धार पाहून हिला पुनर्विवाह करायला सांगणे म्हणजे हिची छळणूक करणे होय असे त्यांना वाटू लागले. रागिणीविषयी त्यांना अभिमान वाटू लागला व आपण हिला जे शिक्षण दिले त्याचे हिने सार्थक केले असे वाटून त्यांना एकप्रकारचा सद्‌भिमानपूर्ण आनंद झाला; परंतु रागिणीच्या व त्यांच्या दुर्दैवाने हा आनंद फार वेळ टिकला नाही. जनुभाऊंची मूर्ती डोळ्यांपूढे उभी राहून त्यांनी उच्चारलेले कुटिल शब्द भाऊसाहेबांच्या कानात घुमू लागले. उत्तरेचेही मर्मभेदक शब्द शल्याप्रमाणे टोचू लागले व रागिणी अद्यापि पापी झाली नसली तरी ती पापप्रवृत्त असावी, असा त्यांना दृढ संशय येऊ लागला.

'पाप घडण्यापूर्वीच लग्न करून दिलेले बरे,' भाऊसाहेब मनात म्हणाले. 'हिच्या मनात जरी असले तरी लाजेने ही बाहेरून नाकबूल होत असेल, तेव्हा आपणच हिला आग्रह करावा आणि पुनर्विवाह नाही केलास तर घरातून निघून जावे

लागेल अशी तिला वरकरणी धास्ती घालावी. म्हणजे 'भाऊंकरिता लग्न करावे लागले' अशी हिला एक सबब सापडेल व खोटी लाज गुंडाळून ठेवून रागिणी लग्नाला कबूल होईल. पण मनात इच्छा नसता, माझ्या आग्रहाने व धास्तीने लग्नाला तयार झाली तर पाप कोणाकडे? तिला श्रेष्ठतम मार्ग सांगायचा सोडून देऊन मी हा भलताच रस्ता हिला काय दाखवितो आहे? 'लग्न कर, नाहीतर घरातून घालवून देईन', अशी धास्ती मी हिला घातली तर भीतीने ही कदाचित कबूलही व्हायची आणि पाप मात्र मला लागायचे.'

पण जनुभाऊंनी भाऊसाहेबांच्या हृदयात जे विष पेरले होते त्या विषामुळे या सद्विचारांना त्यांच्या हृदयात फार वेळ थारा मिळू दिला नाही आणि रागिणीने पुनर्विवाह केला नाही तर ती खात्रीने पाप करील व तिची आणि आपली जगात छी थू होईल अशी त्यांची क्षणभर पुन्हा भावना होऊन त्यांच्या तोंडून अनुच्चरणीय शब्द निघून गेले. भाऊसाहेबांनी रागिणीला दोष दिला इतकेच नव्हे, तर पूर्वी निर्दिष्ट केलेली धास्तीही घातली.

संशयपिशाचिकेच्या त्या झपाट्यात भाऊसाहेब आनंदरावांकडेही गेले आणि त्यांनाही मर्मभेदक शब्द बोलून 'मी इतके दिवस केलेले उपकार स्मरायचे असल्यास या लग्नाला तयार हो,' असे रोदनपूर्वक सांगून रागिणीप्रमाणे त्यांनाही त्यांनी धास्ती घातली.

◆

४५

"आनंदराव, तुम्हाला मी सांगितलं त्यावेळेला तुम्हाला सगळं खोटं वाटलं, पण तिनं आता भाऊसाहेबांकडून सांगविलं तेव्हा मात्र आता तुमचे डोळे उघडताहेत."

"हे तिनं कशावरून सांगविलं? भाऊसाहेबांनी आपण होऊन-"

"हा हा हा हा!" जनुभाऊ मोठ्याने हसून म्हणतात, "भाऊसाहेबांनी आपण होऊन जर सांगितलं असतं तर इतक्या जोरानं त्यांनी सांगितलं असतं का? नानासाहेबांनी जसं मागं तुम्हाला विचारलं, तसं भाऊसाहेबांनी सरळ व सौम्य रीतीनं विचारलं असतं. पण आजचा त्यांचा आग्रह आणि त्यांची ही धास्ती यांची जरूर काय होती? जरूर हीच की-"

"आपल्या मुलीला सुख व्हावं, अशी उत्कट इच्छा त्यांना असणं साहजिकच आहे."

"साहजिक आहे हे कबूल, पण रागिणीची इच्छा नसती, तर त्यांनी तुम्हाला इतकी गळ घातली असती का? तिचीच फार इच्छा जेव्हा त्यांनी पाहिली तेव्हा त्यांचा निरुपाय होऊन-"

“तुम्ही म्हणता ते खरं असो नाही तर खोटं असो, मी येथून उद्या निघून जाणार.” आनंदराव जनुभाऊंना म्हणाले.

“का? एवढं कडकडीत वैराग्य का आनंदराव? भय्यासाहेबांसारखी ब्रह्मजिज्ञासा लागली वाटतं पाठीला तुमच्या? रागिणीसारखी कामधेनू घरात येत असता तुम्हाला अशी कुबुद्धी व्हावी तेव्हा 'दैव देते आणि कर्म नेते' हीच गोष्ट खरी म्हणायची.”

“मला वाटत नाही रागिणीच्या मनात माझ्याशी लग्न करण्याची इच्छा आहे असं आणि असली तरी मला पर्वा नाही. मी उद्या सकाळी हे ठिकाण नि मंडळी कायमची सोडणार.”

आनंदरावांचे हे निर्वाणीचे वाक्य ऐकून जनुभाऊंना कसेसेच झाले. आपण इतके दिवस जुळवीत आणलेले नाटक आनंदरावांच्या जाण्याने नायकहीन- अर्थात नीरस होणार हा विचार त्यांना फार कष्टप्रद झाला. पण जनुभाऊ निराश होणारे प्राणी नव्हते. त्यांनी आपल्या डोक्यात एक क्लृप्ती योजिली. तिचे चित्र डोळ्यांपुढे उभे राहताच ती यशस्वी झाल्यासारखेच त्यांना वाटले आणि त्यांच्या चर्येवर एक प्रकारचे स्मित झळकू लागले.

“का हसलेत?” असे आनंदरावांनी जनुभाऊंना विचारले असता खरे हास्यकारण लपवून त्यांनी म्हटले, “मला तुमच्या भोळेपणाचं हसू आलं. अहो, रागिणीची इच्छा आहे हे मला स्पष्ट दिसत आहे आणि वादामध्ये तर सिद्ध करून देता येत नाही. तेव्हा मी तरी काय करणार? तुमचं आणि तिचं दुर्दैव म्हणायचं, आणखी काय? तुमच्या खोलीत एकांतात येऊन ती तुमच्या गळी पडेल तेव्हा तुमची खात्री होईल. त्याशिवाय खात्री व्हायची नाही.”

“माझी खात्री करण्याची तसदी तुम्ही कशाला घेता?” आनंदराव म्हणाले. “मी आता इथे आजचा दिवस आहे. माझ्यासमोर तरी तुम्ही असले शब्द पुन्हा उच्चारू नका. मी आपलं सामानबिमान आता बांधतो. तुम्ही आपल्या खोलीत जा.”

◆

४६

आठ केव्हाच वाजून गेले होते. रागिणी झोपण्याच्या विचारात होती. इतक्यात जनुभाऊ तिच्या खोलीत आले व घाबऱ्या घाबऱ्या म्हणाले, “रागिणीताई, अहो तुमचे आनंदराव संन्यास का काय घेताहेत कुणाला ठाऊक! त्यांना खास वेड लागलं आहे. ते उद्या इथून निघून जाणार असं म्हणत आहेत-”

“कोण? दादा? तुमची काहीतरी चूक झाली आहे. तो नाही कधी संन्यास घ्यायचा.”

“अहो, त्यांच्या खोलीत जाऊन पाहा. ते बांधाबांधी करीत आहेत. उद्या

पहाटेला उठून येथून सुंबाल्या करण्याचा त्यांचा विचार आहे. मी त्यांना पुष्कळ सांगितलं, पण माझं बोलणं ऐकतच नाहीत ते. तुम्ही तरी जा आणि सांगून पाहा, मी तोपर्यंत भाऊसाहेबांना आणि नानासाहेबांना घेऊन येतो.''

असे म्हणून जनुभाऊ भाऊसाहेबांच्या खोलीकडेच अर्धवट धावतधावत गेले. जनुभाऊंचे ते चमत्कारिक शब्द ऐकून व त्यांची घाबरलेली मुद्रा पाहून रागिणीला त्यांचे म्हणणे खरे वाटले आणि ती एकदम आनंदरावांच्या खोलीकडे गेली.

आनंदराव त्यावेळी विचारात मग्न होते. 'रागिणीच्या मनात आपल्याशी लग्न करण्याचा विचार आला असेल काय?' ते मनात म्हणत होते. 'तरुण स्त्रियांचा काय नेम सांगावा? जनुभाऊ म्हणतात ते खरे आहे का? भाऊसाहेबांनी लग्नाचा मला जो इतका विलक्षण आग्रह चालविला आहे तो रागिणीच्याच सांगण्यावरून काय? होय, असेच दिसते. नाहीतर भाऊसाहेब एकदम अशी निर्वाणीची भाषा वापरते ना. उत्तरा तिची मैत्रीण आहे, तिला रागिणीचे हृदय ठाऊकच असले पाहिजे. तिलाही रागिणीचा संशय येऊ लागला आहे. तेव्हा काहीतरी इथे पाणी मुरत असले पाहिजे. उत्तरा उदार मनाची आहे, बुद्धिमान आहे, तिचे मन शुद्ध आणि निष्कपटी आहे. ती रागिणीला उगाच लागून बोलायची नाही. उत्तरा ज्या अर्थी तिला अलीकडे टोमणे मारते तेव्हा रागिणीचेच मन चंचल झाले आहे- चळले आहे यात शंका नाही. आपण येथून उद्या सकाळी पळ काढलाच पाहिजे.'

आनंदरावांच्या मनात असा विचार जो येत आहे तोच रागिणी त्यांच्या खोलीत आली आणि लडिवाळपणाने म्हणाली, ''दादा, तू हे काय मनात आणलं आहेस?''

''तुझी अजून निजायची वेळ नाही का झाली? रोज आठ वाजता निजतेस आणि आज अजून जागी?''

''मी आता निजणारच होते, पण तू उद्या इथून निघून जाणार आहेस असं सांगून जनुभाऊंनी मला इकडे पाठविलं. हे कसलं भलतं वेड तुझ्या मनात आलं आहे?''

''कसलं का असेना? तुला काय करायचं आहे? मला जगाचा कंटाळा आला आहे.''

''जगाचा आला असेल, पण माझा नाही ना आला? माझ्यासाठी तरी इथं राहा.''

वाक्ये साधीच व उत्कट बंधु-भगिनी प्रेमाची, पण आनंदरावांच्या विकृत मनाला त्यांचा अर्थ विपरीत भासला.

''मला तुझाच कंटाळा आला आहे- नव्हे संताप आला आहे,'' आनंदराव ओरडले. ''तू आपल्या खोलीत चालती हो, तुझ्यासारख्या बायकांचे चारित्र्य पाहिल्यावर जगात राहायची कोणाला इच्छा होईल?''

रागिणीने आनंदरावांची अशाच प्रकारची- याहूनही कठोर व अनुच्चरणीय दोन-

चार वाक्ये ऐकली व मग मात्र तिचीदेखील शांतता थोडीशी नष्ट झाली. तिला रडू कोसळले आणि ती माघारी जाऊ लागली.

'जनुभाऊंनी धाडून दिले म्हणून मी आले,' अशा अर्थाचे एक वाक्य रागिणीने उच्चारले होते, पण रागाच्या भरात त्याचा अर्थ आनंदरावांच्या ध्यानात आला नव्हता. त्या अलक्षित वाक्याचा अर्थ या क्षणी त्यांच्या ध्यानात आला व त्यांच्या मनात जनुभाऊंच्या काव्याचा पूर्ण प्रकाश पडला. त्यांनी रागिणीला परत बोलाविले. रागिणी खिडकीत बसली व आपला शोकावेग आवरण्याकरिता चांदण्यांकडे पाहत राहिली. आनंदराव जमिनीवर अंथरलेल्या गादीवर बसले आणि "मी रागाचं सोंग घेतलं होतं, माझा राग तुझ्यावर नाही तर जगावर आहे. मी इथून जाण्याचा निश्चय केला आणि तू माझं मन वळवायला आलीस म्हणून तुला घालवून देण्याकरिता मी काहीतरी बोललो. नानासाहेब लग्न करण्याबद्दल पाठीला लागले आहेत आणि मला तर लग्न करायचं नाही, म्हणून मी निघून जातो आहे." इत्यादी गोष्टी रागिणीला सांगून ते तिचे सांत्वन करू लागले. मने शुद्ध व स्नेहपूर्ण असल्यावर ऐक्य व्हायला काय उशीर? ती दोघे लवकरच हितगुजाच्या गोष्टी करू लागली. उत्तरेशी लग्न करण्याबद्दल रागिणी आनंदरावांना आग्रह करू लागली व आनंदराव "मला लग्नच करायचं नाही, मला तू या कामी आग्रह करू नको," असे पुन:पुन्हा रागिणीला सांगू लागले.

इकडे 'आईसाहेबांना व उत्तरेला आता ही गोष्ट सांगून त्यांना आनंदरावांच्या खोलीशी घेऊन गेलो म्हणजे माझे बहुतेक काम संपले,' असा विचार जनुभाऊ करीत आहेत तो उत्तरा स्वयंपाकघरातून बाहेर पडली व आपल्या खोलीकडे निजण्याकरिता जाऊ लागली. तिची व जनुभाऊंची पडवीत गाठ पडली.

"आज उशीर झाला तुम्हाला निजायला?" जनुभाऊ उत्तरेला जणू काय औपचारिकरीत्याच म्हणाले.

"आईशी गोष्टी बोलत बसले होते झालं." उत्तरा म्हणाली.

"त्या खोलीतली मजा पाहिलीत का?" जनुभाऊ हलक्या आवाजात म्हणाले.

"कसली मजा?"

"हळू बोला, भाऊसाहेब ऐकतील. तुमची रागिणी आणि तुमचे आनंदराव त्या खोलीत कुठे बसली आहेत व काय करताहेत पाहिलंत का? मांडीला मांडी लावून आणि गालाला-"

"काय करीत आहेत?" जनुभाऊंचे शब्द ऐकले असताही उत्तरेने पुन्हा सहजस्फूर्तीनेच विचारले.

"ते बोलण्यासारखं नाही नि पाहण्यासारखही नाहीच! मी त्यांच्या दाराशी गेलो आणि तो प्रकार पाहूनच परत फिरलो. तुम्ही तिकडे जाऊ नका. तुम्हाला प्रत्यक्ष

पुरावा पाहिजे होता ना? घ्या आता. 'आनंदराव असे कधी करायचे नाहीत' असे आईसाहेब म्हणाल्या. त्यांना म्हणावं, या आणि पाहा आता.''

उत्तरेला जनुभाऊंशी अधिक बोलण्याची इच्छा नव्हती व जनुभाऊंचीही आणखी बोलण्याची इच्छा नव्हती. 'आपले काम झाले' असे वाटून जनुभाऊ स्वयंपाकघराकडे गेले व उत्तरा संतापाने लाल होऊन आपल्या खोलीकडे चालती झाली.

ती खोलीत जाऊन पाहते तो रागिणीचे अंथरूण रिकामे!

'रागिणीने अखेर मला दगा दिलाच म्हणायचा!' उत्तरा आपल्याशीच पुटपुटू लागली. 'माझ्या लग्नाची ही खटपट करणार! रागिणी, चांगलीच खटपट केलीस हो! तुझे फार-फार उपकार झाले माझ्यावर आणि आनंदराव तरी चांगलेच स्वदेशभक्त आहेत म्हणायचे. नानांना म्हणतात, 'लग्न करायचे नाही,' अगदी खरे आहे. कशाला कराल लग्न? पण त्यांचे दार उघडे दिसते आहे आणि ती मोठमोठ्याने बोलत आहेत. आपण पापविचार मनात का आणावा? रागिणीच्या मनात पाप असतं तर ती मला झोप लागल्यावरच उठून गेली असती. छे! त्यांच्या मनात पाप नाहीच. आपणही तिकडेच जाऊन गप्पागोष्टी कराव्या. पण नको-जनुभाऊ म्हणतात त्याप्रमाणे मांडीला मांडी आणि गालाला गाल लावून ती बसली असली म्हणजे? काय करावे? जावेच झाले. म्हणजे मनाचा एकदा संशय तरी फिटेल- आणि हो, मला आनंदरावांकडे 'स्कॉट'चे 'केनिलवर्थ' आणायचे आहे. ते आणून रात्रीचे वाचीत बसावे झाले. रागिणी जर तशी सापडली तर तिच्या झिंज्या धरून ओढते आणि त्यांची 'स्वदेशी'ही चांगलीच काढते बाहेर!'

असा विचार करून उत्तरा आनंदरावांच्या खोलीकडे चालू लागली.

रागिणी व आनंदराव खिडकीतून बाहेरच्या दिव्याकडे आणि दरीत दिसणाऱ्या चांदण्यांकडे पाहत असता उत्तरा खोलीशी आली व पाठीमागून तिने या दोघांना त्या लहानशा खिडकीतून अर्धवट अंगाला अंग लावून खालचा देखावा पाहत असताना पाहिले.

त्या दोघांची चांगली खरडपट्टी काढण्याची तिला इच्छा झाली, पण संतापामुळे तिच्या तोंडातून शब्द बाहेर पडेना. ती दोन-तीन मिनिटे तशीच पडवीत उभी राहिली व चुंबनादी विधीपर्यंत त्यांची पाळी आली म्हणजे मग आपले उग्र स्वरूप दाखवू असा विचार करू लागली.

इतक्या अवधीत रागिणी दरीतील काळोखाकडे आणि आकाशातील तारकांकडे पाहून दमून गेली व तिला आपली निजण्याची वेळ होऊन गेली अशी एकदम आठवण होऊन ती म्हणाली, ''गोष्टी बोलताबोलता साडेआठ वाजून गेले. माझे डोळे जड झाले आहेत. मी जाऊन आता निजते.'' असे म्हणून रागिणी आपल्या खोलीकडे जाऊ लागली, तो समोरच तिला उत्तरा दिसली.

"तुमच्या बहीणभावंडांच्या गोष्टीत मी आले म्हणून का चाललीस, रागिणी?" उत्तरा उपरोधिक स्वराने म्हणली. "मला काय काय बाई ठाऊक तुमच्या इथं गोष्टी चालल्या आहेत त्या? मला पुस्तक घ्यायचं होतं म्हणून मी आपली सहज आले. मी जाते बाई आपली परत."

रागिणीच्या मनात लवमात्र पाप नसल्यामुळे उत्तरेच्या बोलण्यातली खोच तिच्या ध्यानात आली नाही. "बरं तर- चल मग पुस्तक घेऊन," असे ती म्हणाली व तिच्याकरिता ती जराशी थांबली.

रागिणीची शांतता पाहून उत्तरेला अधिकच चीड आली. पण आनंदरावांच्या मुखचर्येवरील पावित्र्यतेज पाहून ती चपापली व क्षुद्र शब्द तिच्या तोंडातून निघू शकले नाहीत. ती स्कॉटचे 'केनिलवर्थ' आनंदरावांच्या खोलीत पाहू लागली, पण तिला ते लवकर सापडेना. रागिणीही शोधू लागली, तरी ते सापडेना. तेव्हा रागिणी म्हणाली, "चल ताई आता, उद्या शोधू ते पुस्तक. आता निजू चल. माझे डोळे जड झाले आहेत."

"तू आपली जा," उत्तरा तिरसटपणाने व तुटकपणानेच म्हणाली. "मी पुस्तक शोधून काढीन आणि मग येईन."

"सापडलं पुस्तक?" आनंदरावांना कसलीशी आठवण होऊन ते म्हणाले. "ते पुस्तक मी त्या कोपऱ्यातल्या पेटीत ठेवलं आहे." असे म्हणून आनंदराव पुस्तक काढून देऊ लागले.

"पुस्तक सापडले," असे ऐकून व आनंदराव पुस्तक काढून देण्याकरिता गेलेले पाहून "मी पुढे जाते गं ताई," असे म्हणून रागिणी आपल्या खोलीकडे गेली.

आनंदरावांनी 'केनिलवर्थ' पुस्तक काढले व ते उत्तरेच्या हातात ठेवताना तिच्याकडे कठोर मुद्रेने पाहून म्हटले, "तुम्ही आताशी रागिणीला टोचून बोलता याचा अर्थ काय? तुम्ही दोघीजणी मैत्रिणी होता, तुम्ही दोघीही सुशिक्षित आहा. तुम्हाला हे चांगलं दिसतं का?"

"मी बोलते ते वाईट आणि ती जे काही करते ते मात्र सर्व चांगलंच, नाही का?"

"रागिणीनं काय वाईट केलं आहे?"

"तिचं तिला ठाऊक! आणि- आणि तुम्हालाही ठाऊक असेल कदाचित." आनंदरावांनी दोष दिल्यामुळे उत्तरेला कोप, मत्सर, कलहप्रवृत्ती इत्यादी विकार प्रबल होऊन तिच्या तोंडून हे धाष्ट्यांचे शब्द बाहेर पडले.

"याचा अर्थ काय? रागिणीचा आणि माझा काहीतरी संबंध लावून भलते काय बोलता हे?"

"मीच म्हणते असं नाही काही- सारं जग असं म्हणतं आहे."

"तुम्हाला खरं वाटतं ना हे जगाचं म्हणणं?"

"खरं न वाटून करायचं काय? डोळ्यांसमोर प्रत्यक्ष जे दिसतं, ते खोटं कसं म्हणायचं?"

"उत्तम आहे. तुम्ही माझ्याशी आजपासून बोलत जाऊ नका आणि रागिणीचंही नाव तोंडानं उच्चारू नका. तिच्या नखाची तरी तुम्हाला सर आहे का? तिचा एक तरी गुण तुमच्यामध्ये आहे का? तुमचा-आमचा आजपासून संबंध तुटला हे ध्यानात ठेवा म्हणजे झालं."

"मलाही तेच सांगायचं होतं तुम्हाला. माझी तुमच्यापाशी बोलण्याची मुळीच इच्छा नाही. तुमची रागिणी आणि तुम्ही पाहिजे ते बोला आणि पाहिजे तो गोंधळ घाला."

हे शब्द उच्चारताना उत्तरा लटपट कापत होती. या वेळी तिचा राग इतका अनावर झाला की, काय बोलावे व काय बोलू याचा तिला सुमारच राहिला नाही. तोंडाला येईल ते ती बडबडू लागली.

आनंदरावांनीही या वेळी उत्तरेला नाही नाही ते बोलून घेतले. त्यांनी उत्तरेच्या गर्वाची, उद्धटपणाची वगैरे तोंडाला येईल तशी निंदा करून घेतली आणि अखेर पाच-एक मिनिटांनी सावध होऊन वाद मिटवावा या हेतूने "ठीक ठीक, तुमचा आमचा संबंध तुटला! आता बस्स झालं!" असे म्हणून ते पडवीत जाऊन बाहेर आकाशाकडे पाहत स्वस्थ उभे राहिले. उत्तरा आनंदरावांच्या पाठोपाठ रागारागाने पाय आपटीत बाहेर पडलेली त्यांनी पाहिली. ती आपल्या खोलीकडे जाऊ लागली व आनंदराव आपल्या विचारामध्येच दंग होऊन गेले.

इकडे उत्तरा आपल्या खोलीत गेली. पाहते तो रागिणी खुशाल झोपी गेली आहे. आपणही निजावे असा तिच्या मनात विचार आला; परंतु झोप येणार नाही असे वाटल्यावरून 'केनिलवर्थ' पुस्तक वाचीत बसावे असे तिने मनाशी ठरविले.

पण 'केनिलवर्थ' पुस्तक राहिले आनंदरावांच्या खोलीत. ते आणण्याकरिता उत्तरा पुन्हा खोलीत गेली. आनंदराव आपल्याच विचारात गर्क होते. त्यांनी तिला आत पुन्हा येताना पाहिलेसुद्धा नाही. उत्तरेचे डोके इतके भणाणून गेले होते की, ती खोलीत एक-दोन मिनिटे शून्य दृष्टीने पुस्तक शोधीत राहिली. तिला पुस्तक कसले सापडते? तिचे लक्ष पुस्तकाकडे असेल तर ना?

उत्तरेचे डोके संतापाने इतके भणाणून गेले होते आणि तिच्या मनात इतके परस्परविरोधी विचार व विकार उत्पन्न होऊ लागले होते की, ती शून्य दृष्टीने उशालगतच्या समईशी उभी राहिली. तिची शरीरयष्टी कंप पावू लागली व अखेर हे अंत:स्थ काहूर तिच्या मेंदूला सहन न होऊन ती धाडकन खाली पडली. पडतापडता तिचे लुगडे समईला लागले. समई तर विझलीच, पण उत्तरेच्या लुगड्याने पेट

घेतला. ती तर त्यावेळेला फेफरे आल्यासारखे होऊन बेशुद्ध पडलेली आणि आनंदराव बाहेर आपल्या मनोराज्यात इतके गर्क की, उत्तरा धाडकन अंथरुणावर पडली हे त्यांच्या लक्षातसुद्धा आले नाही. तिच्या पदराने पेट घेतला व त्याच्या स्पर्शाने अंथरुणावरील पलंगपोसही जळू लागला. लुगडे व पलंगपोस धुमसतधुमसत पेटत येऊन उत्तरेचे अंग भाजू लागले त्यासरशी ती 'फिट'मधून जागी झाल्यासारखी होऊन गडबडा लोळू लागली व त्या तिच्या लोळण्यामुळे धुमसत असलेला तो प्राणघातक अग्नी मात्र विझला.

बाहेर खूप वारा सुटला होता, तेव्हा खोलीत जाऊन निजावे असा आनंदरावांच्या मनात विचार आला. म्हणून आत खिडकीत बसून आकाशाकडे व ढगांकडे पाहत आपल्या उद्याच्या कर्तव्याविषयी विचार करीत बसावे, असा त्यांनी बेत केला.

आनंदराव आपल्या खोलीत गेले व रोजच्या सवयीप्रमाणे त्यांनी दाराला कडी लावून घेतली. 'समई का नाही?' असा त्यांच्या मनात एकदा विचार आला, पण 'कदाचित ती वाऱ्याने विझली असेल किंवा तेल संपले असेल' असे म्हणून त्यांनी आपले समाधान करून घेतले आणि ते खिडकीकडे जाऊ लागले. जाताजाता वाटेत उत्तरेच्या एका पायाचा त्यांना स्पर्श झाला. पण काळोखात अंथरुण लागले असे वाटून आपल्या विचारातच गुंग झालेले आनंदराव खिडकीत जाऊन पुन्हा विचार करीत बसले.

जनुभाऊंनी आनंदरावांच्या खोलीकडे पाहिले तो खोलीत समई जळत नाही असे त्यांच्या दृष्टीला पडले. त्यांनी रागिणीच्या खोलीत एका भिंगातून डोकावून पाहिले, तो आत एक बिछाना रिकामा. 'रागिणी अर्थात आनंदरावांच्या खोलीतच आहे म्हणायची आणि त्यांच्या खोलीत दिवाही नाही आता. वा! मजा आहे! चांगलेच पकडतो आता त्यांना.' असा विचार करून ते जोराने आनंदरावांच्या खोलीकडे धावत गेले व त्यांनी आधी दरवाजाला बाहेरून कडी लावून घेतली.

'दिवा घेऊन बाहेर गेलो असता माझा पाय एका सापावर पडला व तो साप अजून तेथेच आहे,' अशाप्रकारची लोणकढी थाप देऊन आणि ओरड करून त्यांनी आईसाहेबांना व नानासाहेबांनाच नव्हे, तर शास्त्रीबुवा, टिल्लू व धर्मशाळेतील कारकून, गडी वगैरेंनासुद्धा तेथे आणले. ओरड ऐकून भाऊसाहेबही सोटा व दिवा घेऊन आले; परंतु साप त्यांना कोठे दिसेना. आनंदरावांनी खोलीबाहेरचा गोंगाट ऐकला. आईसाहेबांचा व नानासाहेबांचा आवाज त्यांना स्पष्ट ऐकू येत होता. त्यांना वाटले की, उत्तरेशी झालेले आपले भांडण तिने आईसाहेबांना सांगितले असावे व ती मंडळी आपले भांडण मिटविण्याकरिता आपल्या खोलीजवळ आली असावी किंवा आपण उद्या येथून निघून जाणार ही गोष्ट जनुभाऊंनी नाहीतर रागिणीने बाहेर फोडली असावी व मंडळी आपली समजूत करण्याकरिता आलेली असावी. कोणी

काही रदबदली केली तर उत्तरेशी आता बोलायचे नाही व उद्या सकाळी जायचा विचारही कोणी काही म्हटले तरी सोडायचा नाही, असा आनंदरावांनी इतका वेळ विचार करून आपल्याशी अर्धवट निर्धार करून ठेवला होता. 'यांची रदबदली ऐकू नये व यांनी दार ठोठावले तरी उघडूच नये,' असे त्यांनी मनात योजले व ते स्वस्थ राहिले.

इकडे साप सापडेना म्हणून मंडळी परत जाऊ लागली, पण जनुभाऊंनी "आनंदराव का बाहेर आले नाहीत?" असे म्हटले आणि आईसाहेबांजवळ हळूच "रागिणी आणि ते आत आहेत," असं अभिप्रायपूर्ण वाक्य उच्चारले.

"खरंच का? रागिणी आत आहे म्हणता?" आईसाहेबांना भान न राहता त्या मोठ्याने म्हणाल्या व एका क्षणात सर्वांना ती गोष्ट कळून चुकली. भाऊसाहेबांचे डोके फिरले. आपण कड्यावरून उडी घेऊन जीव द्यावा असे त्यांना झाले. पण लगेच 'त्या दुष्ट रागिणीला व आनंदरावाला फरपटत ओढीत नेऊन त्यांना आधी कड्यावरून लोटून देतो,' असा त्यांच्या बहकलेल्या डोक्यात विचार आला आणि ते आनंदरावांच्या दरवाजावर जोरजोराने ठोठावू लागले. डोके फिरलेले, तेथे विचार कसला आला आहे?

आनंदराव दार उघडीनात. झाले. आणखी अधिक पुरावे काय पाहिजे? भाऊसाहेब जोरजोराने दार ठोठावू लागले.

"तुम्ही कशाला आला आहात." आनंदराव आतून म्हणत होते, "हे मला ठाऊक आहे. माझा निश्चय फिरायचा नाही."

"कसला निश्चय आनंदराव?" नानासाहेबांनी सौम्यतेने विचारले. "दार तर उघडा."

नाही-होय करता करता दार उघडण्याकरिता शेवटी आनंदराव उठले. घाईघाईने जाताजाता पुन्हा उत्तरेचा पाय त्यांना लागला. 'अंथरुणसुद्धा आज माझ्या विरुद्ध उठले आहे!' आनंदराव मनात म्हणाले आणि दार उघडायला गेले व दार उघडून ते दाराशी उभे राहिले.

"रागिणीताई आत आहेत का?" जनुभाऊंनी विचारले. "त्या आपल्या खोलीत कुठे दिसत नाहीत."

"नाही, ती मघाशी इथं आली होती, पण ती इथून गेली."

"केव्हा आली होती?" भाऊसाहेबांनी विचारले.

"घटका-दीडघटका होऊन गेली असेल." आनंदराव म्हणाले.

"या वेळी इथं कशाला आली होती?"

"तिला इथं जनुभाऊंनी पाठवून दिलं." आनंदराव म्हणाले.

"ठीक आहे," जनुभाऊ हेल काढून म्हणतात. "ठीक आहे, तुम्ही जे जे

कराल, ते ते मीच करतो म्हणायचं.''

"बरं, इथं ती किती वेळ होती?'' भाऊसाहेबांनी रागाने विचारले.

"असेल पंधरा-वीस मिनिटं.''

"आणि इतका वेळ ती इथे काय करीत होती?''

"आम्ही बोलत बसलो होतो.''

"काळोखात तुमचं काय असं बोलणं चाललं होतं?'' जनुभाऊंनी मधेच विचारले.

"त्या वेळेला काळोख नव्हता.''

"बरं, आता काळोखात काय चाललं होतं?'' जनुभाऊ म्हणाले. "रागिणी आता आत काय करते आहे?''

"काय म्हणता?'' आनंदराव भांबावून जाऊन म्हणाले. क्षणमात्र ते थांबले व नंतर संतापाची उसळी येऊन ते म्हणाले, "जनुभाऊ, भलत्या गोष्टी बोलण्याची इथं जरूर नाही. तुमचा पाजीपणा आता पुरे करा.''

"मी तर पाजी आहेच. पण मला तुमच्या खोलीत तर जाऊ द्या.''

"खोलीबाहेर आहात तुम्ही तेच उत्तम आहे, आत येण्याची जरूर नाही.'' आनंदरावांचे हे बोलणे ऐकून रागिणी आत असलीच पाहिजे अशी सर्वांची खात्री झाली.

"रागिणी आत नाही तर मग आत जाऊ द्यायला काय हरकत आहे?'' आईसाहेब म्हणाल्या. "रागिणी उत्तरेच्या लग्नाची चांगलीच खटपट करीत होती म्हणायची! आणि ही रागिणी सर्वांची आवडती आणि उत्तरा सर्वांची नावडती.''

"तुला गप्प बसता नाही का येत?'' नानासाहेब आपल्या पत्नीकडे पाहून म्हणाले व नंतर आनंदरावांकडे वळून ते त्यांना म्हणतात, "आनंदराव, आपण आत जरा बसू या. उभ्याउभ्यानं किती वेळ बोलायचं? चला भाऊसाहेब, आपण आत बसू या.''

असे म्हणून नानासाहेब भाऊसाहेबांना घेऊन आत जाऊ लागले व सौम्यतेने खोलीत जाण्याचा आपला हेतू त्यांनी साध्य करून घेतला. भाऊसाहेब त्यांच्या पाठोपाठ आत शिरले. त्यावेळेला भाऊसाहेबांना जर रागिणी आत सापडली असती तर त्यांनी तिला खरोखरच फरफटत ओढीत नेऊन कड्याखाली लोटून दिली असती. त्यांच्या पाठीमागून शास्त्रीबुवा, आईसाहेब व जनुभाऊ वगैरे मंडळी आत शिरली आणि आत पाहतात तो काय?

पदर अस्ताव्यस्त झालेला, कुंकू पुसटलेले आणि अगदी श्रान्त होऊन आनंदरावांच्या बिछान्यावर पडलेली उत्तरा दृष्टीला पडताच सर्व मंडळी चकित झाली. आईसाहेबांची स्थिती तर विचारूच नका. त्यांचे तोंड खर्रकन उतरले आणि त्यांनी एकदम

किंकाळी फोडली. शास्त्रीबुवा 'रामकृष्ण, रामकृष्ण, रामकृष्ण' असा जप करू लागले.

◆

४७

जेथे मुळातच कोणाच्या मनात पाप नव्हते तेथे जनुभाऊंसारख्यांनी किती केले तरी काय होणार? एक घटकेच्या आत सर्व प्रकार मंडळींना कळून चुकला. उत्तरेकडे पाहिल्याबरोबरच डॉक्टरी शिकलेल्या आनंदरावांनी तिला 'फिट' आली आहे हे ओळखले व ते लगेच तिला उपचार करू लागले. थोड्या वेळाने उत्तरा सावध झाली. तिची हकिकत कोणालाही- फार काय, जनुभाऊंनाही खोटी वाटली नाही. पोळलेली पाठ, जळलेला पदर व पलंगपोस इत्यादी गोष्टी तिच्या म्हणण्याची सत्यता सिद्ध करीत होत्या.

मने शुद्ध असल्यावर ती एक व्हायला काही उशीर लागत नाही. रागिणी व उत्तरा या दोघी मैत्रिणींचे पुन्हा पूर्ववत सख्य जुळले. रागिणीविषयीचा भाऊसाहेबांचा संशय नष्ट झाला. आनंदरावांचा उत्तरेवरचा रागही दिवसेंदिवस कमी होत जाऊन त्याऐवजी त्यांच्या हृदयात पूर्वीच्या अनुरागाला स्थान मिळाले.

तेथून लवकर बिऱ्हाड उठवायचे असा आता या प्रवासी मंडळीने बेत ठरविला. विजयगावाकडे एकदम परत जावे का दुसरीकडे जावे हे त्यांचे अद्यापि नक्की ठरले नव्हते. पाच-सहा दिवसांत तेथून प्रयाण करायचे एवढा मात्र त्यांचा निश्चय झाला होता.

एक दिवस सर्व मंडळी चार वाजण्याच्या सुमाराला फिरण्याकरिता बाहेर पडली होती. वादविवाद करीत चालताचालता आपण किती वाट चाललो याचे, व कोठे आलो याचे मंडळींना भान राहिले नाही. त्यांच्या डाव्या हाताला आता उंच डोंगराचा कडा व उजव्या हाताला खाली घोर दरी लागली होती. वाट जेमतेम एका माणसापुरतीच होती. शास्त्रीबुवा सर्वांत पुढे, त्याच्या पाठीमागे नानासाहेब, आनंदराव, भाऊसाहेब, त्यांच्या पाठीमागे उत्तरा वगैरे बायका आणि शेवटी जनुभाऊ चोरट्यासारखे चालले होते. पुष्कळ वेळ चालल्यामुळे बायका दमून गेल्या, पण पुरुषांचे या गोष्टीकडे लक्ष गेले नाही. कोण किती चालू शकेल याचे वादाच्या भरात त्यांना भान राहिले असेल तर ते या गोष्टीचा विचार करणार ना?

वायूच्या झटक्यामुळे उत्तरा बरीच अशक्त झाली होती. ती तर या चालण्याने फारच दमली. पण आजच्या फिरण्याने तिला एक फायदा झाला. नानांचा व शास्त्रीबुवांचा शुष्क वाद ऐकून व एका क्षुल्लक प्रश्नाबद्दल आपली मैत्री विसरून ते अगदी हमरीतुमरीवर आलेले पाहून तिला आपल्या विवादप्रवृत्तीतील दोष चांगलाच

दिसून आला. 'मीसुद्धा अशीच वादामध्ये संतापते' असे ती मनाशी म्हणाली व याउपर वादात फारसे बोलायचे नाही असा तिने निश्चय केला.

पण शास्त्रीबुवांचा व नानासाहेबांचा वाक्कलह सुरूच होता.

"सत्य म्हणजे काय?'' शास्त्रीबुवा ओरडून म्हणाले.

"आमच्या बुद्धीला जे खरं वाटतं ते सत्य.'' हा नानासाहेबांचा आवाज होता.

"अहो, पण 'खरं' म्हणजे तरी काय?'' शास्त्रीबुवा शत्रूला शब्दात पकडले असे वाटून विचारतात. 'खरं म्हणजे सत्य आणि सत्य म्हणजे खरं' हे मराठी दुसऱ्या इयत्तेत शब्दाला प्रतिशब्द म्हणून ठीक आहे, पण 'सत्या'ची व्याख्या कराल की नाही?''

"सत्याची व्याख्या कशी करता येईल शास्त्रीबुवा?'' आनंदराव मधे पडून वादाला निराळी दिशा देण्याकरिता म्हणाले. "प्रत्येक शब्दाची आधी व्याख्या केल्याशिवाय बोलायचंच नाही असं आपण म्हटलं तर 'व्याख्ये'चीसुद्धा आधी 'व्याख्या' करावी लागेल आणि असं करू लागलो, तर अनवस्था प्रसंग येईल.''

"खरं आहे, पण तुम्ही 'जग हे सत्य आहे' असं म्हणता, तर आम्हाला 'सत्य' म्हणजे काय हे कळायला नको का?'' शास्त्रीबुवांनी शांतपणे विचारले.

"तुम्ही जग खोटं म्हणता, तेव्हा तुम्हीच 'खोट्या'ची व्याख्या करा.'' नानासाहेब म्हणाले.

"आम्हाला व्याख्या करण्याची जरूर नाही. कारण सगळंच खोटं आहे. 'काहीच नाही!' तेव्हा व्याख्या तरी कसली करायची?'' शास्त्रीबुवा म्हणाले.

"सगळं जग खोटं असेल, पण 'मी आहे' एवढं तर मला खरं म्हणायला नको का? मी खरा आहे का नाही?'' आनंदराव मधे कलहविषय बदलण्याच्या उद्देशाने म्हणाले.

"तुमच्या या 'खरा'तला काना काढून टाका ना. शास्त्रीबुवा 'खर' शब्दावर ग्राम्य श्लेष करून म्हणाले व आनंदरावांवर त्यांनी क्षणभर बाजू उलटविली. आनंदराव या उत्तराने किंचित ओशाळले, पण लगेच त्यांना आनंदाचे हसू आले. हे स्मित शास्त्रीबुवांच्या कोटीमुळे आहे असे नव्हे, तर भांडणापर्यंत आलेल्या वादाचा विषय बदलण्यात स्वत:ला यश आलेले पाहून त्यांना समाधान वाटून त्यांनी ते स्मित केले होते. ते आपल्याच आनंदात आता गर्क झाले व चालण्याकडे त्यांचे दुर्लक्ष होऊन त्यांचा पाय चालता चालता एकदम घसरला. आनंदराव एकदम खाली दरीत घसरले. उत्तरेने "नाना, नाना!'' म्हणून किंकाळी फोडली व पुढे जाणाऱ्या नानांना थांबविले. रागिणी तर घाबरून जाऊन कंबर खचून तेथेच बसली व आईसाहेब "कोणीतरी खालती जा, अहो जा- जा-'' असे काहीतरी बडबडू लागल्या.

खाली जायचे कसे? आणि खाली जाऊन करायचे तरी काय? इतक्या

उंचीवरून खाली पडल्यावर आनंदरावांचा एक कण तरी जागेवर राहिला असेल काय?

रागिणीच्या मांडीवर उत्तरेने डोके ठेवले व ती रडू लागली. आईसाहेब तिच्याजवळ आल्या व तिला पुन्हा घेरी येत आहे असे वाटून "पाणी आणा, पाणी आणा," असे ओरडू लागल्या.

पण पाणी कोठून आणायचे आणि कशातून आणायचे? आणि आधी पाणी आणायचे का आनंदराव कोठे आहेत हे पाहायचे?

◆

४८

"हा काय चमत्कार? तो पाहा दादा!" रागिणी म्हणाली.

उत्तरा मागे वळून पाहते, तो खरोखरच आनंदराव जरासे लंगडत लंगडत त्यांच्याकडे येते होते. त्यांना पाहून जणू काय आपला गेलेला जीवच परत आला असे उत्तरेला झाले.

"हे रे काय दादा? इकडून कुठून आलास?" रागिणीने विचारले.

"कुठून नि काय ते मागून सांगतो, पण आधी पाणी पाहा कुठं असलं तर. जखम धुऊन टाकतो अगोदर. मला तहानही लागली आहे फार."

उत्तरा पाण्याकरिता इकडेतिकडे पाहू लागली. तिने त्यावेळी आपले रक्त देऊनही पाणी विकत घेतले असते. लांब गेल्यावर पुष्कळ पाणी होते, पण जवळ मात्र कोठे पाणी दिसेना. शेवटी "मी जाते तिकडे नि घेऊन येते," असे ती म्हणाली व आनंदराव "नको, नको, एवढी काही जरूर नाही," असे कोरड्या घशाने म्हणत होते तिकडे मुळीच लक्ष न देता ती पाणी आणण्याकरिता निघूनही गेली.

"माझा पाय एकाएकी घसरला व मी गडगडत खाली गेलो. मृत्यू जवळ आलाच अशी मला भीती वाटू लागली. आईचा आणि ईश्वराचा धावा केला, इतक्यात ईश्वरानेच माझी हाक ऐकली म्हणून की काय कोण जाणे, मी एका करवंदीच्या जाळीत अडकलो आणि खाली गडगडायचा थांबलो. वाटेत डोके कितीदा आपटले होते व पायाला किती खरचटले होते याचे त्यावेळी मला भानच नव्हते. जीव वाचला म्हणून मी अतिशय आनंदाने उठलो व वर जाण्याचा रस्ता पाहू लागलो आणि कसातरी रस्ता काढीत इथपर्यंत तर आलो. इतका वेळ पाय विशेष दुखला नाही, पण आता मात्र फारच कळ लागली आहे."

"मग बस तरी खाली." रागिणी म्हणाली.

"बसतो, पण तुझ्या ताई तिकडे कशाला गेल्या? अडचणीतले पाणी आणायला जातील आणि माझ्यासारख्या पडतील झालं."

“तुझ्यासारखी उत्तरा काही भ्रमिष्ट नाही,” रागिणी हसत म्हणाली.

“माझ्यापेक्षा अधिक आहे,” आनंदराव म्हणाले. “बरं, नानासाहेब नि शास्त्रीबुवा कुठे आहेत? आणि आईसाहेब कुठे गेल्या?”

“नानासाहेब, भाऊ नि शास्त्रीबुवा खाली गेले आहेत तुला पाहायला आणि ताईला घेरी आली म्हणून आईसाहेबच गडबडीत पाणी आणायला गेल्या आहेत.”

“वा! चांगलाच आहे रोजगार,” आनंदराव अर्धवट आनंदाने व अर्धवट काळजीने म्हणाले. “त्यांना घेरी आली होती, मग त्या कशाला गेल्या? तू नये का जाऊ रागिणी?”

“सगळी माझीच चूक म्हणायची. मी नको नको किती म्हटलं तरी थांबली का ती? पण मी तरी आपली वेडीच आहे. ताईची कधीतरी चूक होते का?”

“रागिणी, तू माझी अशी थट्टा करू नकोस. माझी काय, पण ‘कोणाचीच’ करू नकोस. मला मुळीच लग्न करायचं नाही हे तुला ठाऊक आहे ना?”

“बरं, राहिली माझी मस्करी. ठरलं. पुन्हा ही गोष्ट म्हणून काढायची नाही मी. पण तिची स्थिती काय झाली आहे तुला समजलं तर तू इतका अगदी खास निष्ठुर होणार नाहीस. बाकी तुझी इच्छा नसली तर माझा काही एवढा आग्रह नाही हो. मला आपलं वाटलं की, ताईचं नि तुझं-”

“पुरे. माझं मन व्यर्थ चाळवू नकोस रागिणी. माझा त्याबाबतीत अगदी निश्चय झाला आहे. देशात सभोवताली चालले आहे काय आणि लग्न कसली गं करता?”

इतक्यात आपली भिजवलेली शाल व हातरुमाल डाव्या हातात धरून आणि दुसऱ्या हातात कुड्याच्या पानांच्या मोठ्या द्रोणात पाणी घेऊन उत्तरा तेथे आली. आनंदरावांनी ते द्रोणातले पाणी हातात घेतले व “तुम्ही कशाला गेलात? मला एवढी काही जरूर नव्हती,” असे शुद्ध अंतःकरणाने, पण शुष्क कंठाने म्हटले. नंतर त्यांनी ते पाणी पिऊन टाकले.

उत्तरेने हातरुमाल व शाल का भिजवून आणली हे आनंदरावांनी ओळखले, पण आपली जखम धुऊन स्वच्छ करण्यास उत्तरेला सांगण्याची त्यांना लाज वाटू लागली. उत्तरेने त्याच उद्देशाने जरी एवढा खटाटोप केला होता तरी तिचेही या कार्याकरिता पाऊल पुढे सरेना.

ही स्थिती रागिणीच्या लक्षात अर्धा-एक मिनिट आली नाही, पण नंतर तिने चतुरतेने ती ओळखून म्हटले, “ताई, तू तो उजवा पाय धू, मजजवळ तो हातरुमाल दे, मी डावा पाय धुते.”

असे म्हणायची जणू काय उत्तरा वाट पाहत होती. तिने लगेच पायावरचे रक्त वगैरे सर्व धुऊन स्वच्छ केले व दोन-तीन ठिकाणी जेथे जखमा झाल्या होत्या तेथे रागिणीच्या व आपल्या हातरुमालांच्या पट्ट्या करून तिने त्या बांधून टाकल्या आणि

त्याच्यावर आनंदरावांच्या खिशातील रुमालाचा एक वेढा देऊन जखमांवर व्यवस्थेशीर बँडेज केले.

◆

४९

आनंदरावांच्या पायांना बरीच दुखापत झाली असल्यामुळे मंडळीला तेथेच राहणे भाग पडले व आणखी पाच-सहा दिवस तरी तेथून हलणे त्यांना शक्य नव्हते.

संध्याकाळची वेळ. अस्ताला जाण्याची वेळ आली म्हणून की काय कोण जाणे, सूर्य मंदमंद चालत होता व थोडासा शांत आणि उदास झाला होता. त्या धर्मशाळेभोवतालच्या लतावृक्षांनी मात्र अधिक रम्य, मोहक व उज्ज्वल स्वरूप धारण केले होते.

अशा या झाडीत आमची प्रवासी मंडळी गप्पागोष्टी सांगत बसली असता त्यांना वास्तविक उल्हास वाटावा, पण मनुष्याचे मन असे काही चमत्कारिक आहे की, ते हर्षस्थानी विषाद मानते व दुःखस्थानी सुख पावते; बाह्य जग आनंदित असता अंतर्मुख मनुष्य दुःखीकष्टी असतो व बाहेर वादळ, आग किंवा हाहाकार चालला असला तरी आत्मसंतुष्ट मनुष्य आनंदात राहू शकतो.

त्या झाडीकडे पाहत भाऊसाहेब म्हणाले, ''नानासाहेब, ही सृष्टी पाहून मला उत्क्रान्तितत्त्वच खरं दिसतं. जिकडंतिकडं जीवनकलह चाललेला आहे. जीवनकलह हाच सृष्टीचा नियम. न्याय, नीती, धर्म, दया, माया ही सर्व या नियमापुढे रद्द होत. या झाडा-झाडांमध्ये कलह चालला आहे, लता-लतांमध्ये आहे, या गवता-गवतात कलह आहे, पाखरा-पाखरांत आहे, कृमि-कीटकांत आहे आणि मनुष्यांतही तोच कलह चालू आहे. हे गवत व या लता आणि ही झाडे आपणाला जागा अधिक मिळावी, आपणाला जमिनीत पाणी व सूर्याची किरणे अधिक मिळावीत अशा खटपटीत सदोदित असून, दुसऱ्याला त्याच्या जागेवरून घालवून देण्याचा प्रयत्न करीत आहेत. किडे आपल्या जीविताकरिता लतांची पाने निर्दयपणाने खात आहेत व झाडांच्या फळांमध्ये शिरत आहेत. आपला प्राण वाचविण्याकरिता साळुंक्या त्या किड्यांना खाऊन टाकतात आणि साळुंक्यांचे घासभर लुसलुशीत मांस मिळावे म्हणून पारधी लोक त्यांनाच मारतात; असा हा सृष्टिक्रम आहे. ज्याच्या अंगात जोर अधिक, तो जगेल. कमजोर लतांचे, किड्यांचे, पशूंचे, माणसांचे व राष्ट्राचे या जगात काही काम नाही. 'दुसऱ्याला मारावे व खाऊन टाकावे, पण आपण जगावे' असे सृष्टी सांगत आहे. पण वेडा मनुष्यच धर्म, दया आणि प्रेम यांची बंधने उराशी कवटाळून बसला आहे. 'अहिंसा परमो धर्मः' हा सृष्टीचा नियम असता तर सृष्टीवर

आजच्यासारखी ही अरण्यं दृष्टीला न पडता तेथे शुष्क खडकच दिसला असता.''

नानासाहेब म्हणाले, ''सृष्टीची उत्क्रांती केवळ जीवनकलहाच्या तत्त्वांवरच चालली आहे असं नाही. प्रेम हेही एक सृष्टीचं तत्त्व आहे. पोराच्या प्रेमानं वाघीणसुद्धा सिंहाशी लढते व आपला प्राण देऊन आपल्या छाव्याचा प्राण वाचविते. गाईसारखा गरीब प्राणी कुणी नसेल, पण वाघ आला असता ती वाघाच्या व वासराच्या मधे पडते आणि प्राण आहे तोपर्यंत आपल्या वासराचा प्राण वाचविते.''

शास्त्रीबुवा म्हणाले, ''कलह व स्वार्थ हा सृष्टीचा नियम आहे, की प्रेम व स्वार्थत्याग आहे हे तर्कानं काही समजणार नाही. तर्क तुम्हाला दोन्ही तऱ्हेची उदाहरणं दाखवील. सृष्टीचं अंत:स्थ तत्त्व जाणायचं असल्यास त्याला योगाचा मार्ग स्वीकारावा. सृष्टीचे अंतरंग बहिर्मुख तर्कानं नव्हे- तर योगनिर्दिष्ट अंतर्दृष्टीनंच जाणता येईल.''

''खरं असेल हे, पण असे योगी आता कोठले आणायचे? तुम्हा-आम्हाला तर्काच्याच मार्गानं गेलं पाहिजे.'' नानासाहेब म्हणाले.

''अद्यापि योगी नाहीत असं नाही-''

''पण आहेत, असंही नाही-''

''होते एवढं तरी कबूल आहे ना? त्यांची पुस्तकं आहेत, त्यांचं योगशास्त्र आहे-''

नानासाहेब मधेच म्हणाले, ''योगशास्त्राचे ग्रंथ असले, म्हणजे योगशास्त्र खरं होत नाही व जगत्तत्व जाणणारे ब्रह्मवेत्ते योगी होऊन गेले हे तर मुळीच सिद्ध होत नाही. तुमच्या काव्यातील आश्रमांची आणि ऋषींची वर्णनं काव्यात चांगली आहेत. पण ती कितपत ऐतिहासिक आहेत याची शंकाच आहे.''

भाऊसाहेब म्हणाले, ''ऋषी होते की नाही हा निराळाच प्रश्न आहे. 'जग हे कसं आहे' हा आपला आताचा मुख्य प्रश्न आहे. ते आनंदमय व प्रेममय आहे की दु:खमय व कलहमय आहे याबद्दल तुमचं योगशास्त्र काय उत्तर देईल?''

शास्त्रीबुवा म्हणाले, ''अर्थात जग हे आनंदमय व प्रेममय आहे असंच उत्तर देईल. जो पूर्ण योगी झाला, त्याला जगात सगळीकडे आनंदच आहे. या जगात आनंदाशिवाय त्याला दुसरं दिसायचंच नाही. तुम्हाला-आम्हाला जे शोचनीय वाटतं, ते आपल्या कोत्या दृष्टीमुळेच.''

''कण्व आश्रमाचे कुलपती होते. ते योगी होते की नाही?'' आनंदरावांनी विचारले.

''होते, अलबत होते. कण्व जर योगी नसतील, तर मग योगी तरी कोण?''

आनंदराव म्हणाले, ''पण शकुन्तला दुष्यन्ताच्या घरी जाऊ लागली तेव्हा त्यांनाही दु:ख झालं. त्यांचं मन 'स्तंभितबाष्पवृत्तिकलुष' झालं. त्यांचं दर्शन 'चिन्ताजड'

झालं व 'वैक्लव्यं मम चेदृशं यदि भवत्स्नेहादरण्यौकस: । पीड्यन्ते गृहिण: कथं नु तनवाविश्लेषदु:खैर्नवै: ।' असे त्यांच्या तोंडातून उद्‌गार बाहेर पडले. यावरून कण्वऋषींना तरी या जगात जे आहे ते उत्तम आहे असं वाटत नव्हतं हे उघड आहे. त्यांना जर ईश्वरानं नवीन जग उत्पन्न करण्याची शक्ती दिली असती व नवीन जग उत्पन्न करायला सांगितलं असतं तर कण्वऋषींनी आपल्या जगात कन्याविरहाचा दुर्धर प्रसंग कोणावरही येणार नाही अशी व्यवस्था खास केली असती.''

''छट्, असं नाही! समाधीत असताना व जगाची आणि त्यांची एकतानता झाली असता त्यांना कन्याविरह हाही आवश्यक वाटला असेल किंवा शिष्यांना आश्रमहोमापुढे उपनिषदांचं विवरण करीत असताना त्यांनी 'जग आहे तसंच असावं' असंच शिकवलं असावं. कन्याविरहानं त्यांना क्षणिक दु:ख झालं, पण हा विरह किती दु:खद असला तरी जगात आवश्यक आहे व इष्टही आहे, असं त्यांनी आपल्या शिष्यांना सांगितलं असावं असा माझा तर्क आहे.''

आनंदराव म्हणाले, ''त्यातली खरी गोष्ट अशी आहे की, 'जग कसं आहे' याचं उत्तर ज्याच्या त्याच्या ज्ञानावर, वृत्तीवर व नैतिक उन्नतीवर अवलंबून आहें. कोणी जगाकडे भगवद्‌गीतेत म्हटल्याप्रमाणं 'आश्चर्यवत्' दृष्टीनं पाहतात. कोणी नुसत्या आश्चर्यदृष्टीनं पाहत नाहीत तर विश्वरूपदर्शनानं अर्जुनाप्रमाणे घाबरून जातात. जे कोणी 'स्थितप्रज्ञ' असतील त्यांना विश्वरूपाचं आश्चर्य वाटत नाही, कशाची भीती वाटत नाही, कोणाचा राग येत नाही. स्थितप्रज्ञाला राग नाही, लोभ नाही.''

शास्त्रीबुवा हसून म्हणाले, ''तुम्ही कधी बोलत नाही आनंदराव, पण आज तर एखाद्या व्याख्यान देणाऱ्या वक्त्याप्रमाणं तुम्ही जोरात आला आहात.''

इतक्यात उत्तरेचे लक्ष कशानेसे वेधले गेले व तिने विचारले, ''शास्त्रीबुवा, ते काय दिसत आहे हो? त्या समोरच्या शिखरावर ती गुहा का आहे?''

''कोठली? ती होय? गुहाच दिसते.''

''चला तर मग- जाऊन पाहू या ती.'' आनंदराव उत्साहाने म्हणाले.

आईसाहेब किंचित घाबरून म्हणाल्या, ''नको उगाच. आत जनावरं वगैरे असायची. आणि—''

''मी आपला एकटाच जातो. मी पाहून येतो. मग तुम्ही या.'' आनंदराव म्हणाले.

नानासाहेब म्हणाले, ''चल, मी पण येतो तुझ्याबरोबर.''

त्यांनी असे म्हटल्यावर आनंदराव उठले व ते दोघे चालू लागले.

''मग आम्ही तरी मागं राहून काय करायचं? तुम्हाला पुरुषांना भयच कसलं ते नाही.'' आईसाहेब म्हणाल्या.

शास्त्रीबुवा म्हणाले, ''भ्यायचं काय म्हणून कोणाला? खरं म्हटलं तर प्रत्यक्ष

ईश्वराला किंवा राक्षसालासुद्धा भिऊ नये. गुहेत जायला भीती कसली?''

समोरच्या शिखरावरील गुहा पाहण्याकरिता जात असता वाटेत या मंडळींना एक गुहा लागली. आनंदराव आणि शास्त्रीबुवा त्या गुहेत शिरल्यावर डाव्या हाताकडे वळून पाहतात, तो तेथे एक तपस्वी आसन घालून समाधिस्थ बसले आहेत असे त्यांच्या दृष्टीला पडले. शास्त्रीबुवांनी हे पाहिल्याबरोबर ते तर घाबरले. इतक्यात इतर मंडळीही आली व आत कोण आहे हे ठाऊक नसल्यामुळे हास्यविनोदाचा कलकल करीत आत शिरली. शास्त्रीबुवा आता तर फारच घाबरले. या योगीराजांचा समाधिभंग झाला म्हणून ते संतापून शाप तर देणार नाहीत ना, अशी त्यांना भीती पडली.

स्वामींकडे मंडळीचे लक्ष गेल्यावर त्यांचे ते तेज पाहून त्यांचा गलका एकदम बंद झाला. 'बाहेर चलू या,' असे शास्त्रीबुवांनी खुणेने सुचविले. मंडळी बाहेर पडणार इतक्यात स्वामींनी डोळे उघडले. ते कोपामुळेच की काय कोण जाणे, आरक्त झाले होते, ''¹क: कोऽत्र भोः?'' असे त्यांनी जराशा रागाच्या स्वराने विचारले.

हे कोणीतरी पूर्वकालीन तपस्वी असावेत अशी शास्त्रीबुवांची व आईसाहेबांची खात्री झाली आणि आता आपणाला हे शाप देणार अशी त्यांना भीती वाटली. ''²अपराद्धा स्मः अकालागमनेन । क्षन्तव्योऽयमस्माकमपराधः'' असे शास्त्रीबुवा पुटपुटले व त्यांनी त्यांच्यापुढे लोटांगण घातले. आईसाहेबांनीही तसेच केले. स्वामींचे तेज असे विलक्षण होते की, नानासाहेबांनीदेखील त्यांना उचित नमन केले. उत्तरेनेही स्त्रियांना उचित असा नमस्कार केला.

शास्त्रीबुवांची संस्कृत वाक्ये ऐकून स्वामींनी मंद स्मित केले व ते प्रेमपूर्वक स्वराने म्हणाले, ''मी रागावलो नाही. समाधी मधेच मोडली म्हणून प्रथम क्षणभर राग आला होता, पण आता तो मुळीच राहिला नाही.''

स्वामींच्या व विजयगावकर मंडळींच्या ओळखीला अशा चमत्कारिक रीतीने जरी प्रारंभ झाला, तरी थोडक्याच अवधीत एकमेकांच्या हृदयांची एकमेकांना ओळख पटली व त्याच वेळी तेथेच त्यांच्या प्रेमसंभाषणाला सुरुवात झाली. या प्रियब्रह्मस्वामींशी संभाषण करताकरता त्या जिज्ञासू प्रवासी मंडळीला पुष्कळ दिवसांची दाट ओळख असलेल्या स्नेह्यासारखे स्वामी वाटू लागले. सज्जन माणसे सात पावले बरोबर चालली म्हणजे तेवढ्या कालात त्यांचे सख्य जमते असे म्हणतात ते खोटे नव्हे.

''आपण मराठी कोठे शिकलात?'' शास्त्रीबुवांनी बोलताबोलता स्वामींना विचारले.

---

१. कोण आहे?
२. भलत्याच वेळी येऊन आम्ही आपले अपराधी झालो आहोत. क्षमा असावी.

"आपण महाराष्ट्रीय खात्रीने नाही."

"मी बंगाली आहे, पण मला पुष्कळ भाषा येतात. त्या कपाटात पाहिलंत तर फ्रेंच, जर्मन पुस्तकंही तुम्हाला दिसतील."

"आपण किती वर्षं या गुहेत आहा? आपलं पूर्वचरित्र-"

"मी कलकत्यातील एका हायस्कूलवर हेडमास्तर होतो. पण स्वामी विवेकानंदांची गाठ पडल्यापासून संसाराचा मला वीट आला. त्यांच्या अनुग्रहानं माझी योगविद्येत व ब्रह्मविद्येत बरीच प्रगती झाली आहे. पण ब्रह्मपदप्राप्ती अद्यापि मला झाली नाही. मला पुष्कळ सिद्धी प्राप्त झाल्या आहेत व मी पुष्कळ चमत्कारही दाखवू शकेन, पण तुमच्याशी खरं सांगायचं म्हणजे या सिद्धीचं नीतिदृष्ट्या काही महत्त्व नाही."

"प्रथम मी घाबरून गेलो," शास्त्रीबुवांनी प्रांजलपणे कबूल केले. "मला वाटलं की, आपण कोणीतरी पूर्वीचे तपस्वी-"

स्वामी हसून म्हणाले, "तपस्वी असलो म्हणून भिण्याचं काय कारण? तुम्ही तर ईश्वराला किंवा राक्षसालासुद्धा भिऊ नसे असं म्हणणारे आहात."

शास्त्रीबुवांनी एका घटकेपूर्वीच उच्चारलेले हे शब्द स्वामींना कसे कळले? अंतर्ज्ञानाने काय? सर्वजण आश्चर्यचकित होऊन त्यांच्याकडे पाहू लागले.

"आश्चर्य करण्याचं कारण नाही." स्वामी म्हणाले. "दुसऱ्याच्या मनातील गोष्ट ओळखणं हे काहीच नाही. मी एका क्षणात सूक्ष्म देह धारण करून पाहिजे तेथे जाऊ शकतो. या एका प्रकारच्या सिद्धी आहेत. या योगाभ्यासानं प्राप्त होतात. यांच्यात अभिमान बाळगण्याजोगं काही नाही. जगात ज्या अनेक 'शक्ती' आहेत त्यापैकीच ही एक योगाभ्यासानं प्राप्त होणारी शक्ती आहे. धबधब्यानं किंवा इंजिनानं आपल्या प्रचंड शक्तीचा अभिमान धरणं जसं अयोग्य किंवा तीव्र बुद्धीच्या माणसानंही आपल्या ईश्वरदत्तबुद्धीचा अभिमान धरणं जसं अयोग्य, तसंच आमच्यासारख्यांनीही योगबलाचा अभिमान धरणं अयोग्य. बाष्पशक्ती, जलयंत्रशक्ती, विद्युच्छक्ती, मत्तगजशक्ती, मतिशक्ती, योगशक्ती इत्यादी शक्तींची धर्मदृष्ट्या एकच योग्यता आहे. अधिक 'शक्ती' आहे म्हणून अधिक 'पावित्र्य'आहे असा अर्थ करता येत नाही. मनुष्याची 'शक्ती' किती आहे हा मुख्य प्रश्न नसून, आहे त्या शक्तीचा ज्ञानपुरःसर सदुपयोग करण्यात येत आहे का दुरुपयोग, हा प्रश्न महत्त्वाचा आहे."

प्रियब्रह्मस्वामींचे असे भाषण चालले असता रागिणीच्या मनात 'यांना कुठेतरी आपण पाहिले असावे' असे एकसारखे येत होते व 'कुठे बरे यांना पाहिले असावे?' असा ती आपल्या मनाशी विचार करीत होती. 'मूर्ती तर ओळखीची दिसते' ती मनात म्हणत होती. 'होय, आत्महत्या करून घेण्याचा माझा निश्चय ज्या दिवशी झाला, त्या रात्री ही मूर्ती मी पाहिली. यांनीच मला आत्महत्येपासून परावृत्त केले. तीच मूर्ती ही यात बिलकूल शंका नाही! यांनीच सूक्ष्मदेह धारण करून मला गंभीर

व प्रेमळ शब्दांत 'रागिणी, आत्महत्या करू नकोस, आत्महत्येने कर्मफळ चुकेल काय?' असे म्हटले.'

रागिणीच्या मनात असा विचार येत आहे तोच स्वामींनी तिला नावाने हाक मारली. "रागिणीताई," ते म्हणाले, "तुमच्या मनात काय चाललं आहे ते मी ओळखू? आत्महत्येचा तुमच्या मनात पूर्वी एकदा विचार आला होता, त्याकाळची तुम्हाला आता आठवण होत आहे, होय ना?"

स्वामींनी अशा रीतीने रागिणीला आपल्या योगसिद्धीचा स्पष्ट दाखला दिला, पण इतरांनाही त्यांनी आपल्या संभाषणात अशा काही गोष्टी सांगितल्या की, जो तो आपल्या मनात अगदी थक्क होऊन गेला.

◆

५०

यानंतर प्रियब्रह्मस्वामी व विजयगावकर मंडळी यामध्ये पुष्कळच संभाषणप्रसंग झाले. कितीतरी विषयांचा त्यांनी त्या आठ दिवसांत ऊहापोह केला.

एक दिवस बोलता बोलता 'Idealism' आणि 'Realism' अदृश्यवाद आणि दृश्यवाद हा विषय निघून वाद वाहवत वाहवत जाता-जाता तो 'धर्म खरा की भौतिक शास्त्रे खरी?' या प्रश्नावर येऊन ठेपला.

"भौतिक शास्त्रे काहीही म्हणाली तरी आम्ही ईश्वर आहे असंच मानणार," शास्त्रीबुवा म्हणाले.

"ईश्वर आहे मानायला पुरावा काय?" उत्तरेने विचारले.

"याला पुरावा शास्त्राचा. शिवाय सज्जनांची अंत:करणप्रवृत्ती हा दुसरा एक पुरावा. 'सतां हि संदेहपदेषु वस्तुषु प्रमाणमन्त:करणप्रवृत्तय:' या कविवाक्यावर आमची भिस्त आहे."

"कवींनी म्हटलं म्हणून ते सत्य होत नाही," उत्तरा म्हणाली. "रसायनशास्त्रवेत्ता आपलं विधान जसं प्रत्यक्ष प्रमाणं देऊन सिद्ध करून देतो, तसं तुमचा कवी किंवा तुमची शास्त्रं-"

"जगात जे प्रत्यक्ष दिसत आहे, तेच खरं मानायचं की काय?" स्वामी मधेच म्हणाले. "त्रिकालदर्शी ऋषींची वचनं, प्रतिभावान कवींची वाणी, सज्जनांची व वीरपुरुषांची अंत:करणप्रवृत्ती ही सर्व अविश्वसनीयच समजायची की काय?"

"सज्जनांची उदात्त अंत:करणप्रवृत्ती म्हणजे वेडेपणा आणि कविकल्पनासाम्राज्य म्हणजे मनोहर स्वप्नसृष्टी," उत्तरा बिनदिक्कत म्हणाली.

"अरसिक मनुष्याला कवींचं मर्म समजायचंच नाही," शास्त्रीबुवा म्हणाले. "रानटी लोकांपुढे कालिदासाचे श्लोक म्हटले त्यांना आनंद भारीच होणार आहे?"

“मला जंगली लोकांत काढलंत, याचा मला राग नाही,” उत्तरा शांतपणाने म्हणाली. “पण माझं आपलं असं म्हणणं आहे की, कवींच्या काल्पनिक वर्णनांनी जो तात्पुरता आनंद होतो, त्याची खेळातल्या आनंदाइतकीच योग्यता आहे. त्यांच्या वर्णनांनी आनंद झाला, म्हणून त्यांचे विचार शास्त्रज्ञांच्या सिद्धान्तांसारखे मान्य होत नाहीत. प्रयोगांनी सिद्धान्त सिद्ध करून दाखविणारे शास्त्रज्ञ कोणीकडे आणि मनाला वाटेल ते कविताबद्ध करून गोड शब्दांत बरळणारे कवी कोणीकडे! कवींची उदात्त वर्णनं घटकाभर वाचून ठेवून द्यावीत एवढाच त्यांचा उपयोग. कवींच्या वर्णनात पाहिजे तो वेडेपणा खपतो. कविसृष्टीत मेघांना दूताप्रमाणं निरोप सांगता येतो, सिंहांना वाचा फुटते आणि दगडाला द्रव येतो. कविसृष्टीतील वानर समुद्रावर सेतू बांधतात, कवीला ‘गंगेच्या काठचा पक्षी किंवा साप होणं बरं, पण राजा नको’ असं वाटतं. त्याला ‘वनवासी फूल’ उपदेश करतं. पुरूरव्याला लतेमध्ये जशी उर्वशी दिसत होती तसाच कविप्रतिभेला प्रत्येक वस्तूत ईश्वरांश दिसतो. प्रत्येक वस्तूत जर ईश्वरांश असेल तर मग सापाला हातात का धरू नये? कविवचनांवर जर विश्वास ठेवायचा, तर मग आपल्या प्रिय माणसांना पोस्टातून पत्र न पाठविता एखाद्या राजहंसाबरोबर किंवा मेघाबरोबर आपला निरोप का पाठवू नये?”

“ताई, कवींची चेष्टा करतेस तशी भौतिक शास्त्रज्ञांची चेष्टा करता नाही का यायची?” रागिणी म्हणाली. “एका शास्त्रज्ञानं सूर्यप्रकाशामुळे दिवसा दिवे लागत नाहीत,” असा विचार करून सूर्याची योग्यता लाख कोटी रॉकेलच्या दिव्यांबरोबर केली होती हे तुला ठाऊक आहे ना? मुंबई येथील एका शास्त्रज्ञाला दिवाळीचा ‘लाईट’ पाहायला बोलावले असता त्यानं ‘एका दिव्यासारखे लाखो दिवे रांगेनं लावले आहेत’ अशी कल्पना केली म्हणजे झाला दिवाळीचा लाईट पाहून’ असे उद्‌गार काढले होते हे तू ऐकलं आहेस ना?”

रागिणीचे बोलणे संपल्याबरोबर उत्तरा लगेच म्हणाली, “तुम्ही भौतिक शास्त्रज्ञांची किती जरी टर उडविलीत तरी त्यांची तत्त्वं प्रयोगसिद्ध आहेत- त्यांच्यापुढं तुमचा विनोद कसा टिकणार? युरोपियन लोकांच्या पुढे जसं पेशवाईतल्या ब्राह्मणांच्या शापांचं किंवा रानटी लोकांच्या तिरकमठ्यांचं काही चाललं नाही तसंच शास्त्रज्ञांच्या तत्त्वापुढं तुमच्या धार्मिक वचनांचं किंवा तुमच्या बाष्कळ विनोदाचं काहीदेखील चालायचं नाही.”

“तुमच्या भौतिक शास्त्रज्ञांचे सिद्धान्त खरे असतील,” प्रियब्रह्मस्वामी म्हणाले, “पण याचा अर्थ ‘धार्मिक तत्त्वं खोटी’ व ‘कविवचनं त्याहून खोटी’ असा मात्र नाही. धर्मग्रंथांत जे जे सांगितले आहे किंवा कवी जे जे सांगतील त्यावर अंधपणे विश्वास ठेवा असं मी म्हणत नाही. माझा भावार्थ हा की, ईश्वरविषयक गोष्टी प्रत्यक्षपणानेच किंवा तार्किक युक्तिवादाने सिद्ध करता येत नाहीत म्हणून त्या सर्व गोष्टी खोट्या

असे म्हणण्याचा आपणाला अधिकार नाही. पाहूच गेले तर, कोणती उच्च, उदार गोष्ट सयुक्तिक व अवश्यकरणीय आहे असे बुद्धिवादाने सिद्ध करता येईल? 'अपकार केला असता उपकार करावा' हे श्रेष्ठ तत्त्व सुजनहृदयालाच मान्य होईल. हे तत्त्व बुद्धिवाद करून दुर्जनाला बुद्धिदृष्ट्याही मान्य करायला लावणं शक्य नाही. कोणत्याही वीर पुरुषाकडे, दानशूर मनुष्याकडे किंवा उदार सुधारकाकडे तुम्ही जा आणि त्याला स्वत:च्या वर्तनात दिसून येणारं उच्चतम तत्त्व वावदूक तार्किकाला युक्तिवादानं सिद्ध करून दाखविता येतं का पाहा. त्यांना हे सिद्ध करता येणार नाही. उदार तत्त्व हृदयगम्य आहे, तर्कप्रतिपादनीय नाही. ज्याच्या पोटात प्रेम नाही, त्याला दुसऱ्यावर प्रेम करण्याची उपयुक्तता कोण सिद्ध करून दाखवील? दुसऱ्यावर प्रेम केल्यानं स्वत:चा फायदा होतो असं तुम्ही दाखविल्यास, तो जोपर्यंत स्वत:चा फायदा होण्याचा संभव आहे तोपर्यंत प्रेम करावं एवढी गोष्ट कबूल करील, पण प्रेमाकरिता प्राणपरित्याग किंवा निरपेक्ष स्वहितत्यागही करायला तो तयार व्हायचा नाही. लोकांची वाहवा मिळावी म्हणून तो थोडाबहुत दानधर्म करील, पण रामासारखं राज्य सोडायला किंवा कर्णासारखी जन्मसिद्ध कर्णकुंडलं द्यायला अथवा ख्रिस्तासारखा परहितार्थ स्वदेहयज्ञ करायला तो कधीही तयार व्हायचा नाही.''

◆

५१

हिमालयावरील त्या चिरस्मरणीय धर्मशाळेत आनंदराव चिंताक्रांत मुद्रेने आपल्या खोलीत बसून विचार करीत होते. 'या उत्तरेच्या वेडामुळे माझे स्वामींच्या बोधप्रद भाषणाकडेसुद्धा लक्ष लागत नाही, हे 'वेड' म्हणजे खरोखरीचेच 'वेड' होणार आहे. इथून आता पळ काढलाच पाहिजे. जेवता-खाता, उठता-बसता माझ्या मनात तिचेच विचार चाललेले असतात, तिचेच भाषण मला ऐकावेसे वाटते, तिच्या मुखावलोकनापुढे सृष्टिसौंदर्याचे मला काहीच वाटत नाही अशी माझी स्थिती झाली आहे. उत्तरे, तुझे माझ्यावर प्रेम नसते तर फार बरे झाले असते. आपल्या प्रियेचे आपल्यावर प्रेम नसावे अशी विपरीत प्रार्थना कधी कोणी पुरुषाने खरोखर किंवा नाटक-कादंबऱ्यांत तरी केले असेल का? उत्तरे, माझं तुझ्यावर अत्यंत प्रेम आहे, पण तुझे माझ्यावर जर प्रेम नसते, तर मला आपले प्रेम आवरता येऊन स्वदेशाकडे अधिक उत्साहाने लक्ष द्यायला सापडले असते. बस्स ठरले. उत्तरे, स्वदेशसेवेपुढे तुझ्या प्रेमाचा मी होम करणार, मी उद्या तुझा आणि तुझ्या मोहाचा त्याग करून जाणार.'

'पण जायचे तरी कुठे? हो, हा एक विचार फक्कड आहे. इथून तीन-चार दिवसांच्या पल्ल्यावर 'कारिसेन' नावाची एक मनुष्यभक्षक रानटी जात आहे, त्या जातीविषयी अद्याप कोणीही शोध लावलेला नाही व त्यांच्या चमत्कारिक चालीरीतीविषयीही

कोणी माहिती लिहिलेली नाही असे स्वामी कालच मजजवळ बोलता बोलता म्हणाले. आपण तिकडेच गेलो तर? त्या मनुष्यभक्षक लोकांमध्ये जाणे धोक्याचे आहे खरे, पण जर तेथून आपण बचावून आलो, त्या जातीविषयी माहिती लिहून पुस्तक प्रसिद्ध केले तर हिंदी लोकांना एखादा तरी नवीन शोध लावण्याचे श्रेय मिळेल. बस्स- ठरला बेत!'

दुसऱ्या दिवशी बोलता बोलता ''उपनिषत्कालीन आर्यलोकांस उदात्त- अदृश्य गोष्टी प्रिय होत्या; परंतु हल्ली हिंदी लोकांचे लक्ष दृश्य- व्यावहारिक- पोटापाण्याच्या व चैनीच्या गोष्टींकडेच लागलेले असते,'' असे स्वामींनी प्रतिपादन केले. ते आणखी म्हणाले, ''हल्लीच्या हिंदी लोकांना व्यवहाराव्यतिरिक्त कोणत्याही गोष्टीविषयी विशेष औत्सुक्य नाही. कशाचेही त्यांना कौतुक वाटत नाही, कशाविषयीही त्यांना उत्कट इच्छा नाही व कोणतेही साहस करण्याची त्यांच्यात हिंमत नाही. आपल्या या हिमालयाच्या शिखरासंबंधी जे शोध झाले आहेत त्याकडेच पाहा ना, हे शोध हिंदी लोकांनी लावले आहेत का युरोपियन लोकांनी? हा हिमालय, हा देवात्मा नगाधिराज मूळ आपल्या लोकांचा. येथील सौंदर्याने आपल्या कवींना स्फुरण दिले. येथेच आपल्या पूर्वज ऋषींनी ब्रह्मचिंतन केले व येथील कैलासपर्वतावर आपल्या श्रीशंकरांनी उग्र तप केले, पण या आपल्या पवित्र, रम्य पर्वताविषयी आपणाला हल्ली काहीतरी माहिती आहे का? जी काही थोडीशी माहिती आहे, ती युरोपियन शोधकांनी दिलेली. हिमालय हिंदुस्थानात आणि त्यावरील शिखरांचा व हिमनद्यांचा शोध लावणारे युरोपियन.''

''आपल्या लोकांनी असल्या शोधांचे काम हाती घेऊन हिंदी लोकांमध्येही जिज्ञासा व धाडस आहे हे जगाच्या निदर्शनाला आणून द्यायला नको काय? कवींच्या गोष्टी निघाल्या असता कालिदास-भवभूतींची नावे जशी आपण आनंदाने घेतो, तशी शोधकांची चर्चा चालली असता आपण कोणत्या हिंदी गृहस्थांची नावे घ्यायची? पूर्वीच्या आर्यांनी युरोपमध्ये, आफ्रिकेमध्ये, अमेरिकेमध्येही आपली देवालये बांधली, पण आम्हाला आता खुद्द आपल्या देशातील पवित्र पर्वतांची देखील नाममात्रेकरूनच ओळख! हिमालयासंबंधाने आम्हाला आता माहिती पाहिजे असली, तर इंपीरिअल गॅझेटिअर किंवा स्वेन हेडिन इत्यादी युरोपियन लोकांची पुस्तके चाळावी लागायची. बाकी हिमालयासंबंधी हिंदी लोकांना माहिती हवी आहे कुठे? केवळ जिज्ञासेने इकडे येणारे पहिले गृहस्थ तुम्हीच आहात.'' असे म्हणून स्वामींनी मृदू स्मित केले.

''निदान इथं येणाऱ्या पहिल्या बायका तरी आम्हीच आहो यात शंका नाही.'' उत्तरा म्हणाली.

''मी आता इथपर्यंत आलोच आहे, तर आणखीही पुढे जाणार,'' आनंदराव उत्साहाने म्हणाले. ''आमच्यामध्ये धाडस नाही, असं यापुढे तरी खात्रीनं म्हणता

येणार नाही.''

"तुम्हाला पुढं जायचंच असेल, तर मी तुमची सोय करून देतो.'' स्वामी म्हणाले. "इथून चार टप्प्यांवर माझा 'आनंदमठ' नावाचा दुसरा एक आश्रम आहे. आणि तिथून एका टप्प्यावर तिसरा एक आहे. हे आश्रम जर तुम्हाला पाहायचे असतील तर मी तुमची सर्व व्यवस्था करून देतो. तिसऱ्या आश्रमाजवळ शोध करण्याजोग्या पुष्कळच गोष्टी आहेत. त्याच्याजवळ 'कारिसेन' नावाच्या रानटी लोकांची एक जात आहे. त्यांची भाषा, त्यांच्या चालीरीती वगैरे संबंधाचे शोध अद्यापि कोणीही लावलेले नाहीत.''

"काल आपण मला हे सांगितल्यापासून तिकडे जाण्याचे विचार माझ्या मनात घोळत आहेत- तिकडे जाण्याचं मी ठरविलंच आहे म्हणा ना!'' आनंदराव म्हणाले.

"सगळीच जणं जाऊ चला.'' उत्तरेने हळूच सुचविले.

"वेड तर नाही लागलं तुला!'' आईसाहेबांनी उद्गारात्मक प्रश्न विचारला.

"गेलं म्हणून काय गं झालं आई?'' उत्तरा आत्मसमर्थनार्थ म्हणाली.

"तुम्ही आपले जा आनंदराव,'' जनुभाऊ म्हणाले. "आम्ही नाही येत. सुखाचा जीव उगाच दुःखात कोण घालतो? सांदीकुंदीतली एखादी रानटी जात पाहून तुम्हाला काय मिळणार आहे? वर्णनपर असं एखादं पुस्तक छापाल आणि 'ग्रंथकार' ही पदवी मिळवाल एवढंच ना?''

"एवढंच नाही.'' आनंदरावांनी आवेशाने उत्तर दिले. "तेथे जाऊन शोध लावून स्वतःची जिज्ञासा मी तृप्त करणार व आपल्या देशाची कीर्ती वाढविणार!''

"भलतंसलतं काही करू नका,'' आईसाहेब म्हणाल्या. "ते लोक रानटी आहेत म्हणे, तुम्हाला ते एकट्याला मारतील बिरतील, उगाच जीव धोक्यात का घालता?''

"हिमालयावर अशी कुठली रानटी जात आहे?'' भाऊसाहेब आश्चर्याने स्वामींकडे पाहून म्हणाले. "भूगोलात तर कोठे याचा निर्देश नाही?''

"आजपर्यंत कोणीच या जातीचा शोध केला नाही, तेव्हा भूगोलात उल्लेख असेल कसा? तेथे आजपर्यंत तीनच काय ते युरोपियन शोधक गेले होते, पण त्यातला एक इंग्रज जो होता तो संग्रहणीने आजारी पडून तेथेच मेला, दुसरा डच मनुष्य होता, तो तेथून येता येता वाटेतच थंडीनं बर्फातच मेला आणि तिसरा एक फ्रेंचमन होता, त्याचं आणि त्या रानटी जातीतल्या लोकांचं भांडण होऊन त्याला त्या लोकांनी जाळून खाऊन टाकलं.''

"वा! या जातीचा मग शोध अवश्य लावलाच पाहिजे,'' आनंदराव म्हणाले. स्वामींच्या भयकारक भाषणाने त्यांचा उत्साह कमी न होता उलट वृद्धिंगतच झाला.

"भलताच काहीतरी विचार मनात आणू नका,'' आईसाहेब त्यांना पोक्तपणे

म्हणाल्या. ''या तीन साहेबांचे काय झालं हे आत्ताच ऐकलंत ना?''

''अं! त्यात काय आहे?'' आनंदरावांच्या तोंडून बेफिकिरीचे उद्‌गार निघाले.

''त्यात काय आहे?'' जनुभाऊ त्यांना उपरोधिक स्वराने म्हणतात, ''ते जंगली लोक जेव्हा हातपाय बांधतील आणि जाळायला लागतील तेव्हा समजेल काय सुख आहे ते सारं!''

'उगाचच्या उगाच एखाद्याला जाळायला ते काही मूर्ख नाहीत. त्या फ्रेंच गृहस्थानं तेथे काही उद्धटपणा केला असेल म्हणून त्याला त्या लोकांनी तसं शासन केलं, दुसरं काय? आपण जर गरिबीनं राहिलो, तर कोणी आपल्या वाटेलाही जाणार नाही; पण उगाच वाद पाहिजे कशाला? तुम्ही कोणी या नाही तर नका येऊ, मी जाणारच. नाहीतरी जगून आता आम्ही भारीच मोठे पराक्रम करणार आहोत!''

आनदरावांचा हा आवेशपूर्ण निश्चय पाहून भाऊसाहेबांनाही उत्साह आला व ते म्हणाले, ''चला, जाऊ आपणसुद्धा.''

''पुरे झाला प्रवास आता,'' शास्त्रीबुवा त्यांना म्हणाले. ''वाटेत किती थंडी लागेल त्याची कल्पना करा.''

''वाटेत थंडी आहे,'' स्वामी म्हणाले. ''पण खुद्द त्या 'कारिसेन' गावातील हवा समशीतोष्ण आहे. त्या गावच्या चारही बाजूंनी डोंगर आहेत व गाव थोडंसं खोलात- दरीत आहे, म्हणून तिथं हवा फारच चांगली आहे. प्रकृती सुधारायला ती हवा फारच उत्तम.''

''मग चलच, जाऊ आई आपण.'' उत्तरा म्हणाली. ''तुझ्या प्रकृतीला तिथं बरं वाटेल.''

उत्तरेला आईच्या प्रकृतीची काळजी होती ही गोष्ट काही खोटी नव्हे. पण 'कारिसेन' गावाला जाण्याच्या उत्सुकतेला आईची प्रकृती सुधारावी ही इच्छा काही विशेष कारणीभूत नव्हती.

''पण वाटेतली थंडी सोसेल का?'' रागिणीने विचारले व आपण या धाडसी प्रवासाला अनुकूल नाही असे सुचविले.

''पांघरुणे वगैरे खूप घेतली आणि कपडे चांगले घातले म्हणजे थंडी काही बाधणार नाही.'' स्वामींनी आश्वासन दिले.

''मला वाटतं, बायकांना इथं ठेवावं आणि आपण पुरुषांनी जावं तिकडे.'' शास्त्रीबुवा म्हणाले.

''आईला आणि रागिणीला पाहिजे तर इथं राहू द्या, पण मी आपली तिकडे येणारच,'' उत्तरा म्हणाली.

''वेड्यासारखं काहीतरी करू नये.'' आईसाहेब उत्तरेला दबकावून म्हणाल्या. ''रानटी लोकांचे गाव पाहण्यात काय मोठी एवढी मौज आहे कुणाला ठाऊक! ते

गाव म्हणजे का तीर्थ आहे का क्षेत्र आहे तर हालअपेष्टा सोसून तिथं जायचं? पुरुषांनीसुद्धा म्हटलं तर जाऊ नये तिकडे, पण त्यांच्यापुढे आपलं काय चालणार बाई, आपण आपल्या इथंच राहू.''

''खरंच म्हणता तुम्ही आईसाहेब,'' शास्त्रीबुवा म्हणाले. ''बायकांचा प्रवास म्हणजे चुलीपासून वैलापर्यंत असावा. असले धाडसाचे प्रवास कधी कुणी बायकांनी केले आहेत? बायका शिकल्या म्हणून त्यांना असले प्रवास का झेपणार आहेत? उत्तराताई, तुम्हा बायकांची ही कामं नव्हेत. पुरुषांबरोबरीचे हक्क बायकांना असावेत असं बायकांनी सभेत म्हणावं पाहिजे तर, पण असले प्रवास आणि शोध करण्याची कामं पुरुषांकडेच त्यांनी सोपवावीत हे चांगलं.''

शास्त्रीबुवांची ही कुचेष्टा ऐकून स्त्रीजनाभिमानी उत्तरा म्हणाली, ''आम्ही बायकाही धाडसाचे प्रवास करू शकतो, हे दाखविण्याकरिताच मी तुमच्याबरोबर येणार. हा प्रवास मी केला तर मग मात्र पुरुषांच्या बरोबरीने हक्क मागण्याचा बायकांना अधिकार आहे हे तुम्ही कबूल कराल ना? आई, मला आपली जाऊ दे गं तू! मी मुळीच दमायची नाही की आजारीही पडायची नाही. तू आणि रागिणी इथं राहा पाहिजे तर.''

''वा!'' रागिणी म्हणते, ''म्हटलं म्हणजे मलाच जायला काही हरकत नाही, थंडीवाऱ्यांनी माझं बरंवाईट झालं तर काय मोठंसं वाईट होणार आहे? पण तुझं अजून लग्न व्हायचं आहे, संसार थाटायचा आहे-''

''मला लग्नच करायचं नाही मुळी,'' उत्तरा एकदम म्हणाली.

''तुला वेड लागलं आहे उत्तरे,'' आईसाहेब म्हणाल्या. ''तिथं जाऊन तुला काय मिळणार आहे? या थंडीत प्रवास करून आजारी पडायचं आहे वाटतं? आनंदराव कोणाचं ऐकायचे नाहीत आणि ही पुरुष मंडळीही आपल्या ताब्यातली नाहीत. त्यांना जाऊ दे 'शोध' करायला वाटेल तिकडे. आपण आपल्या तोपर्यंत इथंच राहू.''

आईसाहेबांची पुढील प्रवासाला परवानगी मिळत नाही असे पाहून उत्तरेने नानासाहेबांचे मन वळविण्याचा प्रयत्न केला व त्यात तिला यशही आले. तिने व सर्व बायकांनी 'कारिसेन' गावाजवळील आपला आश्रम पाहायला जावे, अशी प्रियब्रह्मस्वामींचीच इच्छा दिसली. ''वाटेतील प्रवासाची आणि तेथे राहण्याची सर्व व्यवस्था मी आपल्या शिष्यांकडून करवितो,'' असे त्यांनी आश्वासन दिल्यामुळे उत्तरेच्या आग्रहाला बळकटी आली व उत्तरा जाण्याचे ठरल्यावर आईसाहेबही कन्याप्रेमाने जायला तयार झाल्या आणि त्या निघाल्यामुळे रागिणीची विशेष इच्छा नसता तिलाही या बेतात सामील व्हावे लागले.

जनुभाऊंना हा धाडसाचा प्रवास पसंत नव्हता. पण कबूल न व्हावे तर

भ्याडपणा पदरी यायचा अशा पेचात ते सापडले. 'बायकांपेक्षाही आपण भ्याड? छे! जावेच झाले.' असा विचार करून तेही या शोधकमंडळीला येऊन मिळाले.

राहता राहिला टिल्लू. तो काय, हुकमाचा नोकर. कोठे जायचे, कशाला जायचे हे जेव्हा त्याला जनुभाऊंकडून व आईसाहेबांकडून कळले, तेव्हा तो जरासा कचरला, पण त्या इमानी नोकराने 'धन्याची जी व्यवस्था ती आपली' असा मनात विचार केला व धन्याबरोबर जायला तो मनाने तयार झाला. आणि जेव्हा नानासाहेबांनी त्याला "काय रे टिल्लू, येतोस का आमच्याबरोबर? का राहतोस इथेच?" असे विचारले तेव्हा तो उत्साहाने म्हणाला, 'मी येणार तर! माझ्याशिवाय तुमचं काम कोण करील? मी नाय बा इथं राह्यचा."

◆

५२

ठरल्याप्रमाणे मंडळी तर निघाली. माहीतगार वाटाडे आणि कार्यदक्ष स्वामिशिष्य बरोबर असल्यामुळे त्या कठीण पहाडांतूनही त्यांना सुगम वाटा मिळाल्या आणि एकंदरीत त्यांचा प्रवास सुखकर झाला. वाटेत कित्येक ठिकाणी आईसाहेबांना विश्रांतीकरिता घटका-अर्धी घटका खाली बसावे लागले व अखेर तर त्यांना 'झोक्या'त घालून शिष्यांना उचलून घेऊन जावे लागले. हा पहाडी 'झोका' म्हणजे दुसरे-तिसरे काही नाही तर साधी दोन धोतरे घेऊन व ती एकत्र दुहेरी करून त्यांची चार टोके चौघांनी घ्यायची व मधे मनुष्याला बसवून त्याला उचलून घेऊन जायचे. ओझे उचलण्याचा हाताला भार पडू नये म्हणून शिष्यांनी धोतरांची टोके हाताखालून खाकेजवळून घेऊन ती खांद्यावर बांधलेली होती.

काही वेळाने रागिणीचीही अशीच उचलबांगडी करून तिला घेऊन जावे लागले. उत्तरा रागिणीच्या आधीच दमली होती, पण दमल्याबद्दल बायकांच्या अबलत्वाची शास्त्रीबुवा कुचेष्टा करतील या भीतीने ती अभिमानी मुलगी दमल्याचे मुळीच बोलली नाही. अखेर तिचे पायच पुढे पाऊल टाकण्याचे नाकारू लागले व तिचीही लवकरच उचलबांगडी झाली. दमत, थकत, बसत- कसे का होईना, पण मंडळी एकदाची कारिसेन गावाला येऊन सुखरूप पोहचली.

वाटेतली थंडी आईसाहेबांना व शास्त्रीबुवांना थोडीशी बाधली; परंतु एकंदरीत तो प्रवास मंडळीला आनंदकारकच झाला असे म्हटले पाहिजे. या गोष्टीचे बरेच श्रेय अर्थात स्वामींच्या शिष्यांना व त्यांच्या दूरदर्शीपणाला दिले पाहिजे. त्यांनी या मंडळीला वाटेत कशाचीही उणीव पडू दिली नाही.

कारिसेन गावाजवळील स्वामींचा आश्रम लहानसाच, पण टुमदार होता. तो नदीच्या काठाजवळच होता. त्याच्या आसपास स्वामिशिष्यांनी एक फुलबाग केली

होती व ती आपल्या परीने सुंदर होती. पण या कृत्रिम बागेच्या शोभेपेक्षा त्या आश्रमाभोवतालची अरण्यश्री कितीतरी पटीने अधिक मनोहर होती. आश्रमाच्या मागल्या दाराशी उभे राहून नदीकडे पाहिले, तर 'वारुणी' नदीचे डावीकडे लहानसे, पण जोराचे पात्र खडकांच्या अडथळ्यांना न जुमानता जवळच्या कारिसेन गावातील क्रूर लोकांच्या मनाप्रमाणेच स्वैरगतीने विहार करीत आहे असे दिसेल; परंतु तेच पात्र हलके हलके मोठे होत जाऊन उजव्या बाजूला ऋषीच्या मनाप्रमाणे खोल, शुद्ध विशाल व शांत झालेले दृष्टीस पडत होते. नदीच्या पलीकडे वृक्षाच्छादित गिरिराजी होती व तीतून अनेक झरे लहान मुलाप्रमाणे धावत येऊन नदीला कडकडून भेटत होते. आश्रमाच्या पुढच्या बाजूला चार-पाच मैलांपर्यंत दाट झाडी होती व त्याच्या पलीकडे तेजस्वी गिरिशिखरे होती. ही शिखरे अत्युच्च असल्यामुळे हिमाच्छादित होती; परंतु त्या पर्वतांच्या खालच्या बाजूला बरीच हिरवीगार झाडी होती. एके ठिकाणी मात्र शिखरावरून घसरत येणारी बर्फाची नदी होती. त्या हिमनदीकडे पाहून मनाला कधी आल्हाद व्हायचा, तर कधी भीती वाटायची. कधी ईश्वराच्या लीलेचा विचार मनात येऊन कौतुक वाटायचे, तर कधी त्या प्रचंड शक्तीकडे पाहून 'जग हे एक भयंकर कोडे आहे' असे वाटून मन गोंधळून जायचे.

"काय रे टिल्लू," आश्रमात आल्यावर जनुभाऊ एक दिवस टिल्लूला म्हणाले, "कसं काय तुला इथं वाटतं?"

"खाण्यापिण्याचं सगळं ठीक आहे, पण एक मात्र इथं मोठी गैरसोय आहे बुवा."

"कोणती रे?" असे म्हणून जनुभाऊ त्याच्याकडे मोठ्या आढ्यतेच्या प्रेमाने पाहू लागले व क्षणभराने ते त्याला जरा सलगीने म्हणाले, "बरं, एक विडी तर काढ टिल्लू."

"विडीचीच तर मोठी अडचण इथं," टिल्लू म्हणाला, "हे स्वामी दूध-तूप पुरवतात, पण तंबाखू म्हणून देत नाहीत. तुमच्याजवळ असली तर काढा एखादी विडी. आज दोन दिवसांत ओढली नाही बगा."

"अरे, माझ्याजवळचा सगळा साठा संपला ना! म्हणून तर तुझ्याजवळ मी विडी मागतो आहे."

"तंबाखू नाही म्हणून मी बी हैराण झालो आहे बगा."

"या गावात नाही का रे मिळत तंबाखू? मी गेलो होतो काल विचारायला, पण माझं बोलणंच कोणाला समजेना. म्हणून तसाच आलो परत."

"मग आनंदरावांना का नाही सांगितलंत विचारायला? त्यांना तर गावातली बोली माझ्याहून बी सरस कळते. लई हुशार बगा आनंदराव."

"कळेल तर काय झालं. सकाळ-संध्याकाळ गावात बसलेले तर असतात ते.

काय रे टिल्लू, गावात हे काय करीत असतात?''

''एकसारखे ज्याला त्याला काही ना काहीतरी विचारीत असतात आणि पेन्सिलीनं टिपून घेत असतात. विजयगावाला परत गेल्यावर पुस्तक छापणार आहेत म्हणे ते. खरं का हो जनुभाऊ? आनंदराव लई शहाणे झाले म्हणायचे?''

''कसले शहाणे नि कसले काय?'' जनुभाऊ तुच्छतेने म्हणतात. ''या रानटी लोकांची भाषा शिकायची, त्यांना प्रश्न विचारून त्यांची उत्तरं टिपून ठेवायची आणि मग गावाला जाऊन त्याचं पुस्तक छापायचं- याच्यात कसली आली आहे हुशारी आणि शहाणपण? या जंगली लोकांत कशाला राहिली आहे ही मंडळी कुणाला ठाऊक. लवकर निघाली परत तर ठीक आहे, नाहीतर मी आपला बुवा जाणार एकटा परत.''

''लवकरच गेलेलं चांगलं.'' टिल्लू म्हणाला. ''हे लोक लई वाईट आहेत. माझ्यादेखत काल त्यांनी तिघांना कटोहात जाळलं आणि त्यांचं मांस ते खाणार आहेत म्हणे आज.''

''कटोह म्हणजे काय पण?'' जनुभाऊंनी विचारले.

''त्यांच्या गावात आपल्या होळीसारखं दिसत नाही का कायसं एक, तोच कटोह. बारा महिने तेरा काळ रात्रंदिवस जळत असतो तो म्हणे. त्याची लई भीती वाटते मला. वर्षातून हा कटोह पाच तरी मनुष्यांचे बळी घेतो असं मी ऐकलं.''

जनुभाऊंनी टिल्लूच्या भीतीला पुष्टी दिली, ''मला तर या रानटी लोकांची मुद्रा आणि त्यांची ती कुऱ्हाड- 'फरस' का काय म्हणतात ते- पाहिली म्हणजे अंगाचा थरकापच होतो. पण या मंडळींच्या वेड्या आग्रहापुढं माझं काही चालत नाही.''

''कोणाचा एवढा आग्रह आहे?'' टिल्लूने उत्सुकतेने विचारले.

''आनंदरावांचा. दुसरा कोणाचा असणार?''

या संभाषणाला एक दिवस झाल्यानंतर टिल्लू संध्याकाळच्या सुमाराला गावातून काही सामान विकत घेऊन- पैसे किंवा रुपये देऊन नव्हे, तर जंगली लोकांना प्रिय असलेले व स्वामिशिष्यांनी पुरविलेले काचेचे मणी देऊन नदीच्या काठाकाठानेच आश्रमाकडे परत येत होता. इतक्यात त्याच्यापुढे चाललेल्या दोन माणसांपैकी एकजण 'त्या आश्रमातल्या दोन तरुण पोरींपैकी कोणती तुला आवडते?' अशा अर्थाचे काही बोलला आणि ते वाक्य टिल्लूच्या कानांवर गेले.

त्या दोघांना आपल्या मागून कोणी येत आहे ही कल्पनाच नव्हती. म्हणून ते तसेच मोठ्याने बोलत पुढे गेले. पण टिल्लूने ते वाक्य ऐकल्याबरोबर त्याला कसेसेच झाले. आश्रमातल्या दोन तरुण पोरी म्हणजे उत्तरा आणि रागिणीच नव्हेत काय? आणि त्यांच्याविषयी हे रानटी लोक विचार करतात याचा अर्थ काय? ऐकलेले हे वाक्य आपल्या धन्याला कळवावे काय? बरे, कळवावे तर ते

त्यांच्यापाशी कसे उघड बोलायचे? या विचारांनी टिल्लू अगदी भांबावून गेला व जमिनीकडे पाहत पाहत चालू लागला.

चालता चालता तो गावाच्या पाणोठ्याशी आला आणि तेथे त्याने एकाएकी एक दीन आरोळी ऐकली. डोळे वर करून तो समोर पाहातो, तो पाणोठ्यावरून मातीची घागर भरून घेऊन येत असलेल्या एका तरुण स्त्रीचा एका धटिंगणाने हात धरला आहे व तिला बळजबरीने तो ओढून नेत आहे असे त्याला आढळून आले. लगेच टिल्लू या जंगली स्त्रीकडे धावत गेला. तेथे जाऊन तो पाहतो तो दोन फरस खाली पडलेले असून एका जंगली मनुष्याचे मस्तक धडापासून तुटून वेगळे पडले होते व तेथील जमीन रक्ताने लाल झाली होती.

टिल्लूला पाहिल्याबरोबर ती तरुणी आपणाला सोडविण्याविषयी त्याला विनवू लागली. या तरुणीविषयी त्या दोघा तरुणांमध्ये मारामारी झाली असावी व त्या मारामारीत विजयी झालेला 'वीर' हिला बळजबरीने ओढून नेत असावा असे टिल्लूने ताडले. तो तिला सोडविण्याकरिता त्या नीच धटिंगणाच्या अंगावर धावून गेला. आधीच तो नीच आपल्या पूर्वीच्या शत्रूच्या जखमांनी अर्धवट घायाळ झाला असल्यामुळे टिल्लूला संकटात सापडलेल्या त्या पोरीला ताबडतोब सोडविता आले हे खरे; परंतु लगेच त्याच्या अंगावर तो कामांध जंगली मनुष्य फरस घेऊन धावत आला आणि त्या दोघांची आता चांगलीच मारामारी सुरू झाली.

टिल्लूच्या हातांत लांब सोटा असल्यामुळे त्याच्या शत्रूच्या फरसाचे काही चालले नाही. काही वेळ सोट्याची व फरसाची कडकड झटापट झाल्यावर टिल्लूच्या सोट्याने एकदम तो फरस हातातून पाडला व सोट्या विजयी झाला, पण इतक्यात त्या चपळ जंगली मनुष्याने टिल्लूची कंबर धरली व जी जोराने दाबून टिल्लूला वाकवीत वाकवीत त्याला त्याने पाठीवर दणदिशी खाली पाडले व त्याच्या छातीवर बसून जवळचा फरस घेण्याकरिता तो खटपट करू लागला. टिल्लू आपल्याकडून उठण्याची खटपट करीत होताच; परंतु छातीवर बसलेला जंगली तरुण त्याच्या मानाने फारच भारी होता. त्याने आपल्या फरसाने टिल्लूचे काकडीसारखे दोन तुकडे केले असते. पण टिल्लूची आयुष्याची दोरी बळकट होती म्हणून त्या तरुण स्त्रीला वेळेवर बुद्धी सुचून व धैर्य येऊन तिने जवळच पडलेला दुसरा फरस उचलला व एकदम त्या धटिंगणावरच जोराने मारला. घाव विशेष जोराचा किंवा सफाईदार नव्हता, पण तो त्या नीचाला खाली आणायला पुरेसा झाला. तो कामांध नरपशू खाली पडल्यावर त्या जंगली स्त्रीने फरसाचा पुन्हा एक घाव करून आपल्या शत्रूचे प्राण आपल्या हाताने घेतले.

टिल्लूला हे क्रूर कृत्य विशेष आवडले नाही. पण त्या नरपशूला जर त्या स्त्रीने मारले नसते तर त्याने आपणालाच ठार केले असते असा विचार मनात येऊन

त्याला त्या तरुण पोरीच्या कृत्याचे विशेष वाईटही वाटले नाही. वाईट न वाटण्याचे कारण कदाचित दुसरेही एखादे असेल; ती तरुण पोर जरी जंगली व काळी होती, तरी तिच्यात एक प्रकारचे मोहक लावण्य होते. टिल्लू तर तिच्याकडे टक लावून पाहतच राहिला आणि चमत्कार असा की, तीही टिल्लूकडे उपकारबद्ध दृष्टीने- प्रेमदृष्टीनेच म्हटले तरी चालेल- पाहत राहिली. अशा स्थितीत त्या पोरीने आत्मसंरक्षणार्थ केलेल्या निर्दय कर्माचे टिल्लूला विशेष वाईट वाटणे शक्य होते काय?

टिल्लूला त्या रानटी तरुणीची भाषा विशेष कळत नव्हती, म्हणून त्या दोघांमध्ये त्यावेळी फारसे संभाषण झाले नाही. पण प्रेमाची भाषा शब्दांशिवाय अर्थबोध करू शकते.

टिल्लू लवकरच आश्रमाकडे यायला निघाला व तीही- तिचे नाव 'किनरी' होते असे झालेल्या अल्पशा संभाषणात टिल्लूला कळले- आपल्या मार्गाने गेली. पण तिच्या मनात एकसारखा टिल्लू घोळत होता व टिल्लूच्या डोळ्यांसमोर एकसारखी किनरीचीच मूर्ती दिसत होती.

दुसऱ्या दिवसापासून टिल्लू गावात भाजीपाला आणायला आल्यावर तिच्या म्हाताऱ्या बापाच्या दुकानातून तो काहीतरी भाजी विकत घेऊन जायचाच. तिच्या बदल्यात त्याला मोठे मोठे काचेचे मणी द्यायचा. टिल्लू घरातून बाहेर पडल्यावर 'यानेच मला वाचविले' असे किनरीने एक दिवस आपल्या बापाला सांगितले व नंतर दुसऱ्या दिवशी त्याने टिल्लूला सर्व हकिकत विचारली आणि टिल्लूने ती मोठ्या अभिमानाने मोडक्यातोडक्या भाषेत त्या म्हाताऱ्याला सांगितली.

ही हकिकत ऐकून तो म्हातारा आपल्या भाषेत त्याला म्हणाला, "ते दोघे फारच वाईट होते. माझ्या मनातून त्यापैकी कोणालाही मुलगी द्यायची नव्हती; परंतु ते माझे कोठले ऐकायला? एकमेकांशी अखेर ते लढलेच व तिला तो जाडगेलासा धटिंगण जबरदस्तीने घेऊन जाणार होता. इतक्यात तू आलास म्हणून बरं झालं. मुला, तुझे माझ्यावर फार उपकार आहेत. त्या दुष्टांना मारून मला तू प्राणदान दिलंस असंच मी समजतो. मनुष्य माझ्यासारखा म्हातारा झाला आणि त्याला मुलगा किंवा तसाच जवळचा कोणी नातलग नसला म्हणजे त्याच्या मुलीची अशीच दुर्दशा व्हायची. मला मुलगा असता तर आज हा अपमान-"

म्हाताऱ्याच्याने पुढे बोलवेना. टिल्लूने त्याचे आपल्या बुद्धीप्रमाणे समाधान करण्याचा प्रयत्न केला व तो थोडाफार सिद्धीलाही गेला. हळूहळू त्या म्हाताऱ्याला टिल्लू फार प्रिय होऊ लागला. रोज टिल्लू काही ना काहीतरी निमित्त करून म्हाताऱ्याशी पुष्कळ वेळ बोलत बसत असे व चमत्कार असा की, किनरीलाही टिल्लू त्यांच्या घरी आल्यावर त्याच वेळी नेमके बाहेरच्या पडवीतलेच काम मिळत असे.

◆

५३

वारुणी नदीकाठच्या मठात येऊन मंडळींना पंधरा-एक दिवस झाले. हे दिवस त्यांना फारच सुखाचे गेले. आनंदरावांचे तर हे दिवस दिव्यानंदात गेले असे म्हणायला हरकत नाही. उत्तरेचा मोह बहुतेक झुगारून देऊन या कारिसेनी जातीच्या धर्माची, राज्यपद्धतीची, चालीरीतींची, भाषेची वगैरे माहिती ते उत्साहाने मिळवू लागले. त्यांनी जमविलेल्या माहितीने त्यांची पाच-सहा नोटबुके भरून गेली. बहुतेक सारा दिवस ते या माहितीच्या पाठीमागे असत व दुपारी चहा पिताना किंवा रात्रीच्या शिळोप्याच्या गप्पांच्या वेळी ते दिवसभर मिळविलेल्या माहितीतील निवडक गोष्टी सर्वांना सांगत असत.

''आज काय माहिती मिळविली आहे?'' शास्त्रीबुवा एक दिवस आनंदरावांना म्हणाले. ''त्यांच्या धर्माची काही नवीन माहिती मिळाली आहे का?''

''धर्माची आज नवीन माहिती काही नाही.'' आनंदराव म्हणाले. ''पण त्यांच्या राज्यपद्धतीच्या काही मनोरंजक गोष्टी आज कळल्या.''

''शंभर झोपड्यांच्या या लहानशा खेडेगावाला कसली आली आहे राज्यपद्धती?'' उत्तरेने विचारले.

''हे गाव लहान आहे खरं,'' आनंदरावांनी उत्तर दिले, ''पण हे एक लहानसं राष्ट्रच आहे. माहितीवरून माझा असा अंदाज धावतो की, हे लोक म्हणजे मूळचे आर्य असून, ते काही दिवस तिबेटात राहून मग या हिमालयातल्या कोपऱ्यात राहायला आले असावेत. आता रानटी व नरभक्षक झाले आहेत. पण यांच्यामध्ये पूर्वीच्या आर्य लोकांचे शब्दच नव्हते तर चालीही दिसत आहेत. उदाहरणार्थ, या लोकांत तरुण मुली बळजबरीने पळवून आणणं वाईट समजलं जात नाही. यांच्यामध्ये अनेकपत्नित्व आहे. भाषेवरून जर हे लोक मूळचे आर्य होते हे स्पष्टच होतं.''

''भाषेवरून काढलेली अनुमानं चुकीची असतात,'' भाऊसाहेब म्हणाले. त्याला शास्त्रीबुवांनी अनुमोदन दिले.

''माझं अनुमान कदाचित चुकीचं असेल,'' आनंदराव म्हणाले. ''मलासुद्धा एक वेळेला असं वाटलं की, हे रानटी लोक कोरिआतून इकडे आले असावेत. त्यांचे शब्द व काही नावं जपानी नावासारखी दिसतात.''

''शुष्क वाद तज्ज्ञ लोकांनी आपल्या पुस्तकांतून करावा. आमच्यापुढं कशाला ही कटकट? आम्हाला आता आजची नवीन माहिती ऐकायची आहे,'' रागिणी म्हणाली.

''नवीन माहिती आज बरीच आहे. एका चलाख माणसानं आज फारच महत्त्वाची हकिकत मला सांगितली. हा गाव एका 'किनतोब्या'च्या ताब्यात आहे.

'किनतोबा' म्हणजे गावाचा राजा. हा शब्द जपानी भाषेवरून आलेला दिसतो. किनतोब्याची जागा वंशपरंपरा एकाच कुळात नसते. या क्रूर व शूर जातीत जो विशेष शूर, कावेबाज किंवा अक्कलवान असेल त्यालाच ही जागा मिळते. हा या गावचा अनियंत्रित सत्ताधीश असतो. पण महत्त्वाच्या बाबतीत लोकांच्या मनाविरुद्ध जाण्याची या किनतोब्याचीही छाती नसते. या जातीच्या गावातल्या कटोहाजवळ सभा होतात-''

''कटोह म्हणजे गावातली होळी ना?'' रागिणीने विचारले.

''होय. या कटोहाभोवती लोकांची बहुधा रात्री मोठी सभा भरते. या सभेला ते 'दर्गा' म्हणतात. आपल्या तिकडच्या सभेतल्या प्रमाणे अध्यक्ष नेमणं, मत घेणं इत्यादी प्रकार या दर्ग्यात नसतात. ज्याला जे सुचेल ते त्याने पाहिजे तसे बोलावे, हा या सभेचा प्रकार. बायकासुद्धा या सभेस येऊन बसतात. लोकांना एखादी गोष्ट आवडते किंवा नाही हे जयघोषावरून वगैरे ओळखायचं. या जातीतल्या तंट्यांचा निकाल या दर्ग्यातच होतो. एखादा मनुष्य गुन्हेगार ठरला की, त्याचे हात लगेच 'फरसा'नं कापून टाकतात, नाहीतर त्याला बहुधा त्या जवळच्या कटोहातच एकदम टाकून देतात व त्याचं मांस खिरापतीसारखं वाटून घेऊन खातात!''

''ही पद्धती फार क्रूरपणाची दिसते खरी, पण निकालाला विलंब लागत नाही ही त्यातल्या त्यात समाधानाचीच गोष्ट आहे!'' वकिलीचा पूर्ण अनुभव असलेले नानासाहेब मधेच म्हणाले.

''या सभेचा हा सर्व प्रकार प्रत्यक्ष डोळ्यांनी पाहायची माझी इच्छा आहे,'' आनंदराव उल्हासाने म्हणाले. ''योगायोग येईल तेव्हा खरा. एखादे दिवशी रात्री गावात जाऊन हा रानटी दर्गा पाहावासा वाटतो मला.''

''तेवढं मात्र करू नका हो!'' आईसाहेब म्हणाल्या. ''अती शहाणा त्याचा बैल रिकामा!''

बोलता बोलता संध्याकाळ होऊन गेली व आईसाहेब दिवे आणण्याकरिता आश्रमातल्या आतल्या खोलीत गेल्या. तेथे त्यांना टिल्लू भेटला व त्या दोघांचे काही संभाषण झाल्याबरोबर आईसाहेबांचे तोंड एकदम उतरले.

त्या लगेच टिल्लूला घेऊन मंडळी जेथे बसली होती तेथे आल्या व ''ऐका टिल्लू काय म्हणतो आहे ते!'' असे दु:खित अंत:करणाने म्हणाल्या.

''काय बातमी आहे टिल्लू?'' नानासाहेबांनी हसतहसत विचारले. टिल्लूने काहीच उत्तर दिले नाही.

''बायकांना पळवून न्यायचा गावात गुप्त बेत चालला आहे, अशी बातमी यानं आणली आहे,'' असे आईसाहेबांच्या तोंडूनच मंडळीला कळले व आईसाहेबांचे म्हणणे खरे आहे हे टिल्लूने आपल्या चर्येने कळविले.

"तुला रे कुणी ही गुप्त बातमी सांगितली?" भाऊसाहेबांनी विचारले. टिल्लू काहीच बोलला नाही, पण जरासा ओशाळला- अथवा 'लाजला' असेच म्हटले तर यथार्थ होईल.

"त्यांचा गुप्त बेत टिल्लूला समजायला बसला आहे!" आनंदराव म्हणाले.

टिल्लू यावर काहीच बोलला नाही असे पाहून शास्त्रीबुवा त्याला गोंजारून म्हणतात, "काय रे टिल्लू, खरंच सांग, तुला कुणी ही गुप्त बातमी सांगितली? आणि तू आज गावात कशाला रे गेला होतास? आज भाजीबिजी तर काहीच आणायची नव्हती"

"मी आपला उगाच गेलो होतो गावात, तिथं मला समजलं."

"अरे, पण समजलं कसं? कुणी पाखरांनी तुझ्या कानांत सांगितलं वाटतं?"

"मी आपल्या त्या म्हाताऱ्याकडे गेलो होतो, तिथं मला समजलं."

"त्या म्हाताऱ्यानं सांगितलं होय तुला?" नानासाहेबांनी विचारले.

"म्हाताऱ्यानं नाही," टिल्लू भोळेपणाने म्हणाला.

"मग कुणी, त्याच्या मुलीनं होय?" शास्त्रीबुवा एकदम बोलून गेले. हा प्रश्न ऐकल्याबरोबर टिल्लू लाजला आणि त्या सूचक लज्जेने टिल्लूचे सर्व गुह्य चव्हाट्यावर आणले! टिल्लूला गुप्त बातम्या सांगणारे माणूस कोण व तो काम नसतानाही गावात वारंवार का जात असतो हे सर्व वेड्या व लुच्च्या लज्जेने त्या मंडळीला शब्दाशिवाय एका क्षणात सांगितले.

आपल्या चाकराने गावातल्या एका कुमारीशी सलगी करावी हे नानासाहेबांना बरे वाटले नाही. टिल्लूला तिच्याशी लग्न करण्यास सांगावे आणि लग्न करायचे नसल्यास सलगी करण्याचे सोडून देण्याविषयी त्याला बजावावे असा त्यांनी मनाशी निश्चय केला.

"तसा जर गुप्त बेत असता तर तो बाहेर सांगण्याइतके हे रानटी लोक काही मूर्ख नाहीत." भाऊसाहेब म्हणाले व आनंदरावांनी तर काय, या कल्पनेची पुरी टरच उडविली.

परंतु आईसाहेबांना, रागिणीला व उत्तरेला या बातमीने फार घाबरवून सोडले. आईसाहेब तर "इथून जाऊ या," असे आग्रहाने म्हणू लागल्या. रागिणीही आपल्या परीने तसेच सुचवू लागली. उत्तरेचे मन मात्र या स्थितीत फारच गोंधळून गेले. तिचे एक मन निघून जायला सांगत होते, तर दुसरे मन आनंदरावांना सोडून जाऊ नये असे सुचवीत होते. त्यातच पुन्हा भित्रेपणाबद्दल शास्त्रीबुवांच्या कुचेष्टेची भीती! पण ही स्थिती फार वेळ राहिली नाही. आनंदरावांची महत्त्वाकांक्षा तिला ठाऊक होती. आपणाला प्रिय व पूज्य असलेल्या आनंदरावांनी देशप्रीतीने एखादे काम अंगिकारावे व त्यांच्या पवित्र व उच्च कार्याच्या आड आपण भ्याडपणे यावे हा विचार उत्तरेला

अप्रिय झाला आणि तीही बाह्यत: टिल्लूची बातमी लक्षात घेण्यासारखी नाही, असे प्रतिपादू लागली.

बराच वेळ वाटाघाट होऊन आनंदरावांकरिता आणखी आठ-दहा दिवस तेथेच राहण्याचे मंडळीने ठरविले. या प्रश्नाचा निकाल लागल्यावर दुसऱ्या गप्पागोष्टी निघाल्या. बोलता बोलता नानासाहेबांनी टिल्लूच्या लग्नाचा आपल्या मनात घोळत असलेला प्रश्न अर्धवट विनोदाने काढला व त्याला हसतहसत सहज विचारले, ''काय रे टिल्लू, तुझं यंदा लग्न करून द्यावंसं मला वाटतं आहे, घेतोस का करून?''

''माझं कसलं आलं आहे लगीन?'' टिल्लूच्या मुखातून असले शब्द अस्पष्ट रीतीने बाहेर पडले. ''मला नको बा लगीनबिगीन.''

''का रे?'' भाऊसाहेबांनी विचारले.

''बायकोचं पोट कसं भरावं मी?''

''अरे त्याची काळजी नको तुला. आमच्याकडे तिला कामाला राहू दे म्हणजे झालं.'' नानासाहेब म्हणाले.

हे ऐकून आईसाहेब लगेच म्हणाल्या, ''नाहीतरी आपल्याला कामाला एक बाई आता ठेवलीच पाहिजे. मला आता पूर्वीसारखं काम उरकत नाही.''

''पण बायको मिळाली पाहिजे ना?'' शास्त्रीबुवा म्हणाले. ''टिल्लू पुष्कळ लगीन करून घेईन, पण बायको मिळेल तेव्हा ना?''

''बायकांना काय तोटा आपल्या हिंदुस्थानात?'' नानासाहेब म्हणाले. ''हिंदुस्थानात दुसरी काही दु:खं असोत, पण बायकांचं मोठं सुख आहे बुवा! म्हाताऱ्या, रोगी, कष्टी मनुष्याचंसुद्धा आपल्या देशात सहज लग्न होतं.''

टिल्लूला त्या रात्री झोप मुळीच आली नाही. किनरीशी लग्न करावे काय? हा प्रश्न त्याच्या डोक्यात सारखा घोळत होता. उजाडल्याबरोबर कामाचे काहीतरी निमित्त करून तो गावात गेला व किनरीच्या वृद्ध पित्याकडे जाऊन त्याने बोलता बोलता लग्नाची गोष्ट काढली. त्या म्हाताऱ्याने टिल्लूवर प्रेम बसले असल्यामुळे विशेष आढेवेढे न घेता लग्नाला ताबडतोब रुकार दिला. किनरीचा रुकार तर बरेच दिवसांपासून होताच.

टिल्लूने आईसाहेबांकडून ही गोष्ट नानासाहेबांच्या कानांवर घातली व लवकरच त्या आश्रमात या प्रेमबद्ध वधू-वरांचे शास्त्रीबुवांनी लग्न लावून दिले.

लग्न झाल्यानंतर किनरी या मंडळींकडेच राहायला आली व ती थोडीथोडी मराठी भाषाही समजू व बोलू लागली. टिल्लूला तिच्या निकट सान्निध्याने तिची 'किराडी' भाषा चांगली येऊ लागली. आनंदरावही मुद्दाम बोलणे काढून तिच्याशी 'किराडी' भाषेतच बोलण्याचा प्रयत्न करीत. या प्रयत्नात त्यांना विशेष यश जरी

आले नाही, तरी त्यांना त्या भाषेतील शब्दांची, प्रत्ययांची व व्याकरणाची बरीच माहिती झाली. या माहितीवरून त्यांनी असा सिद्धान्त बांधला की, हे रानटी लोक म्हणजे मूळचे सिंधू नदीच्या काठचे आर्य लोक असून, ते आर्यावर्तातून निघून तिबेटात व नंतर चीनमध्ये गेले असावेत व तेथून ते पुन्हा परतून तिबेटातून हिमालयावर राहायला गेले असावेत.

◆

५४

आईसाहेबांना वारुणीकाठच्या आश्रमात राहणे जरी विशेष आवडत नव्हते तरी त्यांना अलीकडे एका गोष्टीमुळे बरेच समाधान होत होते. आनंदरावांच्या व उत्तरेच्या वृत्तींमध्ये आणि वर्तनांमध्ये आईसाहेबांच्या प्रेमदृष्टीला अभिनंदनीय फरक दिसू लागला होता. 'एकंदरीत आपला हेतू साध्य होणार म्हणायचा,' त्या मनात म्हणाल्या. 'उत्तरेचे लगीन झाले म्हणजे मग मला काही काळजी उरली नाही. ईश्वराची मर्जी आहे- होईल तेव्हा खरे!' या भावी विवाहाची सुचिन्हे दिसू लागल्यापासून आईसाहेबांना जो आनंद झाला त्यामुळे कोपऱ्यातल्या मठीतील राहणीच्या अडचणीचेही त्यांना विशेष काही वाटेनासे झाले.

भाषा वगैरे शिकण्याच्या फाजील श्रमांमुळे म्हणा अथवा ईश्वरेच्छेमुळे किंवा दैवगतीमुळे म्हणा, आनंदराव याच सुमाराला एकाएकी तापाने आजारी पडले व ताप विकोपाला जाऊन अनर्थ होण्याचा प्रसंग आला. सगळ्यांच्या तोंडचे लगेच पाणी पळाले. आनंदरावांची नोटबुके व त्यांच्या डायऱ्या वगैरे पाहून नानासाहेबांच्या हृदयात कळवळून येई व डोळ्यांत अश्रुबिंदू येत. त्यांना वाटे, 'या डायऱ्या लिहिणारा आत्मा त्यांच्याप्रमाणेच मूक व निर्जीव होणार काय? सर्व जग आक्रमू पाहणारा महत्त्वाकांक्षी जीव आता मूठभर मातीत मिळणार काय? आनंदरावांचा ग्रंथ छापून बाहेर पडण्यापूर्वीच त्यांच्या जीवितग्रंथाची परिसमाप्ती होणार काय? जीवित हे नश्वर आहे व सुखासक्त मनुष्यच मूर्ख होय यात शंका नाही.'

आनंदराव बरे होऊन हिंडूफिरू लागायला दहा-बारा दिवस लागले. अंगात चांगली शक्ती आली म्हणजे मग किराडी भाषा शिकायला आणि चालीरीतींची अधिक माहिती मिळवायला पुनश्च सुरुवात करायची असा त्यांचा बेत होता; परंतु आजारातून उठल्याबरोबर हे परिश्रम केल्यास आजार उलटेल, अशी सर्वांना भीती पडली. आश्रमात राहिल्यास आनंदराव पुन्हा आपले काम हाती घेतील व त्यांना प्रतिबंध करणे अशक्य होईल अशी सर्वांना खात्री असल्यामुळे आश्रमच अजिबात सोडून देऊन परत घराकडे लवकर वळावे, असा मंडळींचा बेत झाला. आनंदरावांनी मनात योजिलेला बेत त्यांना निरुपायास्तव मनातच ठेवावा लागला.

आश्रम सोडण्याचा बेत जसा अगदी दोन दिवसांवर येऊन ठेपला तसा आनंदरावांचा जीव खालीवर होऊ लागला. प्रकृतीची पर्वा न करता व नानासाहेबांच्या वगैरे उपदेशाला न जुमानता ते गावात जाऊन आपल्या हरतऱ्हेच्या टिपणांची पूर्तता करून घेऊ लागले. हा नाद- अथवा हे वेड- त्यांना इतके लागले की, ते एक दिवस अगदी सकाळी जे गावात गेले होते ते दुपारचे चार वाजता आश्रमात परत आले. जाताना त्यांनी 'मला कदाचित उशीर होईल,' असे सांगितले होते म्हणून बरे झाले, नाहीतर आईसाहेबांना वगैरे काळजीच लागून राहिली असती.

त्या दिवशी हवा फारच चांगली होती व आश्रमाच्या मागल्या बाजूची नदीकाठची वनश्री फारच मनोहर दिसत होती. ही मनोज्ञ व आकर्षक शोभा पाहून 'फिरायला येता का?' म्हणून शास्त्रीबुवांनी सुचविले. बहुतेक मंडळी एका पायावर अर्थातच तयार झाली. उत्तरेचे थोडेसे कपाळ दुखत असल्यामुळे ती आश्रमातच राहिली. शिवाय आनंदराव परत आल्यावर त्यांना खाण्यापिण्याला देण्याकरिता कोणीतरी मागे राहणे अवश्य होतेच व हे काम आईसाहेबांनी जितक्या आनंदाने उत्तरेला सांगितले तितक्याच आनंदाने तिने ते पत्करले. आनंदराव आश्रमात परत आल्याबरोबर नानासाहेब वगैरे मंडळी फिरायला गेली आहेत, हे त्यांना टिल्लूने सांगण्यापूर्वीच येथील सामसुमीवरून कळले. 'घरात कुणीच नाही का?' असे त्यांनी विचारल्यावर टिल्लूने उत्तराताई घरात असल्याचे सांगितले. चहा व फराळाला काहीतरी तयार करायला टिल्लूकडून उत्तरेला त्यांनी कळविले व कपडे काढून त्यांनी आपली डायरी उघडली आणि त्यात त्या दिवशी मिळविलेल्या माहितीचे ते सविस्तर टिपण करू लागले. लिहिता लिहिता त्यांना एक नोटबुक भ्रमिष्टपणे गावात विसरल्याची आठवण झाली व त्यांनी लगेच टिल्लूला हाक मारून ते आणायला त्याला धाडून दिले.

इकडे उत्तरेने चहा केला व पुऱ्या आणि चहा घेऊन ती आनंदरावांच्या खोलीत गेली. पण ते डायरी लिहिण्यात इतके गुंग होऊन गेले होते की, त्यांना ती आल्याचे मुळीच समजले नाही. हातातले सामान खाली ठेवून चूळ भरण्याकरिता पाणी आणायला ती गेली. पाणी घेऊन परत आली तरी डायरीवर टाक धावत होताच व डोळे टाकापाठोपाठ सावलीसारखे अनन्यभक्तीने वळत होते. उत्तरा त्या लेखनसमाधिमग्न मूर्तीकडे सादर सप्रेम कौतुकाने पाहत मिनिटभर उभी राहिली व नंतर "इथून कुणी काही चोरून नेलं तरीसुद्धा कळायचं नाही असं मला वाटतं," असे हसतहसत म्हणाली.

ते शब्द ऐकल्यावर- अथवा त्या शब्दासारखा काहीतरी आवाज कर्णपथावर पडल्यावर- आनंदराव झटकन जागे झाल्यासारखे झाले व "कोण? काय?" असे उद्गार अबुद्धिपुरस्सर त्यांच्या तोंडून निघून त्यांची मान वर झाली व भांबावल्याप्रमाणे

इकडून तिकडे फिरली. उत्तरेला पाहिल्याबरोबर त्यांची समाधी पूर्णपणे उतरली आणि ते जरासे गोंधळले, लाजले व हसले.

"लिहिण्याच्या नादात मी पाहिलं नाही." काहीतरी बोलले पाहिजे म्हणून आनंदराव बोलले.

"मी ती डायरी फाडून टाकणार आहे उद्या," उत्तरा हसून म्हणाली.

"का? तिनं बिचारीनं काय पाप केलं आहे?"

"तिच्यापुढं दुसऱ्या गोष्टीचं भानच राहत नाही म्हणून." उत्तरेने उत्तर दिले. यावर आनंदरावांनी मंद स्मित करण्यापलीकडे काही एक उत्तर दिले नाही. त्यांनी तांब्यातले पाणी घेऊन खिडकीतून चूळ टाकली व मान खाली घालून विचारमग्न, उदास व किंचित लज्जान्वित आणि भांबावलेल्या मुद्रेने पुऱ्या खायला आरंभ केला.

"साखरबिखर पाहिजे का?" उत्तरेने विचारले.

"या पुऱ्या साखरेपेक्षा गोड आहेत. कुणी केल्या आहेत कुणाला ठाऊक," आनंदरावांनी विनोदबुद्धीने मुद्दाम म्हटले.

उत्तरा लाजेने गोंधळून एकदम म्हणाली, "पुरुषांपुढं बायकांना काय बोलता येणार आहे बाई!"

"हे तुम्ही कबूल करता? बायका-पुरुषांचे हक्क समसमान असावेत, असं प्रतिपादणाऱ्या—"

उत्तरा मधेच म्हणाली, "हक्काचा प्रश्न येईल तिथं माझं अजूनही तसंच मत आहे. पण आता हक्काचा प्रश्न नाही—"

"का? कुठे गेला आहे तो प्रश्न?" आनंदरावांनी स्मितयुक्त औत्सुक्याने विचारले.

"नदीच्या वाळवंटात उन्हाळ्यात उकरलेली झऱ्याची डबकी असतात ना? ती जशी पावसाळ्यातल्या महापुरात लोपून जातात तसे प्रेमाच्या प्रवाहात हक्काचे सर्व प्रश्न लुप्त होतात."

"प्रेमाचं बरंच माहात्म्य आहे म्हणायचं तर मग?" आनंदराव जणू काय प्रेमाची कुचेष्टा करण्याच्या स्वराने म्हणाले.

आनंदरावांच्या कुचेष्टेकडे लक्ष न देता उत्तरा गांभीर्याने म्हणाली, "परस्परांचं प्रेम असलं तर प्रेम म्हणजे 'माहात्म्य', नाहीतर प्रेम म्हणजे मरण."

"परस्परांचं असलं तर उत्तमच," आनंदराव म्हणाले. "पण नसलं तर प्रेम सांगून का येतं?"

"प्रेम सांगून येत नाही व असून सांगताही येत नाही कधीकधी."

तिच्या या गोड उत्तराने आनंदराव प्रेमाच्या पूर्ण रंगात आले व त्या दोघांनी पुष्कळवेळा बराच शाब्दिक विनोद केला. आनंदाच्या भरात काहीतरी कोट्या करून हसता हसता त्यांनी उत्तरेला झालेली गोष्ट 'आईसाहेबांना न सांगण्याविषयी' सांगितले.

"सांगितली नाही म्हणून कळल्याशिवाय राहते आहे थोडीच!" उत्तरा म्हणाली. "माझा आनंद पाहिल्याबरोबर सांगितल्याशिवाय आई सगळं ओळखील."

"आपोआप अनुमानानं कळेल तेव्हा कळू दे. बाकी हे सांगण्यात काही अर्थ नाही. बायकांच्या तोंडात गुप्त गोष्ट एक मिनिटभरसुद्धा राहायची नाही."

असे जो आनंदराव बोलत आहेत तो आईसाहेब वगैरे मंडळी आश्रमाच्या अगदी दाराशी येऊन ठेपली असे उत्तरेने पाहिले व ती एकदम त्या खोलीतून चहाची कपबशी घेऊन मठातील स्वयंपाकघरात गेली.

◆

५५

दुसऱ्या दिवशी चर्चेच्या ओघात भाऊसाहेब म्हणाले, "मला वाटतं, जग अगदी दु:खप्रचुर आहे. हे असं पापी, दु:खी, अन्यायी जग उत्पन्न करण्यात ईश्वराचा काय हेतू होता कोणाला ठाऊक!"

शास्त्रीबुवा श्रद्धाळू, आनंदी, उत्साही व आत्मसंतुष्ट स्वभावाचे असल्यामुळे त्यांना हे जग म्हणजे साधारणपणे आनंदाचे स्थानच वाटत होते व एकंदरीत जगात न्याय, सत्य, आनंद आहे असे त्यांचे मत होते आणि त्यांनीही आपले मत यावेळी बोलून दाखविले, "जगात एकंदरीत आनंदच आहे यात संशय नाही."

"मग हजारो लोक दुष्काळात अन्नान्न करून मरत आहेत त्यांचं काय करायचं?" आनंदरावांनी आक्षेप घेतला.

"त्यांना जाळायचं, दुसरं काय करायचं!" शास्त्रीबुवांनी यावर शाब्दिक कोटी करून मंडळींना हसविले व आनंदरावांना क्षणभर ओशाळे केले.

क्षणानंतर आनंदरावही हसू लागले व म्हणाले, "दुष्काळात भुकेनं व्याकूळ झालेले लोक आनंदात आहेत असं तुम्ही म्हणणार काय? लाखो लोकांना असं दु:ख देणारा ईश्वर न्यायीच का समजायचा?"

"ज्यांना हल्ली दु:ख होत आहे त्यांनी पूर्वजन्मी पाप केलं असेल. त्यांना शासन केलं म्हणून ईश्वर अन्यायी ठरत नाही."

आनंदरावांनी त्यावेळेला दुसराच एक मुद्दा काढला. ते म्हणाले, "ईश्वर जर सर्वशक्तिमान आहे, तर त्यानं पापरहित व दु:खरहित असंच जग का उत्पन्न केलं नाही? पाप करणारे लोकच त्यानं उत्पन्न केले नसते म्हणजे त्यांना शासन करण्याचा व जगात दु:ख आणण्याचा प्रसंग आला नसता."

"दु:ख उत्पन्न करण्यात ईश्वराचे दुसरे हेतू असतील," शास्त्रीबुवा म्हणाले.

"पण ते काय असतील याची काहीतरी आपणाला कल्पना झाली पाहिजे ना?"

''दु:खाशिवाय सुखाची मजा नाही हे एक,'' शास्त्रीबुवा किंचित ज्ञानाभिमानपूर्वक म्हणाले. ''दुसरं असं की, दु:खाशिवाय लोक मेहनत करायचे नाहीत आणि तिसरं असं की, दु:खाशिवाय त्यांना आपल्या नैतिक शक्तीची आत्मप्रतीती व्हायची नाही.''

''हे शेवटलं काय आहे मला समजलं नाही.'' रागिणी म्हणाली.

''म्हणजे असं की, एखादा मनुष्य सदाचारी आहे असं समजा. त्याला दु:ख देऊन व मोह घालून त्याच्या सद्गुणाची ईश्वरानं जर परीक्षा पाहिली नाही तर कितीही मोह उत्पन्न झाले तरी मी आपलं सत्त्व सोडणार नाही, अशाप्रकारची त्या मनुष्याला स्वत:विषयी खात्री वाटायची नाही. ईश्वरानं त्याचं अनेक प्रकारांनी सत्त्व पाहिलं व तरीही तो हरिश्चंद्राप्रमाणं सत्त्वाला जागला म्हणजे त्याला स्वत:विषयी जो आत्मप्रत्यय येईल त्याची योग्यता फार मोठी आहे.''

''ईश्वर आमच्या हिताकरिताच आम्हाला दु:ख देतो म्हणायचा!'' रागिणी उपरोधिक स्वराने म्हणाली. ''दु:ख जर इतकं हितकारक आहे तर आजपासून सगळ्यांनी ईश्वराजवळ 'ईश्वरा, आम्हाला चांगलं दु:ख दे अन् आमचं सत्त्व पाहा' अशीच प्रार्थना करावी.''

''तुम्ही माझ्या म्हणण्याची कशीही चेष्टा करा- चेष्टाच करू लागल्यावर कोणत्या गोष्टीची करता यायची नाही? पण माझ्या मनाची खात्री आहे की, ईश्वरानं दु:ख, पाप वगैरे जगात जी उत्पन्न केली आहेत, त्यांचा अशाप्रकारचा काहीतरी उपयोग असला पाहिजे. माणसांना किंवा मुक्या जनावरांनासुद्धा उगाच आपलं दु:ख देण्याइतका ईश्वर निर्दय नाही हे खास.''

''पण,'' नानासाहेब म्हणाले, ''तुम्हाला असं नाही का वाटत की, जगात जर दु:ख किंवा पाप नसतं तर फार बरं झालं असतं?''

''दु:खाच्या वेळी असं वाटतं हे कबूल, पण तात्त्विक दृष्टीनं पाहू लागलो म्हणजे अन्याय, दारिद्र्य, दु:ख इत्यादी अप्रिय गोष्टीही आवश्यक वाटू लागतात. या अप्रिय गोष्टी नसत्या तर त्यांच्याबरोबर प्रिय सद्गुणही नाहीसे झाले असते. जगात दु:ख किंवा दारिद्र्य नसेल तर मनुष्यस्वभावातील काही उच्च मनोवृत्ती नाहीशा होतील. दु:ख नसल्यास दया किंवा दानशूरता या मनोवृत्तींना जागाच नाही. जगात अन्याय नसता, तर न्यायबुद्धी जागृत व तेजस्वी राहिली नसती. पाप नसतं तर क्षमेसारखी सात्त्विक उच्च मनोवृत्ती लुप्तप्राय झाली असती. जगात संकटं नसतील तर संकटांना न डगमगता त्यांना तोंड देण्याचं व दिव्य स्वार्थत्याग करण्याचं सामर्थ्य कसं उत्पन्न होईल? आणि आपणामध्ये हे सामर्थ्य आहे याविषयी आत्मप्रत्यय तरी कसा उत्पन्न होईल?''

या वक्तृत्वपूर्ण भाषणाचा आईसाहेब, रागिणी व आनंदराव यांच्यावर कितीही अनुकूल परिणाम झाला असला तरी नानासाहेब वगैरे इतर तर्कप्रधान मंडळींवर

त्याचा विशेष परिणाम झाला नाही. उत्तरा तर हसूच लागली. ती हसत म्हणाली, "दु:ख, दारिद्र्य, दुराचार, निष्ठुरता, अन्याय इत्यादी सर्व आमच्या हिताकरिताच आहेत म्हणायचे."

"अन्याय वगैरे जगात नाहीच." शास्त्रीबुवा अबुद्धिपुरस्सर मुद्दा बदलून म्हणाले. "आपल्या कोत्या दृष्टीला जो अन्याय वाटतो, तो उच्चतर दृष्टीनं अन्याय नाहीच. एकंदरीने व विशाल दृष्टीने पाहता जगात न्याय आहे. इतिहासाकडे पाहिलं असता 'सत्यमेव जयते' हेच तत्त्व दिसून येईल."

"पापी लोकांचा जय तर रोज दिसतो आहे!" भाऊसाहेब म्हणाले.

"तो तात्पुरता आहे." शास्त्रीबुवांनी उत्तर दिले. "अखेर सत्याचाच जय व्हायचा. सूक्ष्म व खोल दृष्टीनं पाहता जग हे वाईट नाही. ते सत्यमय व आनंदमय आहे."

"मला वाटतं, जग हे मातीसारखं आहे, हे चांगलं नाही व वाईटही नाही." आनंदराव म्हणाले. "मातीचा तुम्ही घट केलात तर घट होईल. दुसरं काही केलंत तर दुसरं काही होईल. सगळं तुमच्या हातांत आहे. आता एवढी गोष्ट खरी की, घट करण्याची आपली इच्छा असली म्हणजे घट होईलच असं नाही. कारण एखाद्या मातीचा घट होतच नाही. पण सांगण्याचा मुद्दा हा की, जग ही एक निश्चित घडीव वस्तू नाही. ती मृत्तिकेसारखी घटनयोग्य वस्तू आहे किंवा दुसरी उपमा द्यायची म्हणजे जग म्हणजे आनंदमय उद्यान नाही किंवा दु:खमय भयंकर अरण्यही नाही. जग ही एक कृषिक्षमभूमी आहे. या भूमीत झाडं लावून तुम्ही जर सुंदर उद्यान बनवलंत तर तेथे उद्यान होईल, धान्य लावलंत तर धान्य उगवेल व दुसरे चांगले किंवा वाईट वृक्ष लावलेत तर चांगले किंवा वाईट वृक्ष उत्पन्न होतील. जग हे ईश्वरानं आनंदमय केलेलं नाही व दु:खमयही केलेलं नाही. या जगात आपल्या कर्मावर ईश्वरानं पुष्कळ गोष्टी ठेवलेल्या आहेत. ईश्वर न्यायीही नाही व अन्यायीही नाही. सर्वांनी आपले व्यवहार न्यायानं चालविले तर जगात न्याय आहे, अन्यायानं चालविले तर अन्याय आहे. सर्व काही आपल्या हातांत आहे. आपण ईश्वरनिर्मित नियमांनी बद्ध होऊन घड्याळातील चाकांसारखे फिरत नाही. जग हे ईश्वरनिर्मित अवाढव्य यंत्र नाही. आपण याच्यात अवयवभूत चक्राप्रमाणे फिरत नाही. 'जग हे ईश्वरी तंत्राप्रमाणे चालणारे एक यंत्र आहे' या मतापेक्षा 'आपण जशा प्रकारची बाग बनवू तशा प्रकारची बाग जगात येणार आहे' हे मत किती स्वाभिमानाचं, आनंददायक व स्फूर्तिदायक आहे!"

"स्वाभिमानानं म्हणण्यापेक्षा गर्वाचं- उद्धटपणाचं आहे असं म्हणा." शास्त्रीबुवा उलट म्हणाले. "तुम्ही कोण जगाची बाग बनविणार? तुमच्या हातांत आहे काय?"

"आमच्या हातांत सर्व काही आहे—"

आनंदरावांचे पुढचे भाषण तेथेच थांबले. कारण वरील शब्द त्यांनी उच्चारले असतील नसतील तोच त्या मंडळींनी 'शांबाय, शांबाय!' अशाप्रकारचा मोठा कर्कश आवाज ऐकला. या शब्दांचा अर्थ त्या रानटी लोकांच्या भाषेत, 'दीन, दीन' किंवा 'हर हर महादेव' अशाप्रकारचा आहे हे आनंदरावांना ठाऊक होतेच. ते अगदी भांबावून गेले. इतक्यात मठाभोवती मोठा गोंधळ चालल्याचा त्या मंडळींना भास झाला व ते लक्ष देऊन काय प्रकार आहे याचा विचार करू लागले. नरमांसभक्षक कारिसेन लोकांचा तर हा हल्ला नाही ना? असा त्यांना एकदम विचार सुचला व ती मंडळी आपापल्या ठिकाणी अत्यंत आश्चर्यचकित होऊन गेली. शास्त्रीबुवा काही शब्द उच्चारणार, इतक्यात फरस व धनुष्यबाण घेतलेले असे वीस-पंचवीस लोक एकापाठीमागून एक आत घुसले व 'जागेवरून जो हलेल त्याची गर्दन छाटून काढू,' अशा अर्थाची वाक्ये त्यापैकी एकजण -त्यांचा नायक- आपल्या भाषेत म्हणाला. आनंदराव व टिल्लू यांच्याशिवाय इतरांना जरी ती भाषा अवगत नव्हती, तरी त्या नायकाच्या व त्याच्या अनुयायांच्या आविर्भावावरून वरील भाषणाचा अर्थ त्यांना कळून चुकलाच.

नायकाच्या आज्ञेने ते क्रूर जंगली लोक त्यांचे हात बांधू लागले. मंडळींनीही या गोष्टीला त्यांना प्रतिबंध केला नाही. उलट जाण्याची तेथे सोयच नव्हती. हात बांधून झाल्यावर नायकाने मंडळीला उठून उभे राहण्याची हाताने खूण करून आज्ञा दिली व त्यांनी तसे केल्यावर आपले लोक जिकडे नेतील तिकडे जाण्याविषयी त्यांना हुकूम सोडला. ''चालताना जर कोणी गडबड केली किंवा पळून जाण्याचा प्रयत्न केला, तर तेथच्या तेथे त्यांची भजी करून टाकू,'' असाही त्यांनी धाक घातला.

◆

५६

कारिसेन लोकांनी विजयगावकर मंडळीला पकडून नेल्याची कारणे दोन होती. त्यांच्या जातीपैकी एकजण टिल्लूने मारला या गुन्ह्याबद्दल शासन करायचे व आपला जातीचा जो या परकीय लोकांनी अपमान केला त्याबद्दल त्यांना चांगले शासन करायचे हा एक आणि उत्तरेसंबंधाची त्यांच्या 'किनतोब्या'ची कामात्मक इच्छा हे दुसरे.

कारिसेन लोकांपैकी मात्र फार थोड्यांनाच ही दुसरी गोष्ट कळलेली असेल. त्यांच्या मनातून या काफीर लोकांचे तुकडे करून त्यांना 'कटोहा'त बळी देऊन त्यांचे मांस खायचे होते. शत्रूचे मांस या कटोहात भाजून सर्वांनी मिळून खाल्ल्याशिवाय त्यांचा पुरा सूड उगवला जात नाही अशी या कारिसेन लोकांची समजूत होती.

एखाद्याच्या बापाला, भावाला, आईला किंवा कुटुंबातील दुसऱ्या एखाद्या माणसाला एखाद्याने मारले असल्यास मारणाराचे मांस या 'कटोहा'त भाजून खावे, म्हणजे मारले गेलेले पूर्वज संतुष्ट होतात अशीही त्यांची समजूत होती.

विजयगावच्या मंडळींना पकडून आणण्याकरिता फरसवाले पंचवीस-तीस लोक पाठवून ही रानटी मंडळी कटोहाभोवती जमली व शत्रूला पकडून आणायला किती वेळ लागेल, शत्रू लढाई करील की काय, केल्यास निकाल काय होईल, कैद करून आणलेल्या लोकांना आजच मारून खायचे की उद्या इत्यादी बाबतीविषयी आपापसात चर्चा करू लागले.

या लोकांमध्ये वरील प्रकारची चर्चा चालू असता, एकजण 'आम आम (आले, आले)' असे ओरडला. सर्व लोकांची दृष्टी आश्रमाच्या दिशेकडे लागल्यावर त्यांना त्यांचे ज्ञातिबांधव व आपली विजयग्रामवासी कैदी मंडळी दिसली व त्यांनी आनंदाच्या आरोळ्या ठोकल्या. त्याबरोबर झोपड्यांतील बायकामुलेही या मंडळींच्या दर्शनार्थ बाहेर पडली. काम फत्ते करून आलेले जातिबांधव अगदी जवळ आलेले पाहून त्यांनी 'शाबास, शाबास!' अशा अर्थाने ध्वनी करून त्यांचे अभिनंदन केले. सर्व मंडळी कटोहाच्या भोवती अर्धचंद्राकार बसली. त्यांचा नायक 'किनतोबा' तेवढा एका मोठ्या ओंड्यावर उच्च स्थानी बसला होता. बाकी सर्व खाली ओंड्यावर, लाकडांवर किंवा नुसत्या जमिनीवर बसले होते.

कैदी मंडळींना या लोकांनी आपल्या अर्धचंद्राकार सभेच्या एका टोकाला बसविले व त्यांच्या पाठीमागे फरसवाले लोक खडे राहिले.

किनतोब्याने 'या कैद्यांना कोणती शिक्षा द्यायची?' हा प्रश्न विचाराकरिता काढला. नानासाहेबांना त्यांची जरी भाषा समजत नव्हती तरी तो 'दर्गा' कसला विचार करीत आहे हे त्यांना समजणे कठीण नव्हते. ते किनतोब्याकडे वळून "आम्ही निरपराधी आहोत. आम्हाला तुम्ही का मारता?" असे विनवणीच्या स्वराने हिंदुस्थानीत विचारू लागले.

"कैदी काय म्हणत आहे?" किनतोब्याने हिंदुस्थानी जाणणाऱ्या एका दुभाष्याला विचारले.

त्याने अर्थ सांगितल्यावर किनतोबा त्या दुभाष्याला म्हणाला, "या कैद्यांना सांग की, तुम्ही आमच्या या राज्यात आलेत व किनतोब्याला काही नजराणा दिला नाही व आमच्या राज्यात येऊन आमच्या जातीतील एक स्त्री पळवून नेलीत आणि आमचा एक शूर वीर ठार मारला. तेव्हा तुम्हाला आम्ही आजच्या आज ठार मारून खाऊन टाकणार."

दुभाष्याने हा अर्थ मोडक्यातोडक्या हिंदुस्थानीत व्यक्त केल्यावर नानासाहेब उत्तरादाखल हिंदुस्थानीतच नम्रपणे म्हणाले, "आम्हाला तुमची चालरीत ठाऊक

नव्हती म्हणून आम्ही तुम्हाला नजराणा दिला नाही. आम्हाला तुम्ही सोडून द्या म्हणजे आम्ही तुम्हाला पाहिजे ती वस्तू नजर करू. 'तुमच्या जातीची एक बायको आम्ही पळवून आणली' असं तुम्ही म्हणता, पण हे म्हणणं चुकीचं आहे. ती स्त्री आपखुशीने आमच्याकडे आली. आम्ही कोणत्याही प्रकारची बळजबरी केली नाही. तुम्ही मात्र आम्हाला विनाकारण बळजबरीनं पकडून आणलं आहे.''

नानासाहेबांचे अशा तऱ्हेचे कोर्टातील वकिली पद्धतीचे भाषण त्या दुभाष्याला कितपत समजले व त्या कारिसेन रानटी जातीला कितपत रुचले हे सांगणे कठीणच आहे. पण त्यांचा 'किनतोबा' या 'मग्रुरी'च्या भाषणाने संतापून गेला व त्याने नानासाहेबांना पाच-दहा शिव्या हासडून गप्प बसण्यास सांगितले आणि ''तुम्ही गुन्हेगार नसलेत तरी तुम्ही आमचे शत्रू असल्यामुळे तुमचे मांस आम्ही आज खाणारच'' असे अर्धवट थट्टेने, अर्धवट गांभीर्याने, अर्धवट आपल्याशी, अर्धवट नानासाहेबांना उद्देशून आपल्या ज्ञातिबांधवांना उद्देशून म्हटले.

या अवधीत मीरबल, मयाणी वगैरे प्रमुख लोकांनी मौन धरले होते. तेव्हा यांचा अभिप्राय काय आहे हे पाहण्याच्या उद्देशाने तो कावेबाज वृद्ध किनतोबा मीरबलाकडे वळून म्हणाला, ''मीरबल, पाहिलं ना कसे हे लुच्चे कैदी आहेत ते? आपले शूर लोक मारून व आपली एक बाई पळवून नेऊन ते आपल्यावरच दोष ठेवीत आहेत. आपणच खून करावा व आपणच आपल्याला जखम करून ओरडू लागावं अशातलाच प्रकार आहे या लुच्च्यांचा.''

थोडेसे मस्करीने, थोडेसे मनापासून व थोडेसे दुसऱ्याचं मन पाहण्याकरिता केलेले हे भाषण शूर व उदार मीरबलाला पसंत पडले नाही. ''कैद्यांचं म्हणणं बरोबर दिसतं'' तो गांभीर्याने म्हणाला. ''आपल्या कारिसेन शूरानं दुसऱ्याची स्त्री जबरदस्तीनं उचलून आणली तर आपला देव जसा आपल्यावर रागवत नाही, तसं ती मुलगी उचलून नेणाराला शत्रूंनी मारलं तर आपण का संतापावं? वीरांचं हे कामच आहे की, आपल्या मनगटाच्या जोरावर आपणाला योग्य वाटेल ते करावं. माझे हे लोक शत्रू आहेत व त्यांचं मांस आज मी आनंदाने खाईन. पण हे लोक लुच्चे आहेत असं मी म्हणणार नाही. शत्रूला मारावं हा जसा आमचा धर्म आहे तसा त्यांचाही आहे.''

''मग या कैद्यांना सोडून द्यायचं का कसं?'' किनतोब्याने सभेला उद्देशून म्हटले. ''मला वाटतं, त्यांना सोडू नये, निदान कैदी पुरुषांना तर मुळीच जिवंत ठेवू नये. बायकांवर दया करू या, पण पुरुषांना मारावंच असं मला वाटतं. त्यातून तुम्हाला जर सोडून देणं रास्त वाटत असेल, तर मग सर्वांनाही मी सोडून द्यायला तयार-''

''सोडून द्यावं असं मी म्हणत नाही.'' मीरबल म्हणाला. ''आपले ते शत्रू आहेत. त्यांचं आपण आज मांस खाल्लंच पाहिजे. आपण त्यांना अपल्या शौर्यानं

जिंकलं आहे तेव्हा आजच्या आज त्यांचं रक्त व त्यांच मांस आपल्या पोटात गेलं पाहिजे, उद्या त्याच्यात मौज नाही.''

उत्तरेला, रागिणीला, आईसाहेबांना कारिसेनी भाषा येत नसली तरी वरील भाषणाचा अर्थ कळला व त्यांचे हृदय धडधडू लागले. त्या मोठमोठ्याने रडू लागल्या. पण त्यांचे रडणे कोणालाच ऐकू गेले नाही. कारण मीरबलाचे भाषण संपल्याबरोबर सर्व सभेने 'कदान, कदान, कदान' (काटा-काटा-काटा) अशी ओरड केली व त्याबरोबर शत्रूचा बळी घेण्याचे मानाचे काम पिढीजात करणारे तीन तरुण लोक आपले फरस सावरून आपल्या विजयगावकर कैद्यांजवळ गेले व 'किनतोब्या'च्या तोंडून 'मारा' असा शब्द निघतो केव्हा व आपण त्यांचे गर्दन कापतो केव्हा अशा उत्सुकतेने तेथे उभे राहिले.

प्रत्यक्ष मूर्तिमंत यमदूतच म्हणायचे ते! त्यांना पाहून मंडळींचे धाबे दणाणले. आनंदरावांनी व उत्तरेने एकमेकांकडे पाहिले व लगेच माना खाली घालून ती मरणकालीन निराशदृष्टीने भूमीकडेच पाहत राहिली. त्यावेळी त्यांना रडूसुद्धा पारखे झाले. भाऊसाहेबांनी रागिणीकडे पाहिले, तो ती डोळे मिटून ईश्वराचे स्मरण करीत असावी असे त्यांना वाटले. तिची मुद्रा शांत आहे असे पाहून व तिचे मन ईश्वरसंलग्न आहे असे वाटून त्यांना दु:खातही एकपरी सुख झाले. त्यांनी नंतर शास्त्रीबुवांकडे पाहिले. त्यांना विजयगावातील आपल्या बायकोची व मुलांची आठवण होऊन की काय, ते लहान मुलाप्रमाणे रडत आहेत असे त्यांना दिसले व शास्त्रीबुवांचा वेदान्त जंगली लोकांसमोर गयावया ओरडू लागतो व त्यांचा शांत ब्रह्मानंद रानटी लोकांच्या फरसापुढे कापू व रडू लागतो हा विचार मनात येऊन क्षणभर- क्षणभरच- त्यांना जराशी मौज वाटली. शास्त्रीबुवांची ही अवस्था पाहून जनुभाऊंच्या वेडगळ बरळण्याचे त्यांना काहीच आश्चर्य वाटले नाही. नानासाहेब आपल्या पत्नीचे समाधान करण्याचा प्रयत्न करीत होते.

''आधी पुरुषांची तरी मुंडकी उडवाच!'' अशा अर्थाची आज्ञा किनतोबा देणार, इतक्यात मयाणी आपल्या लाकडी ओंड्यावर उभा राहून म्हणाला, ''थांबा, थांबा! हे कैदी जरी आपले शत्रू असले, तरी त्यांना मारणं योग्य नाही. शत्रूला आधी आपल्या धर्मात येतोस काय असं विचारावं व तो कबूल होऊन शरण आल्यास त्याला जीवनदान द्यावं असं आपल्या शास्त्रात सांगितलं आहे. हे लोक आपल्या धर्मात येण्यास तयार नसतील तर त्यांचं मुंडकं एकदम छाटून टाकावं आणि त्याचं मांस व त्यांचं रक्त आपल्या देवतांना व आपल्या कटोहाला अर्पण करावं. पण आपल्या धर्मात येत असल्यास त्यांना सोडून द्यावं. या बायकांना तरी निदान ठार मारू नये. त्यांनी बापड्यांनी काय गुन्हा केला आहे? आणि या कैदी बायकांना आपल्या फरसानं मारण्यात कारिसेनी वीराला काय भूषण आहे? या बायका

चांगल्या सुंदर आहेत. त्यांना आपल्या धर्मात व जातीत घ्यावं असं मला वाटतं. यातली लांबट तोंडाची जी सुंदर तरुण मुलगी दिसत आहे, ती आपल्या सन्मान्य किनतोब्यांना अर्पण करावी. वृद्ध झालेली जी आहे, ती किनतोब्यांच्या वृद्ध चुलत्याला द्यावी व वाटोळ्या तोंडाची जी लहान लुसलुशीत आहे, ती- ती आपल्यापैकी जो श्रेष्ठ वीर असेल त्यानं आपलं श्रेष्ठत्व दाखवून आपल्या स्वाधीन करून घ्यावी.''

ही सूचना किनतोब्याला पसंत पडली. उत्तरा आपणाला मिळावी अशी त्याची पहिल्यापासून खटपट असल्यामुळेच त्याला ही सूचना आवडली यात आश्चर्य नाही. खरी गोष्ट सांगायची म्हणजे ही सूचना त्या कावेबाज किनतोब्याच्या प्रेरणेमुळेच मयाणीने केली होती. मीरबल व मयाणी यांची परस्परांत स्पर्धा आहे व मयाणीच्या हृदयात आपल्या प्रतिपक्षाविषयी द्वेषही आहे असे त्याला ठाऊक होते. मयाणीला त्याच दिवशी एकीकडे बोलावून नेऊन 'कैदी धरून आणल्यावर त्यांची कशी काय व्यवस्था करायची' याबद्दल त्याने वाटाघाट केली होती व वरील व्यवस्था सुचविली होती. उत्तरेला आपण नजर म्हणून लाटावी व रागिणीविषयी मीरबल, मयाणी वगैरे वीरांत स्पर्धा उत्पन्न करून त्यांचा- व विशेषत: मीरबलाचा- परस्पर नाश घडवून आणावा असा त्याचा कावा होता.

मयाणीच्या सूचनेची चर्चा सुरू झाल्यावर एका म्हाताऱ्याने 'आपल्या धर्मात येण्यास कैदी तयार आहेत किंवा नाही हे तर आधी विचारा,' असे म्हटले व त्याबरोबर ती जंगली अडाणी सभा जागी झाल्यासारखी झाली. क्षणानंतर दुभाष्याने प्रस्तुत प्रश्न नानासाहेबांना विचारला व त्याला उत्तरादाखल म्हणून 'बरं, सगळ्यांना विचारून सांगतो,' असे नानासाहेब म्हणाले.

''लवकरच उत्तर द्या, नाहीतर काठी पाठीत बसेल,'' अशी दुभाष्याने आपल्याच अधिकारात त्यांना धमकी दिली व दुभाष्याची ही चलाखी 'दर्ग्या'ला पसंत पडून त्याने हास्य करून त्याच्या बोलण्याला शब्दरहित दुजोरा दिला.

◆

५७

धर्मांतर करण्याला- हिंदुधर्म सोडून 'जोहो' धर्म स्वीकारण्याला- जनुभाऊ एकदम कबूल झाले. शास्त्रीबुवांकडे वळून ते म्हणाले, ''शास्त्रीबुवा, वृथाभिमान सोडून देऊ या. कर्मगतीपुढे काही उपाय नाही. 'आत्मानं सततं रक्षेत् प्राणैरपि धनैरपि' हेच तत्त्व खरं आहे. शिवाय आता दोन घटकांपुरतं धर्मांतर करू या व नंतर पुन्हा प्रायश्चित्त घेऊ म्हणजे झालं.''

भाऊसाहेबांनी काहीतरी बोलण्याच्या उद्देशाने तोंड वर केले खरे, पण काही पळे त्यांच्या तोंडावाटे शब्दच बाहेर पडेना. अखेर मनाचा निश्चय करून ते म्हणाले,

“नानासाहेब, मला तर वाटतं की, धर्मांतर करण्याला काही हरकत नाही. आपण ‘हिंदू’ कसले? आपल्यापैकी कोणाचीही जुन्या चालीरीतींवर व ग्रंथांवरही खरी श्रद्धा नाही. शिवाय या मूर्ख रानटी लोकांकरिता आपण यांचा ‘जोहो’ धर्म स्वीकारला म्हणजे आपला ‘आत्मा’ किंवा शरीर भारीच बदलणार आहे? मग कसं काय नानासाहेब?”

“माझी तरी काही हरकत नाही. मूर्खांबरोबर भांडण्यात काय अर्थ आहे? आपणाला उद्या ‘जोहो’ म्हटलं किंवा ख्रिश्चन म्हटलं किंवा मुसलमान म्हटलं, म्हणून आपण बदलणार आहो का? आपण हिंदू धर्मात इतके दिवस नावालाच होतो. ‘हिंदुधर्म’ हे नाव उद्यापासून धारण करता आलं नाही म्हणून काय बिघडणार आहे मोठंसं? नावात काय आहे? शास्त्रीबुवा, तुमचं काय म्हणणं आहे?”

“माझं काही म्हणणं नाही.” शास्त्रीबुवांनी रडतरडत उत्तर दिले. “तुम्ही मरणाला तयार असाल तर मीही तयार आहे. तुम्ही नसाल तर माझाही विशेष आग्रह नाही. धर्माचं नाव बदललं म्हणून तुमचा-आमचा आत्मा का बदलणार आहे? आता एवढी गोष्ट खरी की, प्राण वाचविण्याकरिता आपला आपण धर्म सोडणं हे एक भ्याडपणाचं व अभिमानशून्यतेचं लक्षण होतं, आणि—”

“शिवाय यात आपल्या देशाभिमानालाही कमीपणा येतो,” आनंदराव मधेच आवेशाने म्हणाले. “मी धर्मांतर करायला तयार नाही. प्राण वाचविण्याकरिता देशाच्या अब्रूला काळिमा आणणारांपैकी मी नाही.”

“या जंगली लोकांशी कसला धर्माभिमान आणि देशाभिमान दाखविता?” नानासाहेबांनी आनंदरावांना आवेशाने विचारले. “साप अंगावर आला असता पळून जाण्यात भ्याडपणा कसला आला आहे? हे जंगली लोक सापासारखे आहेत. त्यांच्याशी भांडण्यात तात्पर्य काय?”

“तुमचं म्हणणं खरं आहे नानासाहेब,” भाऊसाहेब म्हणाले.

“अगदी खरं आहे.” शास्त्रीबुवा म्हणाले, “आपण जे करणार आहो ते आपद्धर्म म्हणून करणार आहो. याच्यात काही पाप आहे असं मला वाटत नाही. आणि खरं पाहिलं तर मी ‘जोहो’ धर्माचा असलो काय किंवा ख्रिश्चन असलो काय किंवा हिंदू असलो काय- माझा अंतरात्मा या बाह्य उपाधीवर का अवलंबून आहे?”

“मला तुमच्या धर्माची किंवा आचाराची विशेष पर्वा वाटत नाही.” आनंदराव म्हणाले. “पण आपल्या या नामर्दपणाच्या कृत्यानं आपल्या देशाची बेअब्रू होते हे मला खपत नाही. हिंदी लोक जरा दटावल्याबरोबर शरण येतात व धर्मत्याग करण्यालाही तयार होतात असे याच्यात सिद्ध होते. आपल्या देशातले लोक पुन्हा या हिमालयावर आले तर त्यांना कोणीही मान देणार नाही. नानासाहेब, हा प्रश्न व्यक्तीपुरता नाही. आपल्या भ्याडपणामुळे देशाचं नाव बद्दू होईल हाही विचार करणं

जरूर आहे. आपण दक्षिणी ब्राह्मण ना! ब्राह्मणांनी- हल्लीच्या दक्षिणार्थी भिक्षुक ब्राह्मणांनी नव्हे, तर पूर्वीच्या तपोधन ब्राह्मणांनी- असं कधी केलं असतं का?''

इतका वेळ बायकांपैकी कोणी काही बोलले नव्हते; परंतु वरील उद्‌गार आईसाहेब म्हणाल्या, ''देवधर्म सोडल्यावर जगायचं तरी कशाला मेलं कुणाला ठाऊक? धर्म सोडल्यावर मग राहिलं काय?''

''धर्म म्हणजे काय हे तुला समजतं तरी आहे का?'' नानासाहेब त्या दुःखमय समयीही किंचित हास्य करून म्हणाले. ''वेडी कुठली!''

आईसाहेब या उद्‌गारांनीच गप्प बसल्या व अर्धा-एक मिनिट यावर कोणी काहीच बोलले नाही. या अवधीत शास्त्रीबुवांचे लक्ष उत्तरेकडे व रागिणीकडे गेले व त्यांनी 'तुमचं काय म्हणणं आहे?' असे जणू काय प्रश्न विचारणाऱ्या मुद्रेने त्यांच्याकडे पाहिले.

''धर्माकरिता प्राण सोडण्याची माझी इच्छा नाही.'' उत्तरा म्हणाली. ''वाघाच्या गुहेत सापडल्यावर तेथून कशीतरी सुटका करून घ्यावी हेच चांगलं. त्यातून धर्मावर जर विशेष विश्वासच नाही, तर मग जीव उगीच कशाला द्यायचा?''

''कशाकरिता नाही,'' आनंदराव म्हणाले. ''प्राण उराशी बाळगून शंभर वर्षे तुम्ही जगा.''

''माझं बोलणं पुरतं ऐकून तरी घ्यायचं होतं,'' उत्तरा म्हणाली. ''मी मरणाला भीत नाही. मीही बरोबर मरायला तयार आहे, पण धर्माकरिता नव्हे. देशाभिमान पुरुषांनाच असतो असं नाही.''

याच वेळी त्या दर्ग्यातून खिदीखिदी हसण्याचा आवाज निघला व तो सर्व दर्गा या मंडळींकडे- विशेषतः स्त्रियांकडे पाहू लागला. त्या सभेत कोणी काहीतरी बीभत्स कोटी केली असली पाहिजे हे सर्वांनी ओळखले. पण करतात काय?

नानासाहेबांनी रागिणीला म्हटले, ''रागिणी, उत्तरेपेक्षा तू लहान आहेस खरी, पण तुला तिच्यापेक्षा अधिक समजतं. तू तरी माझं एक. आपले अमोलिक प्राण का खर्ची घालता?''

''मला जगून तरी काय करायचं आहे?'' रागिणी जीवितनिराशेच्या व संसारविरक्तीच्या स्वराने म्हणाली. ''मला ना संसार, ना पोर, ना बाळ. प्राण वाचवून मला काय असा मोक्ष मिळणार आहे? उगाच आपला धर्म कशाला सोडू? संसाराची आणि प्राणाची आशा धरून बरोबर गेले नाही आणि तिकडे दुःख दिलं, या पापाची इतके दिवसं फळं भोगलीच. संसाराची किती आशा धरायची? आपल्या या धर्माच्या प्रेमानं संसाराला लाथ मारून काशीला जाणं झालं आणि मी जर हा धर्म सोडून दिला तर स्वर्गात काय वाटेल? पतीला प्रिय असेल तेच करावं असा तुम्हीच मला उपदेश करीत होता ना? प्राण जाण्याची पाळी आली तरी कर्तव्यकर्म सोडू नये असं तुम्हीच

सांगत आलात ना? स्वदेशाकरिता सर्वस्वाचा स्वार्थत्याग करण्याचा लोकांत जेव्हा जोर येईल तेव्हाच देशाचा उद्धार होईल असं तुम्हीच म्हणत होता ना?''

रागिणीचे हे उत्तर ऐकून नानासाहेबांना काय बोलावे हे सुचेना. परस्परविरोधी विचारांनी त्यावेळी त्यांच्या हृदयाला रण माजविले. 'या सुकुमार; परंतु उदात्त वीर स्त्रियांच्या पवित्र निश्चयाच्या आड जावे काय? नाही, हे इष्ट नाही. व्यावहारिक दृष्टीपेक्षा यांची ही दृष्टी उच्चतर आहे. पण खरोखरच उच्चतर आहे का? की तसे आपले वाटते? विचार करून पाहिले तर यांचे हे कर्म समंजस वीर्यकर्म नसून मूढ साहसकर्म आहे असे दिसून येईल.''

इकडे, त्या कारिसेनी दर्ग्याचे वादविवादाचे, हसण्याचे व भांडणाचे काम चाललेच होते. मीरबल, मयाणी वगैरे मंडळींचे आपापसात शाब्दिक भांडण लागून त्यांचे लक्ष या कैद्यांवरून काही वेळ निघाले होते म्हणून नानासाहेबांना इतके तरी बोलायला सापडले. नानासाहेब योग्यायोग्य मार्गाचा आता पुन्हा विचार करीत असता त्यांचे लक्ष त्या जंगली दर्ग्याकडे गेले. या वेळी मीरबल व मयाणी भांडता भांडता हमरीतुमरीवर आले होते व आता तर लढण्याच्या बेतात होते. दोघांनीही आपले फरस सावरले होते व ते अगदी पवित्र्यात उभे होते.

याच वेळी 'त्यांचं काय ठरलं ते विचार' असे किनतोब्याने दुभाष्याला अधिकारयुक्त वाणीने ठासून सांगितले.

त्याने काय सांगितले याचा अर्थ दुभाष्याच्या मदतीशिवाय आपल्या या सर्व मंडळींना कळला; परंतु त्यापैकी कोणी काहीएक उत्तर दिले नाही. दुभाष्याने नानासाहेबांकडे पाहून हिंदुस्थानीत प्रश्न विचारला. पण त्यांनी त्याला काहीच उत्तर दिले नाही. एक मिनिट गेले- दोन मिनिटे गेली- तीन मिनिटे गेली, पण कोणी काहीच बोलेना. कोणी काहीच उत्तर दिले नाही. यावरून आपल्या धर्मात येण्याचा या कैद्यांचा विचार नाही असे त्या जंगली लोकांनी ताडले व या अपमानाबद्दल त्यांना चीड आली आणि त्यांच्या तोंडून 'मारून टाका व यांना कटोहामध्ये फेका,' अशा अर्थाचे उद्‌गार निघू लागले.

अशाप्रकारची आरडाओरड सुरू झालेली पाहून कैद्यांच्या पाठीमागे उभे राहिलेल्या फरसवाल्यांनी जवळच्या लोकांना 'या कैद्यांना उचला व कटोहात टाका,' असे सांगितले.

जनुभाऊ चकण्यांनी हे शब्द ऐकले आणि त्यांना कापरे भरले, पण त्यांनी अखेर धीर देऊन किनतोब्याकडे वळून दीनवाणीने हिंदुस्थानीत म्हटले, ''थांबा, थांबा! मला तरी कटोहात टाकू नका. मी धर्मांतर करतो, तुम्ही सांगाल ते काम करतो, पण मला मारू नका. पाहिजे असेल तर (येथे त्यांनी रागिणीकडे पाहिले) मी तुम्हाला आपली ही बायकोसुद्धा देतो.''

हे नीचपणाचे भाषण किनतोब्याला समजले नाही. म्हणून त्याने दुभाष्याला ''काय म्हणतो आहे हा कैदी?'' असे विचारले. अर्थ कळल्यावर किनतोबा हसला व मीरबल, मयाणी वगैरे बडी मंडळीही हसली.

हे हास्य आपणाला अनुकूल आहे असे वाटून जनुभाऊंना जरासा आनंद झाला. मीरबलाने त्यांना ''या बायकांपैकी तुझी कोणती बायको?'' असे दुभाष्याकडून विचारविले व त्या पठ्ठ्याने रागिणीकडे पाहून ''ही माझी बायको, ही मी तुम्हाला देतो,'' असे सांगितले.

ही जंगली मंडळी जनुभाऊंचे उत्तर ऐकून हसली व ती जनुभाऊंकडे कौतुक दृष्टीने पाहू लागली. आपल्या बायकोला शत्रूच्या स्वाधीन करणारा मनुष्य त्यांना अपूर्व वाटला यात नवल नाही. आपण जसे सर्कशीतील सिंहाकडे किंवा 'कांगारू'कडे कुतूहलाने मिनिट-अर्ध मिनिट पाहत राहतो, तसे ते या मनुष्यरूपधारी जनुभाऊंकडे पाहू लागले. या अपूर्व द्विपाद पशूकडे पाहून डोळे शांत झाल्यावर किनतोबा म्हणाला, ''हा आपल्या बायकोला द्यायला तयार झाला आहे तेव्हा हा पुरा पाजी आहे, किंवा x तरी आहे. कसंही असलं तरी हा आपल्या शूर जातीत जगण्याला योग्य नाही, हा विश्वासघातकी आहे, याला कटोहात घालून याच्या मांसाची चटणी करून टाकावी. म्हणे, मला वाचवलं तर मी आपली बायको देईन! याची बायको घ्यावी का न घ्यावी याबद्दल याची परवानगी नको आहे आम्हाला. काय मीरबल, याला एकदम कटोहात टाकायचं नां?''

''अर्थात,'' मीरबल म्हणाला. ''असले लोक जगून काय करायचे आहेत?'' असे म्हणून त्याने दोघा तरुणांकडे पाहून ''उचला याला आणि द्या फेकून नि काय?'' असे म्हटले व त्यासरशी जिकडेतिकडे ''उचला, उचला!'' असा ध्वनी दुमदुमला आणि एका क्षणार्धात जनुभाऊंना त्या लोकांनी कटोहात फेकून दिले.

◆

५८

जनुभाऊंच्या मुडद्याचे कोयत्यावजा हत्याराने बायका तुकडे करीत असता पुरुष मंडळी मनुष्याचे मांस आज खायला मिळणार याच आनंदात होती व हरतऱ्हेच्या गप्पा मारीत होती. किनतोबा आपल्याशीच विचार करीत बसला होता. हे कैदी लोक धर्मान्तर करण्याला तयार नाहीत हे त्या धूर्त व वृद्ध नायकाने ओळखलेच व या दुराग्रहाचा अंत कटोहात होणार हेही त्याला कळून चुकले. पण ही दुःखद गोष्ट त्याला सर्वांशाने मान्य नव्हती. 'सर्वांशाने' म्हणण्याचे कारण एवढेच की, सर्व पुरुष कैदी जाळले गेले असते तरी त्याला विशेष पर्वा नव्हती. पण बायकांना वाचवावे- निदान त्याला सौंदर्याची मूर्तीच वाटणारी अशी लांबट मुखवट्याची व पाणीदार

डोळ्यांची उंच तरुणी- म्हणजे उत्तरा तरी वाचवावी अशी त्याची इच्छा होती; परंतु ही गोष्ट उघड बोलण्याची सोय नव्हती. उघड बोलले तर 'किनतोबा स्त्रीलंपट आहे', असे लोक म्हणायचे. असा बभ्रा होऊ नये म्हणून 'बायकांना तरी वाचवावे,' असे त्या अनुभविक धूर्त नायकाने मयाणीला सुचविले होते व रागिणीला- त्याच्या भाषेत म्हणायचे म्हणजे 'वाटोळ्या तोंडाच्या व मोठ्या डोळ्यांच्या ठेंगणी'ला- पाहिजे तर तू घे अशी त्यालाच लालूच दाखविली होती. पाणीदार डोळ्यांची उंच तरुणी आपणाला मिळावी ही किनतोब्याची मुख्य इच्छा होती हे चाणाक्ष मयाणीने मनात ओळखले व मोठ्या डोळ्यांची ठेंगणी आपण मिळवावी असा त्याने बेत केला.

परंतु हा बेत साध्य कसा करावयाचा? बाकीचे बहुतेक सर्व कारिसेन लोक तर 'बायका-पुरुषांना कटोहात जाळून त्यांचे मास खाऊ या,' असे म्हणत होते. 'बरेच दिवसांत आपल्या 'मनित्या'ला- कटोहदेवतेला- मनुष्याचा बळी मिळाला नाही, तेव्हा ही संधी बरी,' असे ते आपापसांत म्हणत होते. 'बायकांना तेवढे वाचवावे' असे उघड सांगणे चतुर मयाणीलासुद्धा कठीण पडले. तरी पण त्याने पूर्वी एकदा अनुकूल संधी पाहून वरील गोष्ट लोकांना गोड शब्दांनी सुचविलीच होती. ते मूढ रानटी लोक ही गोष्ट या वेळेला बहुतेक विसरूनच गेले होते. 'सरसहा सर्वांना मारावे,' असे ते आता म्हणत होते. अशा स्थितीत किनतोब्याने आणि मयाणीने काय करायचे?

हे दोघेजण आपल्या मतलबाचा विचार करीत असता मनुष्याचे मांस खायला उत्सुक झालेल्या प्रौढ वीराने "या बाकीच्यांनाही घाला कटोहात, उगाच का उशीर करता?" असे म्हटले.

हे संभाषण ऐकून एका कोपऱ्यातील ओंड्यावर बसलेला एक धर्मनिष्ठ- जोहो धर्मनिष्ठ- गरीब म्हातारा म्हणाला, "बायकांना नका उगाच मारू. त्यांना आपल्या धर्मात घ्या म्हणजे झालं."

"पण त्या आपल्या धर्मात आल्या पाहिजे ना?" एका रागीट तरुणाने मधेच म्हटले.

"पाहा, त्यांना पुन्हा एकदा विचारून पाहा." मीरबल गांभीर्याने म्हणाला. शूर व लोकप्रिय मीरबलाने असे म्हटल्यावर मग काय? दोघाचौघांनी एकदम उत्तरेला व रागिणीला तोच प्रश्न विचारला.

प्रश्नातील शब्दार्थ जरी कळला नाही तरी प्रश्नाचे धोरण काय आहे हे त्या बायकांनी ओळखले व त्यांच्या हृदयांत कसेसेच होऊन त्या बेशुद्ध पडण्याच्या बेतात आल्या. प्रश्नाचे उत्तर मिळाले नाही असे पाहून त्यापैकी एका तरुण वीराला चीड आली व त्याने आपल्या दंडुक्याने उत्तरेला पाठीवर एक जरासा धपाटा मारून "ए सटवे, तुला बोलता येत नाही का? मुकी आहेस की बहिरी आहेस तू?" अशा

अर्थाचे कठोर शब्द कर्कश स्वराने उच्चारले.

पाठीवर धपाटा मिळालेला पाहून उत्तराही संतापली व मोठ्याने ''नाही. मला तुमच्या धर्मात यायचं नाही. तुमच्या कटोहाला मी भीत नाही,'' असे म्हणाली व लाल डोळ्यांनी सर्व दर्ग्याकडे तिरस्कारदृष्टीने पाहू लागली.

झाले. तिचे नशीब ठरले. हा अपमान सहन करणे अशक्य होते. ''उचला, उचला या उद्धट पोरीला,'' असा ध्वनी सगळीकडून उसळला.

याच वेळी आनंदरावांना एकदम काय विचार सुचला कोणास ठाऊक. दचकून जागे झाल्याप्रमाणे ते एकाएकी मोठ्याने ओरडले व लगेच ते किनतोब्याकडे वळून मोडक्या कारिसेनी भाषेत म्हणाले, ''नायकजी, आम्ही तुमच्या धर्मात येतो. पण तुमचा 'जोहो' धर्म आमच्या धर्मापेक्षा अधिक चांगला कसा हे तुम्ही आपल्या 'उधाऱ्या'कडून (उपाध्यायाकडून) सांगा. तुमचा धर्म आमच्याहून चांगला आहे अशी आमची खात्री झाली म्हणजे तुमचा धर्म स्वीकारतो.''

किनतोब्याला याचा अर्थ दुभाष्याकडून कळल्यावर त्याला जरासे बरे वाटल्यासारखे दिसले. त्याला आनंदरावांची सूचना पसंत पडली. लोकांची मने क्षुब्ध झाली असल्यामुळे या वेळी उत्तरेला वाचवता येईल किंवा नाही याविषयी तो फिकिरीतच होता. अशा ऐनवेळी ही कालहरण करणारी सूचना त्याच्या पथ्यावरच पडली.

त्याने मयाणीकडे व शेजारी बसलेल्या उधाऱ्याकडे (उपाध्यायाकडे) पाहून म्हटले, ''या जवानाची प्रार्थना बरी दिसते. हे आपल्या धर्मात आले तर आपल्या देवाला बरे वाटेल. काय उधारजी, तुम्हाला कसं वाटतं?''

उधारजींची किनतोब्याच्या विरुद्ध जाण्याची छाती नव्हती. मयाणीनेही या गोष्टीला अनुमती दर्शविली. मीरबल वगैरे कोणी विरुद्ध बोलले नाही. सामान्य लोक या मंडळींना कटोहात टाकण्याला उत्सुक झाले होते, पण त्यापैकी मीरबलाखेरीज कोणाचेही किनतोब्याविरुद्ध बोलण्याचे धैर्य नव्हते.

लोक विरुद्ध आहेत; परंतु उघड बोलण्याची त्यांची छाती नाही हे ओळखत असूनही धोरणी किनतोबा म्हणाला, ''उधाऱ्यानं यांना उपदेश करून पाहावं, हे म्हणणं लोकांना पसंत दिसत आहे. तेव्हा तसं होऊ द्या. बरं तर उधारजी, या लोकांना तुम्ही आज किंवा उद्या आपल्या जोहो धर्माचा उपदेश करा आणि पाहा येतात का हे आपल्या धर्मात.''

◆

५१

विजयगावकर मंडळींची इकडे अशी विटंबना होत असता भय्यासाहेब ब्रह्मज्ञान मिळविण्याच्या हेतूने प्रियब्रह्मस्वामींचा शोध करीत हिंडत होते. स्वामींचे दर्शन घेऊन

त्यांच्यापासून आत्मबोध होऊन मुक्ती काय मिळते की काय पाहावे व ही गोष्ट शक्य नाही असे ठरल्यास घरी परत जाऊन मंडळींची क्षमा मागावी आणि रागिणीसह आनंदाने संसार करीत राहावे असा त्यांचा हेतू होता. प्रियब्रह्मस्वामींच्या मठाचा शोध करीत ते हिमालयात हिंडत असता त्यांना एकदाचा तो सापडला; परंतु तेथे चौकशी करतात, तो स्वामीच तेथे नाहीत. ते दुसऱ्या एका मठात- 'आनंदमठा'त- राहायला गेले होते. तसेच ते शोध घेत आनंदमठाजवळ आले व त्यांना प्रियब्रह्मस्वामींच्या दर्शनाचा व सहवासाचा पुण्यप्रद लाभ मिळाला.

दर्शन झाल्याबरोबर भय्यासाहेबांनी स्वामींच्या चरणांवर मस्तक ठेवून म्हटले, ''स्वामिन्, मी एकब्रह्मजिज्ञासू आहे. आपली कीर्ती पुष्कळ दिवस मी ऐकत आलो असून, आपलं पुण्यकारक दर्शन घेण्याचा व आपली मोक्षप्रद सेवा करीत राहण्याचा माझा बऱ्याच दिवसांचा हेतू आहे. हा हेतू आता सफल होण्याचा सुदैवानं योग आणला आहे. आपणापासून ब्रह्मज्ञान प्राप्त करून घ्यावं, याशिवाय माझी दुसरी काही इच्छा नाही. तेव्हा मला आपली सेवा करून आपला उपदेश ऐकण्याची अनुज्ञा असावी. ब्रह्मजिज्ञासेच्या पायी मी आपल्या वृद्ध पित्याचा व तरुण पत्नीचा सर्वथा त्याग केला व इतके करूनही आता जर आपला अनुग्रह माझ्यावर झाला नाही तर माझ्यासारखा अभागी मीच. माझी प्रिय पत्नी-''

''मला सर्व ठाऊक आहे.'' प्रियब्रह्मस्वामी मंदस्मित करून मधेच म्हणाले. ''बोधस्वरूपस्वामींनी तुम्हाला मेल्याचं सोंग घेण्याचा कसा उपदेश केला, त्यानंतर तुमची आणि तुमच्या रागिणीची कोठे कोठे गाठ पडली हे मला सर्व ठाऊक आहे. आम्रवृक्षावर बसून उत्तरेचा व रागिणीचा संवाद तुम्ही ऐकत होता, हेही मला ठाऊक आहे आणि—''

''आपणाला हे कसं ठाऊक?'' भय्यासाहेबांनी आश्चर्यचकित होऊन विचारले.

''बाळ,'' स्वामी मधुर व प्रेमळ वाणीने म्हणाले. ''याच्यात विशेष काही नाही. काही काळ योगाभ्यास केल्यास तुलाही अंतर्ज्ञानाची सिद्धी प्राप्त होईल. पण या शक्तीचं मला विशेष महत्त्व वाटत नाही.''

''का बरं?''

''या विश्वात ईश्वरानं अनेक वस्तूंना अनेक गुणधर्म किंवा अनेक शक्ती दिल्या आहेत. अमुक वस्तूला अमुक एक गुण आहे म्हणून तिला दुसऱ्या वस्तूवर प्रौढी मिरवण्याचा अधिकार नाही. एखाद्या मनुष्याची शारीरिक, बौद्धिक किंवा यौगिक शक्ती किती आहे या प्रश्नापेक्षा तो मनुष्य आपल्या शक्तीचा सदुपयोग करीत आहे किंवा नाही हा प्रश्न अधिक महत्त्वाचा आहे. एखाद्या मनुष्याला अंतर्ज्ञानानं काही गोष्टी कळतात, एवढ्यावरून तो पूज्य आहे असं मानणं चुकीचं आहे. तुझी बायको हल्ली मोठ्या संकटात आहे हे मला आता अंतर्ज्ञानानं कळत आहे. पण या

ज्ञानाचा—''

''म्हणजे? रागिणी संकटात आहे- कोणत्या? कोठे?'' भय्यासाहेबांनी अत्यंत अधीरतेने विचारले.

''जवळच्या या गावात. प्राणनाशापेक्षाही महत्तर संकट तिच्यावर आलं आहे.''

''महाराज, तर मग कोणीतरी शिष्य बरोबर देऊन मला वाट दाखविण्याची तजवीज करता काय?'' भय्यासाहेब उत्सुकतेने म्हणाले.

◆

६०

रात्री नवाच्या सुमाराला त्या क्रूर लोकांचा पुन्हा दर्गा भरला. शुद्ध पक्षातील चतुर्थीची ती रात्र. चंद्राची कोर नुकतीच नभोमंडलात उगवली होती व या डोंगरावर घडून येणाऱ्या भयंकर प्रसंगाची आगाऊ अटकळ झाल्यामुळे की काय, तिचा प्रकाश उदास व अंधूक दिसत होता. कटोह मात्र बराच प्रकाश देत होता. या प्रकाशात सौम्यता किंवा आल्हादकत्व मुळीच नव्हते. उलट, तो अत्यंत भयप्रद दिसत होता. त्याचा प्रकाश लांब, बऱ्याच अंतरापर्यंत पसरला होता. कालमुखाप्रमाणे पसरलेले त्याचे मुख आपल्या ज्वालारूपी अनेक जिभा मागेपुढे करून 'बळी द्या, बळी द्या' असेच जणू काय सुचवीत होते.

साधारण शांतता झाल्यावर किनतोबा आपल्या ओंड्यावर बसूनच उच्च स्वराने म्हणाला, ''धर्मात येण्याला हे लोक अद्यापि तयार नाहीत असं उधारजींनी मला सांगितलं आहे. पुरुष भलत्याभलत्या शंका विचारतात व आपल्या धर्माची निंदा करतात, असं उधारजी म्हणतात. तर या पुरुषांना आजच कटोहात बळी द्यायचं किंवा कसं याचा आपण विचार करू.''

किनतोबा असे म्हणाल्यावर मयाणी म्हणाला, ''यांना आजच्या आज जाळून टाकावं.''

त्याचे हे म्हणणे सर्वांना पसंत पडल्यासारखे दिसले. परंतु मीरबल म्हणाला, ''हे लोक शूर दिसत आहेत. त्यांना मारण्यापेक्षा आपल्या धर्मात आणण्याचा अधिक प्रयत्न करावा असं मला वाटतं. आज जरी हे कबूल नसले तरी चार-आठ दिवसांतच कबूल होतील. आपल्या धर्मात ते आले तर आपल्या जातीतील बायका यांना करून द्याव्यात व यांच्या बायका आपण कराव्या.''

''पण आपल्या जातीतील बायका करण्याला हे तयार आहेत का नाहीत हे आधी त्यांना विचारू या आणि मग वाटलं तर आपण भांडू.'' एक समंजस धोरणी म्हातारा मनुष्य म्हणाला.

दुभाष्याने वरील प्रश्न नानासाहेबांना विचारला; परंतु एक-दोन मिनिटे त्याला

काही उत्तरच मिळाले नाही. पुन्हा तोच प्रश्न त्याने जोराने विचारल्यावर नानासाहेब म्हणाले, "आम्ही तुमच्या धर्मात येऊ, पण तुमच्या उधारजींनी आमच्या शंकांचे आधी समाधान केले पाहिजे. आज त्यांनी आपल्या धर्माची जी माहिती सांगितली ती ऐकून आम्ही खूश झालो आहोत. पण अद्यापि काही शंकांच निवारण झालं नाही. तेव्हा आठ दिवसांची आम्हाला मुदत दिल्यास व आमच्या शंकांचं समाधान झाल्यास आम्ही कदाचित तुमच्या धर्मात येऊ."

हे उत्तर ऐकून किनतोबा मनात हसला आणि 'हे लोक पक्के लुच्चे आहेत,' असे तो आपणाशी म्हणाला. आठ दिवस मुदत द्यायची की नाही याविषयी त्या अव्यवस्थित सभेत गोंगाट, वादविवाद व भांडण होऊन अखेर "आताच्या आता एक उत्तर द्या," असे नानासाहेबांना निक्षून विचारण्यात आले व त्याबरोबरच, "धर्मात नाही आलात तर हा आमचा कटोह तुमची वाट पाहत बसलाच आहे," असेही सांगण्यात आले.

नानासाहेबांनी वैतागून अखेर "आम्हाला तुमच्या धर्मात यायचं नाही, काय पाहिजे ते करून घ्या," असे जोराने म्हटले व किनतोब्याकडे ते बेफिकिरीने व अभिमानाने पाहत राहिले. काही वेळाने शास्त्रीबुवांनी, आनंदरावांनी व बायकांनीही आपला दुःखावेग आवरला व त्या प्राणसंकटप्रसंगीही श्रेष्ठ धारिष्ट धरून आपले कर्तव्यकर्म न सोडता ती सर्व मंडळी अग्निनारायणाला प्राणांची आहुती देण्याला शांतचित्ताने तयार झाली.

झाले! त्या कारिसेनी राक्षसी दर्ग्यामध्ये 'पुरुषांना व बायकांनासुद्धा कटोहात टाकावे,' असे ठरल्यासारखे झाले. किनतोब्याने व मयाणीने बायकांना जिवे मारू नये याविषयी बरीच मतलबी लटपट केली, पण मयाणीचे वक्तृत्व व किनतोब्याचा धूर्तपणा यांचेही त्या क्षुब्ध झालेल्या लोकांपुढे काही चालले नाही. किनतोबा संतापला व आतल्या आत जळफळू लागला. महत्त्वाकांक्षेपेक्षा कामविकार प्रबल होऊन तारुण्यातील उत्साह, जोर, तडफड व मगरुरी ही त्याच्या हृदयात उचल करू लागली आणि तो आपल्या मनात 'काय होईल ते होवो, लोकांना न जुमानता आपणाला आवडत असलेली ही पोरगी बाहुबलाने बायको म्हणून घ्यावीच व वेळ पडल्यास तिच्यासाठी लढाईही करावी,' असा विचार करू लागला.

इकडे 'सरसहा सर्वांची कत्तल करावी' असे म्हणणाऱ्या पक्षाची व चलचित्त जनसभेमध्ये सरशी झाली व लोक क्षुब्ध होऊन "बायकांनाच आधी टाका, बायकांनाच आधी टाका," असे ओरडू लागले व त्याप्रमाणे दोघा धटिंगणांनी रागिणीला उचलले व ते तिला कटोहाकडे घेऊन जाऊ लागलेही.

"आई, आई!" म्हणून रागिणीने हंबरडा फोडला. भाऊसाहेबांच्या मुखातून एकदम केविलवाणी किंकाळी निघाली व ते धाडकन खाली बेशुद्ध होऊन पडले.

इकडे रागिणीला उचलून ते नरपशू चार-पाच पावले चालले असतील नसतील इतक्यात मीरबल उठला व त्यांना दरडावून म्हणाला, ''हिला एकदम खाली ठेवा, नाहीतर या फरसानं तुमची मी डोकीच उडवीन. ही पोर आतापासून माझी बायको झाली आहे. हिला हात लावण्याची कोणाला छाती असल्यास त्यानं माझ्याशी लढायला यावं.''

इतक्यात आपला प्रतिस्पर्धी मयाणी आपला फरस सावरून पुढे सरसावत आहे असे मीरबलाने पाहिले व तो मयाणीशी झुंज करायला सावधगिरीनं उभा राहिला. अचानक जाऊन मीरबलाला मारण्याची आपली युक्ती फसली असे पाहून मयाणी जरासा ओशाळला. पण त्याच्या अंगातही पाणी खेळत होते व मीरबलाशी दोन हात करण्याचे त्याच्याही मनातून पुष्कळ दिवस होते. झाले, दोघांची लढाई जुंपली.

''भांडू नका, भांडू नका'' असे किनतोबा बाह्यात्कारी बोलू लागले. मीरबलाची बायको त्याला उत्तेजन देऊ लागली. इतक्यात मयाणीचा एक वार मीरबलाच्या खांद्याला चाटून गेला व तेथून घळघळ रक्त वाहू लागले; परंतु लढाईच्या त्या जोरात मीरबलाचे तिकडे लक्षही गेले नसेल. त्याने पायावर घाव मारण्याची बतावणी करून मयाणीच्या डोक्यावर आपला तीक्ष्ण फरसाचा असा सफाईने वार केला की, तत्क्षणी त्याच्या मस्तकाचा एक खलप कटोहात जाऊन पडला. अर्धे मस्तक गेलेला मुडदा जवळच असलेल्या रागिणीच्या अंगावर धाडकन आपटला आणि तिचे लुगडे रक्ताच्या धारांनी भरून गेले.

मीरबल जरा शांत झाल्यावर पुन्हा म्हणाला, ''वीरहो, तुम्ही या सुंदर बायकांना वेड्यासारखं का जाळता? या बायका जाळण्याकरिता का ईश्वरानं केलेल्या असतील? फुले जाळण्याकरिता का निर्माण झालेली असतात?''

यावर कोणी काही बोलेल व मारामारी होऊन मीरबल ठार मारला जाईल या आशेने किनतोबा काही वेळ स्वस्थ राहिला. परंतु कोणी काहीच बोलले नाही तेव्हा तो लुच्चा कृतकस्मित करून म्हणाला, ''मीरबल, सुंदर फुलं कटोहात जाळणं जसं वाईट तसंच या सुकुमार स्त्रियांना जाळणं वाईट हे तुझं म्हणणं थोडंसं खरं आहे; परंतु या गोष्टीचा सांगोपांग विचार झाला पाहिजे. पुन्हा दर्गा भरेल व त्यावेळी जे ठरेल तसं आपण करू. आज पुरुषांनाच तेवढं मारू या.''

इतक्यात किनतोब्याची बहीण म्हणाली, ''बायकांना जर वाचविता, तर मग पुरुषांनीच काय पाप केलं आहे? या वीरांना जर तुम्ही जीवनदान दिलंत, तर यापैकी एकाशी- त्या तरुणाशी- मी लग्न लावायला तयार आहे.''

यावर दुसऱ्या एक-दोन बायाही असेच म्हणाल्या.

''पुरुषांना जशा सुंदर बायका आवडतात, तसे बायकांना तरुण पुरुष आवडतात,'' असे यावर एक म्हातारी म्हणाली व तिचे हे मोठे तात्त्विक विधान ऐकून सर्व पुरुष

मंडळी हसली.

यावर बराच वादविवाद झाला. अखेर पुरुषांनाही आज जाळून न टाकता उद्या जो निकाल ठरेल त्याप्रमाणे करावे व तोपर्यंत सर्वांना मीरबलाने पहाऱ्याखाली ठेवावे असे सर्व दर्ग्यात ठरले आणि दर्गा बरखास्त झाला.

◆

६१

दर्गा बरखास्त होऊन दोन-तीन घटका झाल्या.

"सगळ्या बायकांना आमराईत न्या." मीरबलाने हुकूम सोडला, पण नंतर त्याला काही विचार सुचला व तो म्हणाला, "या लहान मुलीलाच 'रागिणीलाच' आमराईत एकजण घेऊन जा व बाकीच्यांना समोरच्या झाडीत घेऊन चला."

मीरबलाच्या पुढे कमीजास्त बोलण्याची कोणाची छाती नव्हती. पहारेकऱ्यांना मीरबलाचा हेतू समजला असेल; परंतु त्याविषयी ते तेथे काहीएक बोलले नाहीत. एक पहारेकरी घोंगड्या आणण्याकरिता गेला, दुसरा रागिणीला घेऊन आमराईत गेला व बाकीचे दोघे इतरांना घेऊन गेले.

मीरबल काही वेळ तेथेच आकाशातील ताऱ्यांकडे पाहत उभा राहिला. काही वेळाने नानासाहेबांना वगैरे घोंगड्या मिळाल्या किंवा नाही हे तो पाहून आला व नंतर तो आमराईत शिरला.

रागिणी घोंगडी पांघरून जमिनीवरच निजली होती. तिला झोप अर्थातच लागलेली नव्हती. मीरबलाची चाहूल तिने स्पष्ट ऐकली व तो पहारेकऱ्याला "तू येथून जा, मी स्वत:च येथे पहारा करतो," अशा अर्थाचे जे वाक्य आपल्या भाषेत म्हणाला तेही तिने ऐकले, पण त्या वाक्याचा तिला अर्थ कळला नाही.

पहारेकरी लांब गेल्यावर मीरबल रागिणीजवळ गेला व तिचा त्याने हळूच हात धरला. त्याबरोबर रागिणी विजेसारखी झटकन उठून बसली व घाबरून जाऊन बावरल्यासारखी इकडेतिकडे पाहू लागली.

मीरबल तिला आपल्या भाषेत म्हणाला, "तरुणी, तुझं हे गुलाबासारखं तोंड पाहून मी तुझ्यावर खूश झालो आहे. माझी तू बायको हो. मी तुला त्या भयंकर कटोहातून वाचविलं आहे हे तुझ्या ध्यानात आहे ना?"

रागिणीला त्याची भाषा जरी कळत नव्हती तरी त्याच्या मुद्रेवरून वगैरे त्याच्या भाषणाचा तिला अर्थ चांगला कळला. येथून कसेतरी पळून जावे, नाहीतर कटोहात उडी टाकून जीव द्यावा अशी तिला इच्छा झाली; परंतु इच्छा होऊन उपयोग काय? हातपाय बांधलेले!

मीरबल तिची पुन्हा मनधरणी करू लागला. त्याचे शब्द तरी ऐकू नयेत म्हणून

तिने कानांत बोटे घातली व त्याचे मुखावलोकनही नको म्हणून तिने डोळे मिटले. पण मीरबल आता तिच्याजवळ गेला व तिच्या खांद्यावर हात ठेवून आपल्या भाषेत आपले हृद्गत तिच्यापाशी व्यक्त करू लागला.

मीरबलाने खांद्यावर हात ठेवल्याबरोबर रागिणी दचकून तेथून सरकली व डोळे उघडून त्या जंगली वीराकडे तिने दीन दृष्टीने पाहिले आणि म्हटले, ''आपण शूर आहात. गरीब अबलेपुढे आपलं शौर्य का गाजविता? आपण मला जीवदान दिलंत- पुनर्जन्म दिलात- तेव्हा आपण मला माझ्या वडिलांसारखे आहात. आपण पापविचार मनात आणू नये.''

मीरबलाला तिच्या बोलण्याचा भावार्थ नकारार्थी आहे एवढे कळले. तो निराश न होता मंद स्मित करून स्वभाषेत पुन्हा म्हणाला, ''कोमल फुला, मी जर नसतो तर तुला त्या लोकांनी कटोहात जाळलं असतं व मी जर तुझं यापुढं रक्षण केलं नाही, तर तुला अजूनही कदाचित हे लोक जाळतील हे ध्यानात ठेव. ईश्वरानं तुझ्यासारख्या कोमल फुलाला जाळून खाक होण्याकरिता निर्माण केलेलं नाही. हे तरुण मुली, मी कोण आहे हे तू पूर्णपणे ओळखलं नाहीस. आमच्या या जातीत किनतोब्याच्या बरोबरीची माझी योग्यता आहे. आमच्या या टापूतील कोणत्याही स्त्रीची मी मागणी केली तर ती एकदम कबूल होईल आणि ती जरी कबूल नाही झाली तरी मी आपल्या बाहुबलानं तिला आपली बायको करून घेईन. दुसऱ्याच्या बायकोवर माझं मन गेलं तर मी तिच्या नवऱ्याला मारून आपलीशी करून घेतो. माझी नवी बायको अशाच रीतीनं मी मिळविलेली आहे. तिच्या नवऱ्याशी व भावाशी वगैरे मला याकरिता युद्ध करावं लागलं, पण त्या सर्वांनाही मी भारी होतो. दोन बैलांची जशी टक्कर होते, तशी तिच्या नवऱ्याची व माझी टक्कर झाली व तीत मी तिच्या नवऱ्याला चीत केलं. तिच्या प्रत्येक भावाशीही मी लढलो व त्यांचे फरसानं तुकडे तुकडे करून टाकले. ते काही कमी योद्धे नव्हते. त्यांनी केलेल्या या जखमा पाहा.''

असे म्हणून मीरबलाने आपल्या अंगावरील जखमा रागिणीला मोठ्या अभिमानाने दाखविल्या व क्षणभरात तो पुढे म्हणाला, ''तेव्हा हे सुकुमार मुली, तू मला बऱ्या बोलानं वश हो. तुला पाहिल्यापासून माझी ही नवीन बायकोसुद्धा मला आवडेनाशी झाली आहे. गुलाबाचं फूल पाहिल्यावर भेंडीची किंवा करवंदीची फुलं कशी बरं कोणाला आवडतील?''

याच वेळी त्याच्या तावडीतून निसटण्याची एक युक्ती रागिणीला सुचली. मनात आलेल्या या विचारामुळे तिला विलक्षण धैर्य आले. तिने मीरबलाकडे आता मधुरस्मितयुक्त मुद्रेने पाहिले व जरासे लाजून त्याला म्हटले, ''माझ्यावर जर प्रेम आहे तर माझे हे हातपाय कशाला बांधले आहेत?''

असे बोलून रागिणीने आपल्या डोळ्यांनी व मुद्रेने हातपाय सोडविण्याविषयी मीरबलाला सुचविले. तो अगदी कामांध झाला असल्यामुळे तिच्या मधुर स्मिताला क्षणार्धात भुलला आणि त्याने आनंदाने तिच्या पाठीवर एक हळू थापट मारली व "हे आधीच का सांगितले नाहीस?" अशा अर्थाचे लाडिक शब्द उच्चारीत तो तिचे पाय बंधमुक्त करू लागला.

पाय मोकळे झाल्याबरोबर हात मोकळे होण्याची वाटही न पाहता रागिणीने एकदम हरिणाप्रमाणे टणकन उडी मारली व ती कटोहात जीव देण्याच्या इराद्याने तिकडे धूम धावत सुटली.

'ही पोर आता कबूल काय झाली व आता भरधाव पळत काय सुटली आहे?' हे कोडे मीरबलाला क्षणभर सुटले नाही व तो खांबासारखा तिच्याकडे पाहत क्षणभर तटस्थ उभा राहिला. पण लगेच सावध होऊन तो तिच्या पाठीमागे लांबलांब उड्या टाकीत धावू लागला. रागिणी कटोहाजवळ जाते न जाते तोच तिचे केस त्याने चटकन पकडले, तिला त्याने तेथे खाली पाडले व पाच-सात लाथा दिल्या आणि नंतर बेहोश होऊन तो तिला उचलून घेऊन पुन्हा आमराईत गेला.

◆

६२

इकडे नानासाहेब, शास्त्रीबुवा इत्यादी मंडळींना घोंगड्या दिल्यावर पहारेकऱ्यांनी त्यांना स्वस्थ निजायला सांगितले; परंतु त्या वेळेला झोप घेण्याची कोणाला इच्छा होणार व झोप तरी कोणाला येणार?

रागिणीला दुसरीकडे नेताना जेव्हा भाऊसाहेबांनी पाहिले तेव्हा त्यांची कंबरच खचली व आपल्या जिवाचा कोणी लचका तोडला की काय असे त्यांना झाले. ते आता कोणाशी काही बोलत नव्हते. केवळ शून्यदृष्टीने आकाशातील तारांगणाकडे पाहत होते व या जगातील अगाध ईश्वरी लीलेचा भ्रांतचित्ताने विचार करीत होते.

भाऊसाहेबांसारख्यांना विवेकाचे व तात्त्विक विचाराचे पाठबळ असूनही जर त्यांची अशी शोचनीय व दीन अवस्था झाली तर मग अडाणी व अज्ञानी टिल्लूने काय करावे? त्याला बिचाऱ्याला आपल्या म्हातारीची आठवण झाली व जनुभाऊ चकण्यांना जसे या क्रूर लोकांनी कटोहात जाळले तसा आपणावरही प्रसंग येणार की काय अशी भीती वाटून तो गळा काढून रडू व ओरडू लागला.

किनरी त्याच्याजवळच मुळुमुळू रडत होती व या संकटातून कसे सुटावे याचा विचार करीत होती.

काही वेळाने एक पहारेकरी म्हणाला, "अरे, तिघा जणांनी पहारा करून काय करायचं आहे? मी निजतो झालं."

"तू पाहिजे ते कर.'' त्याचा भित्रा सोबती म्हणाला. ''मीरबलाने पाहिले तर मग मात्र जगण्याची आशा करू नकोस.''

''अरे, पुष्कळ पाहिले आहेत असले मीरबल मी,'' असे म्हणून पांघरूण घेऊन बेफिकीरपणे तो भुईवर पसरला व लगेच झोपीही गेला.

बाकीचे दोघे कटोहाकडे तोंड करून व आपल्या सुशिक्षित कैदी मंडळींकडे पाठ करून गप्पा मारीत उभे असता किनरीने आपल्या हाताला बांधलेली वेल दातांनी हलकेहलके कुरतडून टाकली व नंतर आपले पायही तिने मोकळे करून घेतले. लगेच ती हळूहळू, मुळीच आवाज न करता टिल्लूजवळ लोळत लोळत गेली व त्याचेही बांधलेले हातपाय तिने सोडले.

''आपण आता पळून जाऊ या.'' ती म्हणाली.

''नाही.'' टिल्लू म्हणाला. ''आधी या आपल्या धन्यांना आपण मोकळं करू आणि मग पळून जाऊ.''

किनरी आपल्या नवऱ्याला आपला जीव आधी वाचविण्याचे शिकवू लागली, पण टिल्लू आपला आग्रह सोडीना. अखेर त्यांचे कुजबुजणे पहारेकऱ्यांच्या कानांवर गेले. पण सुदैवाने त्यांनी ''बोलू नका'' एवढेच जोराने बजावून सांगितले व एवढ्यावरच तो प्रसंग टळला.

या गोष्टीमुळे सावध होऊन हुज्जत घालण्याचे सोडून देऊन किनरी लपतछपत हळूहळू उत्तरेजवळ व आईसाहेबांजवळ गेली व स्तब्धपणे पडायला त्यांना हलकेच बजावून तिने त्यांचे हातपाय सोडविले. टिल्लूने याच रीतीने नानासाहेबांना वगैरे बंधमुक्त केल्यावर सर्वांनी मिळून एकदम पळून जावे, असे टिल्लूने हलकेच सुचविले. पण नानासाहेब म्हणाले, ''टिल्लू, आधी आपण त्या आमराईत जाऊ या व रागिणीला सोडवू या. तिला एकटीला या राक्षसांच्या हातांत सोडून मी नाही जाणार.''

सगळ्यांना हा विचार पसंत पडला व टिल्लूने शीळ घातल्यावर सगळ्यांनी एकदम उठायचे असा त्यांचा बेत झाला. पण त्याला बराच वेळ चांगलीशी संधीच मिळेना. दोघे पहारेकरी जागे असता पळून जाण्याचा प्रयत्न करणे मूर्खपणाचे आहे हे ते ओळखून होते.

बराच वेळ गेला तरी त्या दोन पहारेकऱ्यांपैकी कोणी निजत नाही किंवा कोठे जातही नाही असे पाहून टिल्लूने एक धाडसाची युक्ती काढली. भाऊसाहेब त्याच्याजवळच पडले होते, त्यांना त्याने ती सांगितली व लगेच त्याने हलकेच शीळ दिली. तत्क्षणी भाऊसाहेब आणि तो एकदम उडी मारून उठले आणि कटोहाकडे तोंड करून बेसावधपणे उभे असलेल्या पहारेकऱ्यांपैकी एकाच्या हातून टिल्लूने व दुसऱ्याच्या हातून भाऊसाहेबांनी एकदम फरस हिसकावून घेतले आणि लगेच त्या दोघांनाही

त्यांनी तेथेच ठार केले व लगेच सगळी मंडळी तशीच जी धूम धावत सुटली ती आमराईत शिरली.

तेथे मीरबल रागिणीच्या छातीवर पाय देऊन तिच्यावर बलात्कार करावा किंवा नाही या विचारात निमग्न झाला होता. मीरबलाने आपल्या जातीतील कोणत्याही स्त्रीला 'पत्नी हो' असे म्हटले की, ती आनंदाने कबूल व्हायची, असा त्याचा आजपर्यंतचा अनुभव असल्यामुळे आपण हिची इतकी मनधरणी करीत असता हिने आपणाला झिडकारावे याचा त्याला मोठा अचंबा वाटला व असा अपमान करणारी स्त्री बायको म्हणून घ्यावी का तिचे दोन तुकडे करावे याची तो मानी वीर आपल्या मनाशी वाटाघाट करीत होता. रागिणीची आपल्या पतीवरील भक्ती व तिचा निश्चय पाहून ही स्त्री आपल्या जातीतील स्त्रियांहून निराळ्या उच्च प्रकारची आहे असे त्याला वाटू लागले होते आणि त्याची प्रसुप्त सदसद्विवेकबुद्धी जागृत होऊन तिच्यावर बलात्कार करणे योग्य नाही अशी भावना त्याच्या हृदयात उदित होत होती. तसेच तिचे सौंदर्य व तिचा हा दृढनिश्चय पाहून ती त्याला अधिक आदरणीय वाटू लागली व त्याचा कामविकार जवळजवळ नाहीसाच झाला. मीरबल रानटी, तरी हाडाचा खरा वीर होता. लढवय्याशी लढण्यात त्याला आनंद होत असे, पण या अनाथ स्त्रीवर जुलूम करणे तिच्या जिवावर आले.

'हे वीराला शोभत नाही,' तो मनात म्हणाला. 'मला नाकारून हिने माझा अपमान केला आहे, तेव्हा ही अशी स्त्री मला नकोच.'

असा विचार करून मीरबल तिच्या छातीवरचा पाय काढणार, इतक्यात त्या वेळेलाच भाऊसाहेब त्याच्याजवळ आले आणि त्यांनी त्यांच्या हातातील फरस हिसकावून घेतला. तोच फरस त्याला ते मारणार इतक्यात मीरबलाने तो चुकविला; परंतु तो वीर पळाला नाही. हातात शस्त्र नसताही विजेसारखा तो भाऊसाहेबांच्या अंगावर तुटून पडला व त्याने त्यांना जमिनीवर लोळविले. इतक्यात नानासाहेब, आनंदराव व टिल्लू तेथे आलेच व त्यांनी त्याला खाली पाडले आणि नानासाहेब "मारू नको- मारू नको" म्हणत आहेत तोच टिल्लूने त्या जंगली वीराची गर्दन तोडली.

◆

६३

त्या रानटी राज्यात हा घोर प्रकार घडला, त्याच रात्री प्रियब्रह्मस्वामी व भय्यासाहेब एकीकडे बसून गुरुशिष्यांप्रमाणे अनेक विषयांची चर्चा करीत होते.

"स्वामिन् ," भय्यासाहेब म्हणत होते, "माझ्या पत्नीवर असा प्रसंग येणार आहे हे आपणाला ठाऊक होतं तर मग या मंडळींना तिकडे धाडलं तरी कसं?

आणि आज तरी मला तिकडचा मार्ग का दाखविला नाही? आपणाला एवढी योगसिद्धी असताना आपण या गोष्टीचा प्रतिकार का केला नाही?''

''त्यांना जर कारिसेनी देशात मी पाठविलं नसतं व त्यांच्यावर हा प्रसंग आला नसता तर हल्ली त्यांना जे दु:ख होत आहे त्यापेक्षा अधिक दु:ख सोसावं लागलं असतं.''

''यापेक्षा अधिक दु:ख व अधिक अपमान तो काय असणार?''

''जर काल जनुभाऊ चकणे कटोहात मेले नसते तर त्यांनी या बायकांवर आताच्या पेक्षाही भयंकर प्रसंग आणला असता व सर्वांच्या सुखाचा आणि अब्रूचाही अधिक शोचनीय नाश केला असता.''

''पण जनुभाऊंचा काटा काढण्याकरिता का असला प्रसंग त्यांच्यावर आणायचा? या बायकांना त्या रानटी लोकांनी जर बळजबळीने-''

''तुला माझं म्हणणं कडू वाटेल, पण खरी गोष्ट सांगितली पाहिजे. तू तिला सोडून देण्याचं अविचारानं जे पाप केलंस त्याबद्दल ईश्वरी शासन म्हणूनच तिच्यावरचा हा प्रसंग तुला ऐकावा लागत आहे. तुला शासन मिळावं व तुला सन्मार्गावर आणावं, हा या विलक्षण प्रसंगाचा एक आनुषंगिक हेतू आहे.''

स्वामींचे हे शब्द भय्यासाहेबांना फारच झोंबले. पण ते यथार्थ व न्याय्य होते असे त्यांचे मन त्यांना सांगत असल्यामुळे त्याच्यावर ते काय उत्तर देणार? आपण आपल्या बायकोच्या अध:पाताला कारणीभूत झालो, हा विचार त्यांच्या हृदयाला शल्याप्रमाणे टोचू लागला. त्याची विवेकबुद्धी आता मलिन झाली, धीर सुटला, मनावरचा ताबा गेला आणि तेथेच मुक्तकंठ रडू लागले व पश्चात्तापाचे उद्‌गार काढू लागले.

◆

६४

मीरबलाच्या तावडीतून भाऊसाहेब सुटून मीरबल मरून खाली पडल्याबरोबर रागिणीने भाऊसाहेबांना एकदम मिठी मारली व ती दोघे मुक्तकंठ रडू लागली. नानासाहेबांनाही गहिवर आल्यासारखे झाले, पण त्यांनी आपले मन आवरले व ते भाऊसाहेबांना म्हणाले, ''भाऊसाहेब, हा प्रसंग कोणता इकडे लक्ष द्या. येथे क्षणभरही उभे राहण्याची सोय नाही आता. चला, धावा आश्रमाकडे. रागिणी, सोड सोड भाऊसाहेबांना.''

असे म्हणून नानासाहेबांनी त्या दोघांना एकमेकांच्या बाहुपाशांतून सोडविले व त्यांना घेऊन ते धावू लागले. त्या सुकुमार बायकांना किंवा त्या प्रौढ पुरुषांना वीस पावलेही धावण्याची सवय नसेल. पण ही मंडळी आता दोन-तीन मैल धापा टाकीत

टाकीत धावत गेली व अखेर आश्रम आल्यावर थोडासा विसावा घेण्याकरिता तेथे बसली. प्रियब्रह्मस्वामींचे शिष्य तेथे होतेच. "आज दिवसा कोठे होता?" असे एका शिष्याने विचारल्यावर आनंदरावांनी "तुम्ही आज कोठे होता?" असा रागाने उलट प्रश्न केला.

"आम्ही येथेच होतो." एक शिष्य म्हणाला.

"इथेच होता तर मग आमची चौकशी करण्याला फुरसत नाही झाली वाटतं?" आनंदराव पुन्हा उपरोधिक स्वराने म्हणाले. "आम्ही कोठे आहोत- जिवंत आहो का मेलो आहो याची चौकशी करण्याची तुम्हाला काही इच्छाच झाली नाही ना? तुमच्यासारख्या स्नेह्यांचा संकटाच्या वेळी चांगला उपयोग होईल! स्नेही असावेत ते असेच आस्थेवाईक असावेत."

"आनंदराव," त्यांच्यापैकी प्रौढ व मुख्य शिष्य म्हणाला, "आमच्यावर तुम्ही रागावला आहात हे साहजिक आहे. पण आमचा याच्यात खरोखर काही दोष नाही. तुम्ही मंडळी कोठे व कोणत्या स्थितीत आहात हे आम्हाला ठाऊक होतं. तुमच्यावर कसं संकट येणार आहे, तुमच्यापैकी एका मनुष्याला- जनुभाऊंना- कसं जाळण्यात येणार आहे, तुमच्या बायकांवर कोणता प्रसंग ओढवणार आहे या सर्व गोष्टी आमच्या प्रियब्रह्मस्वामींनी मला इकडे येताना सांगून ठेवल्या होत्या व या प्रसंगाकडे दुर्लक्ष करायला त्यांनी मला आज्ञा दिली होती. 'असे का?' म्हणून मी स्वामींना विचारले व त्यांनी मला 'या गोष्टी अशाच घडल्याच पाहिजेत, याच्यात या मंडळींचे खरे हित आहे' असं सांगितलं. असली भलती संकटं येऊन तुमचं खरं हित कसं साधणार हे मला समजलं नाही. पण माझी स्वामींवर अत्यंत भक्ती असल्यामुळे त्यांची आज्ञा मी शिरसावंद्य केली. आज आमच्यातली काही मंडळी तुमचा शोध घेण्याकरिता येणार होती. पण गुरूंची आज्ञा लक्षात घेऊन मीच त्यांना या गोष्टीपासून परावृत्त केले. ते जाऊ दे. तुम्ही आता थकला आहात, तेव्हा आता येथे स्वस्थपणे निजा. आम्ही आता पहारा करतो. भिण्याचं मुळीच कारण नाही."

प्रियब्रह्मस्वामींनी अशाप्रकारच्या विलक्षण संकटात आपणाला जाणून समजून का लोटले असावे, असा त्या सर्व मंडळींच्या मनात विचार आला. पण ती विचार करण्याची वेळी नव्हती. निदान आईसाहेबांना तरी असा विचार करण्याला फुरसत नव्हती. पूर्वनिर्दिष्ट प्रौढ शिष्याकडे वळून त्या म्हणाल्या, "झालं ते झालं. त्याचं आता काय? पण आम्हाला काही या आश्रमात आता क्षणभरसुद्धा राहायचं नाही. इतके दिवस राहिलो नि सुखसोहळे भोगले तेवढे पुष्कळ झाले. आम्ही आताच्या आता घरचा रस्ता धरणार."

या गोष्टीला उत्तरेनेसुद्धा संमती दिली व पुरुषमंडळीही तेथे राहायला राजी नव्हती. आता यापुढे कसली भीती नाही असे शिष्यमंडळी त्यांना सांगत होती व एक

दिवस तरी झोप आणि विश्रांती घेऊन मग पाहिजे तर जावे, असा ते शिष्य आग्रह करीत होते. पण आग्रहाबद्दल त्यांचे आभार मानून ती मंडळी लगेच रस्ता चालू लागली. वाट दाखविण्याकरिता शिष्य अर्थातच बरोबर निघाले व ती मंडळी प्रियब्रह्मस्वामींच्या जवळच्याच आनंदमठाला तिसऱ्या दिवशी सुखरूप पोहोचली.

◆

६५

ज्या वेळेला ही मंडळी मठात शिरली त्यावेळी प्रियब्रह्मस्वामींचे शिष्यगणांसमोर एका उपनिषद्वाक्यावर प्रवचन चालले होते. भय्यासाहेब स्नानाकरिता बाहेर गेले होते. प्रियब्रह्मस्वामींनी मंडळीला पाहिल्याबरोबर आनंदस्मित करून मोठ्या प्रेमाने ''या मंडळी, कसे काय? ठीक आहे ना?'' असे म्हटले व शिष्यांना पोथी गुंडाळून जायला सांगून त्यांनी मंडळींचा आदरसत्कार केला आणि बेताबेताने प्रेमपूर्वक त्यांच्या प्रकृतीची वगैरे विचारपूसही केली.

बहुतेकांनी ''ठीक आहे, ठीक आहे' असे उडवाउडवीचे उत्तर देऊन मनातील विचार प्रकट केले नाहीत. पण शास्त्रीबुवांकडे पाहून स्वामींनी जेव्हा कुशल प्रश्न विचारला तेव्हा ते स्मितपूर्वक विनोदस्वराने म्हणाले, ''वा स्वामीमहाराज! आम्हाला तिकडे यमपुरीत धाडून सवरून पुन्हा शांतपणे कुशल प्रश्न विचारणे आहेच का?''

''म्हणजे?'' स्वामी म्हणाले व शास्त्रीबुवांच्या बोलण्याचा आपणाला काही अर्थच कळला नाही असे त्यांनी दाखविले. शास्त्रीबुवांनी मग आपल्या हालअपेष्टांचे व आपल्यावरील दुर्धर प्रसंगांचे तिखटमीठ लावून रसभरित वर्णन केले. चाळीस एक तासांपूर्वी त्या प्रसंगांचा प्रत्यक्ष अनुभव घेत असताना त्यांना जेवढे दु:ख होत होते, तेवढा किंवा त्याहून अधिक आनंद त्यांना या वर्णनाच्या प्रसंगी होत होता असे त्यांच्या चर्येवरून दिसत होते. काव्यरसाची भर घालून त्यांनी आपल्यावरील संकटाचे जणू काय मिटक्या मारीतच रसपूर्ण वर्णन केले व ''आम्हाला या अशा प्रदेशात का धाडून दिले?'' अशाप्रकारचे प्रश्न विचारून त्यांना विनोदबुद्धीने बाह्यत: दोष दिला.

''तुमचाच आग्रह होता तिकडे जाण्याचा! मी तुम्हाला फक्त मार्ग दाखविला'' असे म्हणून स्वामींनी आपल्यावरील जबाबदारी टाळण्याचा प्रथम प्रयत्न केला; परंतु काही वेळाने त्यांनी गंभीर मुद्रा करून शांतपणे म्हटले, ''मला या सर्व गोष्टी होणार आहेत हे पूर्णपणे ठाऊक होतं, तरीही मी तुम्हाला तिकडं धाडलं.''

स्वामींचे हे वाक्य ऐकल्याबरोबर मंडळी स्वामींकडे व एकमेकांकडे आश्चर्याने टकमक पाहू लागली. हे पाहून स्वामी म्हणाले, ''तुम्हाला या गोष्टीचं आश्चर्य वाटावं हे साहजिक आहे. पण मी जे केलं, ते करण्यात माझे काय हेतू होते हे मी आताच

सांगत नाही. ही गोष्ट मी सद्बुद्धीने केलेली आहे एवढेच मात्र मी आता सांगतो. मी आपले सर्व हेतू आताच उघडपणे सांगू लागलो, तर सारा दिवस पुरणार नाही आणि त्यातून तुम्ही मंडळी आता दमूनभागून आला आहात. तुम्ही आता थोडीशी विश्रांती घ्या, मागून आपण याबद्दल पुष्कळ बोलू.''

''आम्ही काही दमलेलो नाही.'' नानासाहेब म्हणाले व आनंदरावांनीही त्याला दुजोरा दिला आणि हेतूद्धाटन करायला स्वामींना अप्रत्यक्षपणे सुचविले.

''आम्हाला जी रम्य वनश्री लागली ती पाहत चालणाराला शंभर कोस चाललं तरी श्रम म्हणून वाटणार नाहीत,'' शास्त्रीबुवा म्हणाले व स्वामींचे हेतू काय होते हे जाणण्याविषयी औत्सुक्य दाखवू लागले.

भाऊसाहेबांनी, उत्तरेने आणि रागिणीनेही अशाच प्रकारची इच्छा दर्शविली. परंतु स्वामींनी त्यांना विश्रांती घ्यायला व थोडासा फलाहार करायला शांतपणे प्रेमपूर्वक आग्रह केला. त्यामुळे सर्व मंडळींची जिज्ञासा त्यावेळी अतृप्तच राहिली.

फलाहार वगैरे झाल्यावर आईसाहेब ''कपाळ दुखतं आहे. मी जरा निजते,'' असे म्हणाल्या. उत्तरा, रागिणी, किनरी याही दमल्याभागल्या असल्यामुळे झोप घ्यायला उत्सुक असतील असे स्वामींनी ओळखले व त्यांनी शेजारच्याच खोलीत काही उबदार ऊर्णावस्त्रे आणि व्याघ्राजिने शिष्यांकडून पसरवून त्यांची निजण्याची सोय करून दिली.

पुरुष मंडळींपैकी टिल्लूने मठातील एका कोपऱ्यात झोप घेण्याची आपली आपणच शिष्यमंडळींकडून सोय लावून घेतली होती व तो आता घोरूही लागला होता. बाकीच्यांना झोप येत होती, पण स्वामींची मुद्रा गूढार्थपरिपूर्ण दिसत असल्यामुळे त्यांच्याशी बोलण्याची त्यांना अधिक इच्छा होती. शास्त्रीबुवांनी आपल्यावरील आलेल्या प्रसंगाची गोष्ट मुद्दाम उकरून काढली व 'आम्हाला बुद्धिपुरस्सर संकटात का लोटले?' अशा अर्थाचे ते अनेक तऱ्हेने प्रश्न विचारू लागले; परंतु प्रियब्रह्मस्वामींनी त्यांना दाद दिली नाही. ते काहीतरी दुसराच प्रश्न काढीत व मुख्य प्रश्नाचे उत्तर देण्याचे टाळीत.

बोलता बोलता स्वामींनी मीरबलाच्या स्वभावाची बरीच स्तुती केली. ''तो बाहेरून कितीही क्रूर दिसला तरी त्याचं हृदय खऱ्या वीराला शोभण्यासारखं होतं.'' ते म्हणाले.

''परस्त्रियांना छळणाऱ्या मनुष्याला 'वीर' ही पदवी मिळाली म्हणजे मग 'वीर' शब्दाचा अर्थच बदलला पाहिजे.'' शास्त्रीबुवा म्हणाले.

ही टीका ऐकून स्वामी म्हणाले, ''मीरबलाच्या रानटी जातीत वरील गोष्ट 'पाप' म्हणून समजली जात नाही. उलट, अशी गोष्ट करणारा मान्य समजला जातो. अशी स्थिती असल्यामुळे मीरबल हा बुद्धिपुरस्सर पापाचरण करणारा होता असं म्हणता

येत नाही; परंतु जनुभाऊसारखे लोक 'पाप कोणतं व पुण्य कोणतं' हे कळत असूनदेखील जेव्हा नीचपणा करतात, तेव्हा ते मात्र खरे गर्हणीय समजले पाहिजेत. जनुभाऊंसारख्या भित्र्या व चोरट्या पापी लोकांपेक्षा मीरबलासारखे रानटी दांडगे वीर कितीतरी श्रेष्ठ. मीरबलामध्ये जे औदार्य व वीर्य होतं ते जनुभाऊंमध्ये होतं काय?''

''अगदी खरं आहे हे'' भाऊसाहेब म्हणाले. ''त्याचं वर्तन आपल्या दृष्टीनं किती जरी निंद्य असलं तरी त्याच्यामध्ये एकप्रकारचं स्पृहणीय वीर्य होतं यात शंका नाही. तो जर आपल्या जातीत जन्माला व वाढता असता तर तो समंजस, लोकमताची पर्वा न करणारा, निर्भीड, करारी व उदार असा सामाजिक किंवा राजकीय सुधारक झाला असता.''

इतक्यात स्नानसंध्या करायला गेलेले भय्यासाहेब मठात परत आले. नानासाहेब वगैरे मंडळी त्यांच्याकडे टक लावून पाहू लागली. कोठेतरी यांना आपण पाहिले असावे, असे त्यांना वाटले, पण कोठे पाहिले असावे, हे कोण आहेत याचा त्यांना निश्चय होईना.

''काय आनंदराव, तुम्ही कोणीकडे इकडे?'' असे शब्द भय्यासाहेबांच्या अगदी ओठांशी आले होते. इतक्यात नानासाहेब स्वामींकडे पाहून म्हणाले, ''यांना कोठेतरी पाहिलं आहे आम्ही. पण नावगाव वगैरे काहीच आठवत नाही.''

हे ऐकून प्रियब्रह्मस्वामींनी आनंदगर्भ मंद स्मित केलं व ''चांगली आठवण करून पाहा,'' असे त्यांनी सर्वांना सांगितले.

त्या दोघांकडे बारकाईने पाहून मंडळी आठवण करीत असता भय्यासाहेबांनी भाऊसाहेबांकडे पाहून विचारले, ''मला ओळखलं नाही का?''

''नाही'' भाऊसाहेब म्हणाले. ''तुम्हाला कोठेतरी मी पुष्कळवेळा पाहिलेलं आहे. आमच्या भय्यासाहेबांसारखा तुमचा तोंडवळा आहे.''

नंतर क्षणभर थांबून, काही आठवल्यासारखे करून ते म्हणाले, ''छे! पण भय्यासाहेबांना सख्खा भाऊ तर नव्हताच. त्यांचे चुलतभाऊ तर नाही आपण? पण चुलतभाऊही त्यांना नव्हता.''

''भय्यासाहेबांचे हे अगदी जवळचे नातलग आहेत. जवळचे म्हणजे फारच जवळचे- तेच ते म्हणा ना?'' प्रियब्रह्मस्वामी हसत म्हणाले.

''म्हणजे?'' सर्व जणांच्या तोंडून एकदम उद्गार निघाला.

''म्हणजे असं की, भय्यासाहेब नदीत बुडून मरण पावले हा तुमचा समज चुकीचा आहे.''

भय्यासाहेब- हे भय्यासाहेबच! अशी सर्वांची खात्री झाल्यावर भाऊसाहेब त्यांना म्हणाले, ''गंगोत्रीला- रागिणीला पाहूनदेखील तुम्ही निर्दयपणे-''

हे वाक्य त्यांनी पुरे केले नाही तरी त्याचा अर्थ भय्यासाहेबांना कळला व त्यांना

फार दु:ख झाले. तरी ते दु:ख आवरून ते म्हणाले, ''मी त्या वेळेलाच येणार होतो; परंतु पुन्हा असा विचार आला की, एवीतेवी संसार सुटलाच आहे तर आता ब्रह्मजिज्ञासा कडेला तरी नेऊन पाहावी. प्रियब्रह्मस्वामींची मी बरीच कीर्ती ऐकली होती. तेव्हा यांचं दर्शन घेऊन मोक्षमार्ग सापडतो की काय हे मला पाहायचं होतं.''

''भय्यासाहेब,'' आनंदराव प्रेमगर्भ, पण निर्भर्त्सनात्मक स्वराने म्हणाले, ''रागिणीला किती दु:ख होत होतं याचा तुम्ही विचार तरी केला होता का? तिला तुम्ही वैधव्यदु:खच नव्हे, तर-''

''आनंदराव, मी मोठी भयंकर चूक केली हे मी कबूल करतो,'' भय्यासाहेब क्षमायाचनात्मक दीन स्वराने मधेच म्हणाले. लगेच आपले थोडेसे समर्थन करण्याच्या इराद्याने ते म्हणाले, ''मी सर्वस्वी गुन्हेगार आहे, पण माझे हेतू वाईट होते का? मी जे केलं ते सद्बुद्धीनं केलं. मी मूर्ख असेन, पण पापी नाही.''

''सद्गृहस्था,'' आनंदराव आपल्या जिवलग स्नेह्याला प्रेमाच्या सलगीने व किंचित कोपाने म्हणाले, ''असला घोर घातुक मूर्खपणा केल्यावर 'सद्हेतू' घेऊन काय जाळायचे आहेत?''

''आनंदराव, भाऊसाहेब, तुमची व या सर्वांची मी क्षमा मागतो.'' भय्यासाहेब म्हणाले. ''मी अपराधी आहे, पण माझे अपराध पोटात घाला. मी ब्रह्मजिज्ञासेच्या प्रबल प्रेरणेनं ही गोष्ट केली ही गोष्ट लक्षात घ्या आणि मग मला दोष द्या.''

असे म्हणून भय्यासाहेबांनी भाऊसाहेबांचे पाय धरले व अश्रूंनी ते भिजवून टाकले. भय्यासाहेबांच्या अविचाराबद्दल भाऊसाहेबांच्या मनात जो थोडाबहुत राग होता तो आता आनंदाच्या पुरात कोठच्या कोठे वाहून गेला. त्यांनी भय्यासाहेबांना उठवून जवळ बसायला सांगितले व 'प्रत्येक मनुष्याच्या हातून चुका होतातच' अशा अर्थाची वाक्ये उच्चारून त्यांचे समाधान केले.

क्षुब्ध झालेल्या मनोवृत्ती जरा शांत झाल्यावर आनंदराव भय्यासाहेबांना म्हणाले, ''बरं, झालं ते झालं. आता तरी संसार चांगला करायचा आहे ना? का अजूनही तुमची ब्रह्मजिज्ञासा आहेच?''

''आनंदराव, तुम्ही असं म्हणावं ना? ब्रह्मजिज्ञासा बाळगणं म्हणजे पाप का आहे? एखाद्या मनुष्यानं नि:श्रेयस सुखाकडे लक्ष देऊन संसारत्याग केल्यास तो पापी होतो काय? स्त्रीसहवाससुखापेक्षा ज्ञानीजनांची संगती अधिक प्रिय वाटली तर तो गुन्हा का आहे?''

''म्हणजे? अजून तुम्ही हा मार्ग सोडायला तयार नाही म्हणायचे?'' आनंदराव म्हणाले.

''हो, थोडंसं खरंच आहे हे. आनंदराव, मी या मार्गाचा अंत पाहिल्याशिवाय परत फिरायचा नाही.''

भय्यासाहेबांचा नाद अद्यापि आहे तसाच आहे व ते संसार करायला आताही तयार नाहीत हा विचार भाऊसाहेबांना फारच कष्टद व असह्य झाला. त्यांचे डोके फिरू लागले व घेरी येते असे वाटू लागले.

"भय्यासाहेब, भय्यासाहेब!" भाऊसाहेब करुणस्वराने म्हणाले, "तुम्हाला आपल्या मार्गाचा अंत सापडण्यापूर्वीच माझा आणि रागिणीचा अंत खास पाहायला सापडेल. भय्यासाहेब, मी तर म्हातारा व कुचकामाचा झालो आहे. मी जगलो काय नि मेलो काय सारखंच. पण रागिणीचा काहीतरी विचार करा. आत्म्याचा शोध करताकरता तिच्या आत्म्याचा नाश का करता? याकरिताच का मी तिला तुमच्या स्वाधीन केलं?"

"भाऊसाहेब, मला आता काही एक बोलवत नाही. काय बोलावं, हेच मला सुचत नाही. कसं वागावं याचा तुम्हीच मला आता उपदेश करा. आत्मज्ञान करून घेणं यासारखं पवित्र व अत्युच्च कर्तव्य नाही असं मला एकदा वाटतं व पुन्हा वाटतं की, संसाराची आणि पत्नीची जबाबदारी संभाळणं हे माझं आद्यकर्तव्य आहे. कोणतं कर्तव्य मान्य, महत्तर, श्रेयस्कर हे तुम्हीच सांगा."

भाऊसाहेब यावर काही बोलले नाहीत. ते भांबावून गेले व भ्रमिष्टासारखे इकडेतिकडे पाहू लागले.

नानासाहेब आपल्या मित्राच्या होरपळलेल्या मनाला समाधान वाटेल याचा विचार करीत असता प्रियब्रह्मस्वामी शांत, गंभीर, प्रेमळ व अधिकारयुक्त वाणीने भय्यासाहेबांना म्हणाले, "बाळ, तुला आत्मज्ञान पाहिजे ना?"

"होय." भय्यासाहेबांनी उत्तर दिले.

"मग तू संसार कर. योग्य रीतीनं गृहस्थाश्रम पाळून संसार केल्यास आत्मज्ञान करून घेण्याची पात्रता येते. ब्रह्मज्ञानाला साधनीभूत असलेले शमदमादी गुण अंगी बाणल्याशिवाय आत्मज्ञान करून घेण्याला मनुष्य पात्र होत नाही हे तत्त्व तुला ठाऊकच आहे. संसार केल्याशिवाय व त्यातील अनेक सुखदुःखांचा व मोहपाशांचा अनुभव घेतल्याशिवाय शम, दम इत्यादी गुण खरे व कायमचे अंगी बाणणार नाहीत. संसारातले जे अनेक मोह व विकारहेतू आहेत त्यांच्या सन्निध राहून त्यांचं जो निवारण करील व मनोनियमन करील त्याचंच मन ब्रह्मजिज्ञासेला अधिकारी होतं. बाकीच्यांची संसारतापजन्य ब्रह्मजिज्ञासा तापातील पिपासेसारखी, केवळ विकृतिसूचक व अल्पकालीन असते. तेव्हा तुला जर ब्रह्मज्ञानग्रहणाला अधिकारी व्हायचं असेल तर मोहमय व विकारहेतूपरिपूर्ण संसारात राहूनदेखील आपलं मन अविकार्य राहिलं आहे असं मला काही वर्षं दाखीव, म्हणजे मी तुला आपला सच्छिष्य समजून मला जे काही ज्ञान आहे ते तुला अर्पण करीन."

ज्या गुरूंवर भय्यासाहेबांची अखेरची मदार होती त्यांनीच असा उपदेश केलेला

ऐकून ते जरासे उदास व हताश झाले व म्हणाले, ‘‘स्वामिन्, आपणच जर मला सोडून दिलंत तर मला दुसरा कोणाचाच आधार नाही. स्वामिन्, ब्रह्मज्ञानाचा मी फार भुकेला आहे.’’

‘‘नुसती भूक लागून उपयोग काय? ब्रह्मज्ञान म्हणजे बोरासारखी किंवा आंब्यासारखी हातानं उचलून देता येईल अशी वस्तू नाही. हे ज्ञान गुरूच्या साहाय्यानं, पण ज्याचं त्यानंच मिळविलं पाहिजे. ब्रह्मज्ञान हे परप्रत्ययानं प्राप्त होण्यासारखं नाही. त्याला स्वानुभवच पाहिजे.’’

‘‘मलाही हे स्वानुभवाचं ब्रह्मज्ञानच पाहिजे आहे.’’ भय्यासाहेब मधेच म्हणाले.

‘‘ते खरं, पण ब्रह्मज्ञान म्हणजे काय याचा तू विचार केला आहेस का? ब्रह्मज्ञान म्हणजे अखिल विश्वाचं- विराटस्वरूपी परमात्म्याचं- ज्ञान. या विराट स्वरूपाचं पूर्ण ज्ञान करून घ्यायचं म्हणजे त्याच्या सर्वांगांचं संपूर्ण ज्ञान झालं पाहिजे. मानवी संसार हे विराटस्वरूपाचं एक अंग आहे. तेव्हा या अंगाचं समर्पक ज्ञान झाल्याशिवाय ब्रह्मज्ञान कसं प्राप्त होईल? आता संसाराचं समर्पक ज्ञान योगाभ्यासानं होईल, नाही असं नाही; पण याला प्रत्यक्ष अनुभव असलेलाच बरा. संसाराचं खरं मर्म व खरं वर्मही प्रत्यक्ष स्वानुभवाशिवाय कळायचं नाही आणि विराटस्वरूपाच्या या महत्त्वाच्या अंगाचं ज्ञान जर चांगलं झालं नाही तर सर्व परमात्मस्वरूपाचं मर्म कसं कळणार? संसार करून स्वानुभवानं त्याचे गुणदोष, त्यातील सुखदु:खं, त्याचं महत्त्व, त्याच्या उपकारकत्वाची मर्यादा इत्यादी गोष्टी कळल्यावर त्याविषयी मग जे वैराग्य प्राप्त होईल, ते खरं वैराग्य! योगाभ्यासाच्या लालसेनं प्राप्त झालेलं वैराग्य विशेष कामाचे नाही.’’

‘‘पण माझं वैराग्य अगदी खरं व कसाला लागलेलं आहे. मला योगमार्गाची खरोखर मनापासून फार आवड आहे हे माझ्या चरित्रावरून दिसत आहे.’’

‘‘आवड आहे म्हणून तो मार्ग योग्य ठरत नाही. आपणाला जे जे प्रिय आहे, ते ते करू लागल्यावर धर्म कोठे राहिला? ‘प्रिय’ आणि ‘श्रेय’ ही दोन भिन्नभिन्न आहेत हे तत्त्व तू उपनिषदात वाचलं आहेस ना?’’

‘‘ते खरे, पण मला ज्याची आवड आहे ती वस्तू श्रेयस्करच आहे. आत्मप्राप्तीपेक्षा अधिक श्रेयस्कर काय असणार? याहून अधिक नि:श्रेयस सुख कशात आहे? मला संसारातील क्षुद्र सुखं प्रिय नाहीत, तर उच्चतर समाधान पाहिजे आहे. ही जिज्ञासा, ही तळमळ जर आपण वाईट म्हणालात तर मग आत्मज्ञान हे ध्येयच वाईट समजलं पाहिजे.’’

हे ध्येय चांगलं आहे, पण येथे अधिकाराचा व कर्तव्याचा प्रश्न येतो. हल्लीच्या परिस्थितीत तू ध्येयाचं अनुसरण करण्यास अनेक दृष्टींनी अधिकारी नाहीस. एकतर तुझं वैराग्य तात्पुरतं असण्याचा संभव आहे व तुझं मन तुझ्या ताब्यात नाही. दुसरं

असं की, तुझं सध्याचं कर्तव्यकर्म निराळं आहे. तू संसारत्याग करणं हे अकर्म आहे-
हा अधर्म आहे.''

''अधर्म कसा हे मला समजत नाही. आत्मप्राप्ती करून घेणं हा जर 'धर्म' नाही
व हे जर माझं कर्तव्य नाही, तर धर्म म्हणजे काय व कर्तव्य म्हणजे काय?''

''प्रश्न बरोबर विचारलास.'' स्वामी शांतपणे व धीरगंभीर स्वराने म्हणाले.
''पण असले धर्मविषयक जे प्रश्न आहेत त्यांची चर्चा करू लागल्यावर त्यांना
अनेक शाखा फुटून चर्चा लांबते व निकालच लावणं कठीण पडतं. तेव्हा आपण
सवडीप्रमाणं या प्रश्नाचा विचार करू. तुझी धर्मजिज्ञासा तीव्र आहे हे मी जाणून
आहे; परंतु या प्रश्नाचं सांगोपांग विवेचन आता नको आहे. धर्माचं व कर्तव्याचं
मुख्य तत्त्व तुला आता सांगतो व त्याची सविस्तर चर्चा पुढंमागं आपण करूच.
बाळा, धर्माचं अंतरंग प्रेम व बहिरंग परोपकार. हृदयात प्रेमनिर्झर असल्याशिवाय
धर्मवृक्ष वाढत नाही. धर्मवृक्षांचं जीवन शुद्ध प्रेम, त्याचं फळ पवित्र वीर्यकर्म व
त्याचा अंगभूत सुवास म्हणजे नि:श्रेयस व शांत सुख. परमेश्वरपूजा म्हणजे मूर्तिपूजा
नव्हे, योगासन नव्हे किंवा तीर्थाटन नव्हे, तर परोपकारकर्म- पवित्र कर्म- प्रेमकर्म-
वीर्यकर्म. धर्माचं बीज प्रेमात आहे. प्रेम म्हणजे सर्व भूतांविषयी आत्मभाव. हीच गोष्ट
दुसऱ्या तऱ्हेने सांगायची असल्यास प्रेम म्हणजे स्वाभिमानविस्मृती -स्वार्थत्याग-
आत्मयज्ञ असं म्हणावं. तुला जर आत्मप्राप्ती पाहिजे आहे तर आत्माभिमान सोड.
आत्मयज्ञाशिवाय आत्मप्राप्ती नाही. आत्मप्राप्ती ज्ञानानं, विद्वत्तेने किंवा तपश्चर्येनं
होत नसते, तर ती आत्मयज्ञ करण्यानं प्राप्त होते. प्रेमानं प्रेरित होऊन स्वार्थत्यागपूर्वक
जगातील दु:ख, पाप, अज्ञान वगैरे कमी करणं याचं नाव परोपकार. पवित्र कर्म किंवा
वीर्यकर्म वस्तुत: एकच असून, यांचेही अनेक प्रकार आहेत. परोपकार द्रव्यदानातच
आहे असं नाही. वीर्य रणांगणातच दृष्टोत्पत्तीला येतं असं नाही व पावित्र्य देवपूजेनंच
प्राप्त होतं असंही नाही. जगात जे गाढ अज्ञान आहे, जी हृदयद्रावक दु:खं आहेत,
जी प्राणघातक संकटं आहेत, जी घोर पापं आहेत, नयनशल्यभू जी कुरूपता आहे,
त्यापैकी एखादी तरी अनिष्ट गोष्ट स्वत:ला त्रास सोसून जो जगातून कमी करील तो
आपल्या परीनं व आपल्या मानानं परोपकारी, पवित्राचरणी वीरच आहे. आपल्या
इकडील तानाजी मालुसरे यांच्यासारख्या गृहदारादिकांच्या मोहाला बळी न पडणारा
व धारातीर्थी प्राण सोडणारा देशभक्त योद्धा जसा वीर, तसाच अमेरिकेतील एडिसनसारखा
स्त्रीविलासाची वगैरे पर्वा न करणारा व रात्रंदिवस विचार करीत राहून अनेक शास्त्रीय
शोध लावणारा कल्पक मनुष्यही वीरच होय. जो जो मनुष्य स्वाभिमान सोडून व
स्वार्थत्याग करून जगात आहे त्यापेक्षा अधिक सुख, अधिक आनंद, अधिक
सौंदर्य, अधिक रमणीयता, अधिक ज्ञान, अधिक पावित्र्य, अधिक तेज, अधिक
उदारबुद्धी, अधिक उदात्तता आणील तो तो आपल्या परीनं वीरच होय. देशातील

अज्ञान दूर करणं, उदात्तता वाढविणं, व्यापार विस्तृत करणं, कलाकौशल्य अधिक रमणीय व आदरणीय करणं, अनेक शोध लावणं व कल्पकता वाढविणं, मनोवृत्तींना सत्पंथ प्रिय वाटू लागेल असं करणं, सद्‌भिरुचीचं पोषण करणं, देशाभिमान वाढविणं, स्वार्थत्याग शिकविणं, प्रेम पेरणं ही सर्व पवित्र कर्म व वीर्यकर्मच आहेत.

''धर्माभिमान किंवा देशाभिमान एकाच स्वरूपात दिसतो असं नाही. आत्मप्राप्ती एकाच मार्गानं होते असं समजणं चुकीचं आहे. मार्ग भिन्न असले तरी सर्व मार्गांच्या मुळाशी मात्र एकच कल्पना आहे, ती ही की, मनाचं नियमन करा, क्षुद्र अभिमान सोडा, सर्व भूतमात्रांना आत्मतुल्य समजा, आत्मा प्रेममय करा व द्वैतभाव सोडून द्या म्हणजे तुम्हाला खरं आत्मसुख- खरा ब्रह्मानंद प्राप्त होईल. मातेचं जसं पुत्रावर प्रेम असतं किंवा पत्नीचं पतीवर प्रेम असतं तसं आपलं सर्व भूतमात्रांवर- सर्व वसुंधरेवर- असेल तेव्हाच जग व आपण भिन्न आहोत ही भावना- हा द्वैतभाव- नष्ट होईल व आपण खऱ्या अद्वैतसुखाला पात्र होऊ. हा ब्रह्मानंद ज्याला मिळाला तो कोणाचा द्वेष करीत नाही, त्याला कसली भीती नसते व त्याला अहंकारजन्य दु:खही होत नाही. या स्थितीला पोहोचण्याकरिता आपल्या प्रेमाचं क्षेत्र क्रमाक्रमानंच वाढवीत जावं, दुसऱ्यांच्या दोषांकडे उदार दृष्टीनं आणि प्रेमबुद्धीनं पाहावं व स्वत:विषयीचा क्षुद्र अहंकार सोडीत जावं. लोकांनी अपकार केला तरी त्यांच्यावर उपकारच करावा व त्यांना क्षमा करून त्यांचा द्वेष करण्याचं सोडून द्यावं. लोकांचा आपण द्वेष का करतो व त्यांच्यावर का रागावतो? याचं कारण आपला 'अहंकार!' दुसरं काही नाही. जगात परोपकार करणं किंवा कर्तव्यकर्म करीत राहणं हेच आपलं अवतारकृत्य असं न समजता अहंकारानं आपण 'हे माझं गृह,' 'ही माझी भार्या' अशाप्रकारच्या ममत्वानं अंध होतो. असं समजतो की, आपणाला जशी कर्तव्यकर्मं आहेत, तसे हक्कही आहेत व हे हक्क इतरांनी मान्य व आदरणीय समजावेत. जो आपले हक्क मानीत नाही व जो आपणाला आदर देत नाही त्याला आपण अहंकारानं द्वेष्य समजतो. पण खरी स्थिती अशी आहे की, मनुष्याला केवळ कर्तव्यकर्म आहेत, हक्क नाहीत. दुसऱ्यानं कसं वागावं हा त्या दुसऱ्याचा व जगच्चालकाचा प्रश्न आहे, आपला नाही. आपण आपलं कर्तव्यकर्म केलं म्हणजे आपलं कार्य संपलं. दुसरा वाईट रीतीनं वागला म्हणून आपण आपली शांती का दडवावी व आपल्या जिवाचा संताप का करून घ्यावा? आपल्या कर्तव्यकर्माचा भार काय कमी आहे तर आपण लोकांच्या कर्तव्याचा भार आपल्यावरच घ्यावा?''

''पण आपलं कर्तव्यकर्म काय आहे हे कसं ओळखायचं?'' भय्यासाहेबांनी विचारले.

''हा प्रश्न बिकट तर खराच, पण 'परोपकार' किंवा 'वीर्य' या शब्दाचं विवरण करताना याचं उत्तर दिग्दर्शित झालंच आहे. आपलं जीवितकर्तव्य म्हणजे आपला

आत्मा प्रेममय करून स्वार्थत्यागपूर्वक परोपकार करणं हे ठरल्यावर आपणाला कोणत्या प्रकारानं इतरांना सर्वांत अधिक सुख किंवा साहाय्य देता येईल व कोणत्या प्रकारानं जगातील ज्ञान, प्रेम, रमणीयता, सद्भिरुची इत्यादी गोष्टी आपणाला वाढविता येतील याचा ज्याचा त्यानं आपल्या मनाशी विचार करावा आणि मग आपलं शरीरबल, बुद्धिसामर्थ्य, परिस्थिती, स्वाभाविक प्रवृत्ती, आवड इत्यादी गोष्टींचा विचार करून परिस्थितीच्या आनुकूल्याप्रमाणं, आपल्या मगदुराप्रमाणं व आवडीप्रमाणं आपलं कर्तव्यकर्म ठरवावं आणि त्यापासून रतिमात्रही ढळू नये.''

प्रियब्रह्मस्वामींचा वरील उपदेश भय्यासाहेबच नव्हे तर नानासाहेब वगैरे मंडळीही अगदी लक्ष देऊन आदरपूर्वक ऐकत होती. नानासाहेब सुधारक असूनही त्यांना या स्वामींबद्दल आता पूर्वीपेक्षा अधिक आदर वाटू लागला व अधिकारी पुरुषाच्या या उपदेशामुळे भय्यासाहेब ताळ्यावर येतील अशी त्यांना आशा वाटू लागली. भाऊसाहेबांना मात्र अशाप्रकारची आशा वाटली नाही. स्वामींचे वक्तृत्वपूर्ण भाषण चालले असता ते आपले औदासीन्य काही वेळ विसरले ही गोष्ट खरी, पण भाषण संपल्यावर ते अधिकच उदास, निराश व मलूल झाले.

त्यांची ती अवस्था स्वामींच्या लक्षात आलीच व त्यांच्या दु:खाचे खरे कारण जरी त्यांना ठाऊक होते तरी भाऊसाहेबांचे मन बाह्य उपायांनी शक्य तेवढे रंजविण्याकरिता ते म्हणाले, ''भाऊसाहेब, तुम्ही थकलेले दिसता. गूळपाणी काही पाहिजे काय?''

हे शब्द त्यांनी इतक्या अंत:करणपूर्वक व प्रेमळतेने उच्चारले की, भाऊसाहेबांनी काहीएक अनमान न करता थंडगार पाणी पिण्याची आपली इच्छा दर्शविली. लगेच स्वामींनी एका शिष्याला हाक मारून त्याच्याकडून गूळ व थंडगार पाणी आणविले. पाणी प्याल्यावर भाऊसाहेबांना जरासे बरे वाटले व त्यांची वृत्ती जराशी उल्हसित होऊन स्वामींना ते स्मितपूर्वक म्हणाले, ''हे गुहेतलं गार पाणी गोड खरं, पण याहूनही स्वामींचं बोधामृत मला अधिक गोड वाटतं. आपण इतका वेळ जे बोलला त्यावरून एक-दोन शंका आल्या आहेत त्या आपणाला आता विचारतो. आम्ही इंग्रजी शिकलेले लोक नेहमी काही ना काही तरी शंका काढायचे हे आपणाला ठाऊक आहेच.''

''प्रश्न विचारायला हरकत नाही.'' स्वामी शांतपणे व प्रेमळ स्वराने म्हणाले. ''पण आज तात्त्विक चर्चेचा प्रसंग नाही. तुमचे हे जामात आपलं कर्तव्यकर्म सोडून योगाच्या नादी—''

''कर्तव्यकर्म सोडून नाही.'' भय्यासाहेब मधेच म्हणाले. ''मला ते कर्तव्यकर्मच वाटतं.''

''रागिणीला सोडून या योगाभ्यासाच्या नादी लागणं आपलं कर्तव्यकर्म आहे असं तुम्हाला अद्यापि वाटतं काय? रागिणीला व श्वशुरांना दु:खात लोटणं आणि

मित्रमंडळींना या दोघांचं दु:ख पाहायला लावणं या गोष्टींनी स्वत:ची, त्यांची किंवा देशाची कोणती सेवा तू केलीस? कोणाला अधिक आनंद दिलास? कोणतं वीर्यकर्म केलंस? कोणाची नीतिमत्ता वाढविलीस? प्रेमबुद्धीचा कितीसा परिपोष केलास? कोणाचं अज्ञान दूर केलंस?''

''स्वामिन्, आपण म्हणता ते सर्व मला ठाऊक आहे. पण मला योगमार्गाची फार आवड आहे. आपण दीक्षा देऊन-''

''ही आवड चुकीची आहे. तू आपलं कर्तव्यकर्म सोडून देत असल्यामुळे तुला मी दीक्षा देऊ शकत नाही. माझं ऐकायचं असलं तर तू पत्नीसमवेत गृहस्थाश्रमात राहा आणि मग योग्य काली तुम्ही दोघे जणंही वानप्रस्थाश्रम स्वीकारा.''

हे ऐकून भय्यासाहेब आनंदरावांकडे वळून त्यांना म्हणाले, ''आनंदराव, तुम्ही सर्वच लोक माझ्या विरुद्ध आहात, तेव्हा माझ्याच विचारांत चूक आहे हे कबूल केलं पाहिजे. वाटेत मला एक थिऑसॉफिस्ट साधू भेटले होते, तेही या मार्गाच्या विरुद्ध होते. ते म्हणाले की, 'संसाराला भिऊन व कर्तव्यकर्मे बाजूला ठेवून संसार सोडून देणे हे थिऑसॉफीच्या तत्त्वाविरुद्ध आहे.' आपले प्रियब्रह्मस्वामी हेही माझ्या विरुद्धच. तेव्हा मी आपली चूक पदरात घेतो. चूक झाली ती झाली, आता तुम्ही सर्वांनी मला क्षमा करावी एवढीच माझी विनंती आहे.''

रागिणीला भय्यासाहेबांसारखा आवाज ऐकू आल्यामुळे तिला कसेसेच वाटू लागले व उत्तरेला जागी करण्याचा प्रयत्न केला.

''नीट ऐक तर खरी,'' रागिणी म्हणाली. ''मला तर स्पष्ट आवाज ऐकू येतो आहे. ताई, उठ, आईसाहेब, उठा- उठा. काहीतरी भूतचेष्टा आहे, नाहीतर मला वेड लागलं आहे.''

असे म्हणून ती उभी राहिली व उत्तरा आणि ती बाहेर कोण आहे ते पाहू लागल्या. पाहू लागताक्षणीच ऋषिशिष्यवेषधारी भय्यासाहेब तिच्या दृष्टीला पडले व ती यामुळे अतिशयच भांबावून व घाबरून गेली. आणि ''आई, ताई, आईसाहेब, भूत- भूत- गंगोत्रीला पाहिलेलं पूर्वीचंच भूत हे,'' असे असंबद्ध काहीतरी ओरडू लागली.

रागिणीची शरीरयष्टी कापू लागली व आईसाहेबांना तिने घट्ट मिठी मारली. परंतु अखेर ती बेशुद्ध पडलीच.

प्रियब्रह्मस्वामी, भाऊसाहेब वगैरे मंडळी लगेच धावली व त्यांनी डोकीवर पाणी वगैरे शिंपडून तिला लवकर सावध केले. अर्धवट सावध झाल्यावर भाऊसाहेब तिला म्हणाले, ''रागिणी, घाबरतेस काय अशी? हे खरोखरच भय्यासाहेब आहेत. ते निवर्तल्याची बातमी अगदी खोटी!''

''रागिणी,'' भय्यासाहेब तिला म्हणाले. ''सावध हो. अशी घाबरून जाऊ

नकोस. मी भूत नाही, समंध नाही किंवा तोतया नाही. मी आपल्या सहीचं पत्र लिहिलं ते खोटं. मी गंगेत मुळीच जीव दिला नाही. गंगोत्रीला आंब्याच्या झाडावर जो संन्यासी तुला नि उत्तराताईला दिसला तो मीच. तुझा भय्यासाहेब- तुझा घोर अपराध केलेला तुझा प्रिय भय्यासाहेब तो मीच.''

तरीही रागिणी काहीच बोलेना. हे सर्व स्वप्न आहे, हा काहीतरी भ्रम आहे, ही काहीतरी माया आहे अशी तिला उगाच भीती वाटत होती व ती भीती तिच्या मनातून काही केल्या जाईना.

बराच वेळ गेल्यावर भय्यासाहेब अखेरचा उपाय म्हणून तिला म्हणाले, ''रागिणी, तुझी अजून खात्री होत नाही ना? मी तुझ्यापुढे प्रत्यक्ष उभा असता तू जर मला मानीत नाहीस तर तुझी आता खात्री कशी करायची? आपल्या गुह्य गोष्टी तुला सांगितल्या म्हणजे मग तर तुला माझी ओळख पटेल ना? अशा गोष्टी इथं उघड बोलू नयेत, पण मला दुसरा उपाय दिसत नाही. रागिणी, आपलं लग्न झाल्यावर एक दिवस रात्री दहा वाजण्याच्या सुमाराला मला पाणी पिण्याची इच्छा झाली होती आणि त्याच वेळी तू तांब्या घेऊन खोलीत आलेली पाहून मी म्हटलं, 'कशी नेमकी आलीस? मला आताच पाणी पिण्याची इच्छा झाली होती,' मी असं म्हटल्यावर माझ्या थिऑसॉफीच्या नादाची विनोदबुद्धीनं चेष्टा करण्याच्या हेतूनं तू काय म्हणाली होतीस हे तुला आठवतं आहे का? 'थिऑसॉफीमध्ये विचारक्रांतीचं तत्त्व आहे ना, त्या तत्त्वाप्रमाणंच मला आपल्या मनातील गोष्ट कळली', असं म्हणून तू माझ्या थिऑसॉफीची थट्टा उडवलीस हे तुला आठवत नाही का? आणि माझी थिऑसॉफीवर बेसुमार भक्ती असल्यामुळे तुझी मस्करी मला कशी खपली नाही आणि मी मग तुला रागानं कसे भलतेसलते शब्द बोललो हे सर्व विसरलीस का? नंतर तू जेव्हा मुळुमुळू रडू लागलीस तेवहा मला पश्चात्ताप होऊन तुझं स्वांत्वन मी कसं करू लागलो याची तुला आठवण आहे का? आदल्याच दिवशी आपण पाहिलेल्या नाटकातील नायक आपल्या रुसलेल्या पत्नीची जी मनधरणी करीत होता तिची विनोदानं नक्कल करून मी तुझं कसं सांत्वन करू पाहत होतो हे तू विसरली नसशील. त्यावेळी मी संस्कृत नाटकातल्या नायकाप्रमाणे तुझ्या सौंदर्याचं काव्यात्म कल्पनांनी बरंच वर्णन केलं, तरी तुझा रुसवा गेला नाही. तू कोपानं डोळे लाल करून व मौन धरून आपल्या स्वरूपाचं वर्णन स्वस्थपणे ऐकत होतीस. पण केशपाशनयनादिकांचं वर्णन करून तुझ्या कपोलापर्यंत जेव्हा मी येऊन पोहोचलो व तुझ्या कपोलांना खरोखरच येऊन भिडलो आणि 'ही गुलाबी लाली तुला का व कशी प्राप्ती झाली?' असं जेव्हा तुला काव्यबुद्धीनं विचारलं, तेव्हा तू काय उत्तर दिलंस याची तुला आठवण आहे का? 'आपल्या रक्त ओष्ठांचा वारंवार स्पर्श होत असल्यामुळेच ते लाल झाले आहेत' असं तू उत्तर दिलंस आणि रुसवा सोडून दिल्याचं खुबीनं दर्शविलंस हे सर्व तू

विसरलीस काय? रागिणी, या गोष्टी मी इथं बोलू नये, पण तुला माझी ओळख पटत नाही तेव्हा मी तरी काय करू?''

''म्हणून या असल्या गोष्टी का इथं कोणी बोलतं?'' रागिणी कृतककोपानं म्हणाली व इतक्या मधुर रीतीने लाजली की, तिच्या मनातून आता सर्व किंतू निघून गेला ही गोष्ट प्रत्यक्ष शब्दांशिवाय सर्वांना कळून चुकली व अर्धा-एक मिनिट कोणी काहीच बोलले नाही.

◆

६६

भय्यासाहेब व रागिणी या पतिपत्नींची अनेक वर्षांनंतर व अनेक संकटांनंतर गाठ पडल्यामुळे सर्व मंडळीला झालेल्या आनंदापुढे आनंदराव व उत्तरा यांच्या वाङ्‌निश्चित विवाहाचा प्रश्नच मंडळींच्या स्मृतीतून त्यावेळी गेला होता; परंतु प्रियब्रह्मस्वामींनी या गोष्टीची त्यांना आठवण देऊन विवाह आजच्या आज सुमुहूर्तानेे आनंदमठातच उरकून घ्यावा असे सुचविले. त्याप्रमाणे ते विवाहमंगल पार पडले.

त्या दिवशी संध्याकाळी ही दोन तरुण जोडपी फिरायला बाहेर पडली. थोड्याच वेळात त्यांचे मार्ग भिन्न झाले.

चालता चालता भय्यासाहेब व रागिणी पर्वताच्या एका तुटलेल्या कड्याजवळ- एका भयंकर दरीजवळ - गेली. भय्यासाहेब अगदी कडेला जाऊन खालील अत्यंत खोल व अद्‌भुतरम्य भयानक दरीत डोकावून पाहू लागले. रागिणी जरा मागेच एका अशोकाच्या झाडाजवळ उभी राहून तेथून दिसेल तेवढा दरीचा भाग व समोरच्या पर्वतपृष्ठावरील आणि शिखरांवरची शोभा पाहत होती.

एक-दोन मिनिटांनी भय्यासाहेब एकदम रागिणीजवळ वळले व गांभीर्याने म्हणाले, ''रागिणी, हे जग या पर्वताच्या देखाव्यासारखंच नाही का? ही खालची अंधकारमय घोर दरी, हा मधला विचित्र रम्य पर्वत व हे वरचं अनंतगूढ उदास आकाश याकडे पाहून मला भगवद्‌गीतेतील 'अव्यक्तादीनि भूतानि व्यक्तमध्यानि भारत । अव्यक्तनिधनान्येव-' या श्लोकाची आठवण झाली. या जगाचं मूळ या दरीसारखं गूढ व म्हणूनच भयंकर आणि भ्रांतिकारक आहे. आपला संसार हा या मधल्या पर्वतासारखा सुव्यक्त व रमणीय आहे आणि या संसाराचा व जगताचा अंत कसा होणार, आपण कोठे जाणार व आपल्या प्रेमाचं, वीर्याचं व उच्च आकांक्षेचं काय होणार हे सर्व या अनंत- विशाल व अनंतोच्च आकाशाप्रमाणंच अतर्क्य, अज्ञेय व औदासीन्यजनक आहे.''

भय्यासाहेबांचे हे तात्त्विक विवेचन रागिणीने संथपणे ऐकून घेतले व नंतर स्मितपूर्वक म्हटले, ''मी काही कवी नाही किंवा तत्त्वज्ञानीही नाही. मला काही

समजत नाही.''

रागिणीचे हे उत्तर तात्त्विक किंवा काल्पनिक विवेचनाला विशेष उत्तेजनपर असे नव्हते, पण भय्यासाहेबांना त्यावेळी तात्त्विक स्फूर्ती झालेली, त्यांना तिचे उत्तर उत्तेजनात्मकच वाटले व ते तिला पुन्हा म्हणाले, ''ही दारुण व घोर दरी पाहून माझं मन भांबावून व बावरून जातं; परंतु या पर्वतावरील प्रचंड वृक्ष, त्यांच्यावरील अनेकरंगी पानं, लहानमोठी सुवासिक फुलं, या झाडांवरून इकडून तिकडे उड्या मारणारी माकडं किंवा त्या वृक्षांवरच बसून मधुर कूजन करणारे अथवा कर्कश किंकाळी फोडणारे पक्षी, या डोंगराच्या कड्यांवरून निर्धास्तपणे चरत असलेली हरिणं किंवा खाली गवतावर बसून आत्मतुष्टिपूर्वक रवंथ करणारी गुरं ही पाहून माझ्या मनातील भीती जाते व या वृक्षाप्रमाणेच माझंही मन हर्षोत्फुल्ल होऊन जातं. या मधल्या मनोहर देखाव्याकडे पाहिलं म्हणजे मला येथील निर्भय, निष्कपट मृगांप्रमाणे किंवा पाखरांप्रमाणे आनंदाने तेथेच विहार करीत राहावं असं वाटतं, पण इतक्यात माझं लक्ष आकस्मिकरीत्या विशाल, दारुण व घोरोत्तुंग आकाशाकडे जातं व मी पुन्हा उद्विग्न होतो.''

''हा सर्व आपल्या मनाचा खेळ आहे,'' रागिणी म्हणाली.

''काहीही म्हण- पण ही खालची दरी, हा मधला पुष्पमय रमणीय प्रदेश व हे अनंत गूढ आकाश यामध्ये जगाचा मला आदर्श दिसतो.''

''मला वाटतं की, हे जग पर्वताप्रमाणे स्थिर नाही किंवा दरीप्रमाणे भयंकरही नाही.'' रागिणी म्हणाली, ''जग या अशोकवृक्षाप्रमाणे आहे असं मला वाटतं. याची मुळं जरी गूढ आहेत, तरी हा वृक्ष दिवसेंदिवस वाढत आहे व फलपुष्पमय होत आहे. तसंच जगही स्थिर किंवा जड नसून ते या जिवंत वृक्षाप्रमाणे दिवसेंदिवस विकास पावत व फलपुष्पमय होत आहे.''

''तुझ्यासारख्या सुंदरी म्हणजेच या जगाची सुवासिक नाजूक पुष्पं आहेत असं मला वाटतं.'' भय्यासाहेब स्मित करून विनोदाने म्हणाले.

रागिणी या अकल्पित विनोदामुळे बरीच लज्जान्वित झाली- इतकी की, यावर त्यावेळी तिला जे उत्तर सुचले होते तेही ती लगेच लज्जाजनित भ्रमामुळे विसरून गेली.

इतक्यात भय्यासाहेब म्हणाले, ''रागिणी, त्या दोन वाटोळ्या टेकड्यांकडे पाहा. त्यावरून वाहणारे ते दोन झरे किती मजेदार दिसत आहेत! या झऱ्यांकडे पाहून मला अशी कल्पना सुचते की, सृष्टिदेवता जरी पाषाणहृदयी भासली, तरी तिचं हृदय खरोखर प्रेमजलार्द्र आहे.''

''मला वाटतं,'' रागिणी म्हणाली, ''की ही दोन लहान शिखरं म्हणजे इथल्या निसर्गदेवतेचा उरःप्रदेश आहे व हे निर्झर म्हणजे त्या त्या स्नेहार्द्र मातेच्या उरप्रदेशातून

निघणारा दुग्धस्त्रावच होय. तिच्या तरुबालकांना व हरिणशिशूंना दूध मिळावं म्हणून त्या प्रेमळ मातेच्या हृदयातून दुधाचा कसा पाझर फुटत आहे तो पाहावा एकदा.''

''आपल्या स्वभावातून व अनुभवावरून मनुष्य दुसऱ्यांची परीक्षा करतो असं म्हणतात ते काही खोटं नाही.'' भय्यासाहेब म्हणाले. ''बायकांच्या तोंडून अशीच उपमा निघायची.''

''आणि पुरुष पाषाणहृदयी असतो म्हणूनच मला वाटतं, त्याला सृष्टी पाषाणहृदयी वाटते.'' रागिणी साभिप्राय विदग्ध स्मित करून म्हणाली.

''म्हणजे मी पाषाणहृदयी आहे म्हणायचा?'' भय्यासाहेबांनी अरसिकतेने प्रश्न केला.

''मला काय ठाऊक?'' रागिणी म्हणाली. ''मला जर सुवासिक नाजूक फूल म्हणायचं, तर मग मला सोडून जाणाराचं हृदय पाषाणासारखंच नाही तर काय?''

रागिणी हे शब्द विनोदबुद्धीनेच म्हणाली, पण भय्यासाहेबांच्या पश्चात्तापदग्ध कोमल मनाच्या क्षतावर रागिणीच्या उत्तराचे क्षार पडले व त्याचे मन विव्हल होऊ लागले. शेवटी हृदयक्षोभ अनावर होऊन त्यांनी रागिणीचे पाय घट्ट धरले व ''रागिणी, तुला मी फारच छळलं, मला क्षमा कर,'' असे म्हटले. त्यांच्या उष्ण अश्रुबिंदुप्रवाहाने तिचे पाय भिजले.

रागिणी लगेच भय्यासाहेबांना प्रेमाने म्हणाली, ''हे काय? मी आपले पाय धरायचे, का माझे पाय आपण? मला नाही असलं आवडत.''

असे म्हणून रागिणी आपले पाय सोडवून घेऊ लागली. पण भय्यासाहेब पाय सोडीनात. पायांवर पडणाऱ्या उष्ण अश्रुधारांनी व अंत:करणापासून आलेल्या अनावर हुंदक्यांनीच रागिणीच्या प्रश्नाला त्यांनी उत्तर दिले.

पतीने पाय धरलेले पाहून त्या सुशील, कुलीन हिंदू पतिव्रतेला कसे बरे वाटेल? ती लगेच शिलेवरून उठून ओणवी उभी राहिली व 'असे नये करू गडे' असे म्हणून प्रेमपूर्वक त्यांचे हात आपल्या पायांवरून काढू लागली.

परंतु भय्यासाहेबांनी ''मला क्षमा केल्याशिवाय मी उठायचा नाही,'' असे म्हणून तिचे पाय अधिकच घट्ट धरले व तिचे हात तिच्या पायांवर व आपल्या डोक्याखाली दाबून ठेवले.

''हे काय हे? मी कसली क्षमा करणार?'' इत्यादी गोष्टी बोलून रागिणी आपल्या पतीचे सांत्वन करू लागली व हात सोडवून घेऊ लागली. हात निघत नाही असे पाहून ती प्रेमळ स्त्री तेथे हिरव्या गवतावर खाली बसली व चातुर्याने भय्यासाहेबांचे डोके तिने आपल्या मांडीवर घेतले. हरतऱ्हेने ती त्यांचे सांत्वन करू लागली व माता जशी आपल्या बालकाच्या तोंडावरून व पाठीवरून हात फिरवते, तशी त्यांना गोंजारू लागली.

भय्यासाहेबांचे तप्त व क्षुब्ध झालेले मस्तक तिच्या अश्रूंनी अखेर जरा शांत झाले व त्यांना आपला दुःखावेग आवरता आला. त्यांनी आपले अश्रू पुसून तिच्या मांडीवरील आपले अधोदृष्टी असलेले वदन वळविले व ते वरच्या विशाल सपुष्प अशोकशाखांकडे पाहू लागले. काही वेळाने ती दोघेजण पुन्हा प्रेमाच्या गोष्टी शांत आनंदाने बोलू लागली.

आश्रमाकडे परत येताना भय्यासाहेबांनी रागिणीचा हात हातांत धरला होता व ती दोघेजण गप्पागोष्टी बोलत चालली होती. चालता चालता भय्यासाहेब रागिणीला म्हणाले, "आपण एवढं दुःख सोसलं खरं, पण आपण आज पूर्वीचं सर्व दुःख विसरून जाऊन आनंदानं हातात हात घालून फिरत आहो यापेक्षा अधिक आनंदाची दुसरी गोष्ट असणं शक्य आहे काय?"

भय्यासाहेब हा प्रश्न विचारीत असता चोचीने आपल्या पिलाला वन्य फलांचा गीर भरवीत असलेल्या एका साळुंकीकडे रागिणीची दृष्टी लागली होती. त्या साळुंकीकडे व तिच्या पिलाकडे पाहत पाहतच रागिणी म्हणाली, "होय. अधिक आनंदाची एक गोष्ट आहे."

"कोणती?" तिच्या पतीने आश्चर्यपूर्वक उत्सुकतेने विचारले.

रागिणीने भय्यासाहेबांकडे आपले तोंड जरासे वळवले व स्मितपूर्वक म्हटले, "असं हातात हात घालून चालण्यापेक्षा 'सारखा'च तोंडवळा असलेला चिमुकला मुलगा माझी करंगळी धरून चालताना मी डोळ्यांनी पाहीन तेव्हा मला अधिक आनंद होईल."

"बरं याहून आनंदाची गोष्ट कोणती आहे?" भय्यासाहेबांनी संतुष्ट होऊन तिला पुन्हा विचारले.

"याहून आनंदाची कोणतीच गोष्ट नसेल. ब्रह्मानंद म्हणजे काय आहे, हे मला ठाऊक नाही, पण मला तर पुत्रसुखापुढं ब्रह्मानंदाची विशेष मातब्बरी वाटणार नाही."

"पुत्रापेक्षा कन्येला हातात घेऊन चालणं अधिक आनंददायक आहे." भय्यासाहेब उगाच आपले प्रेमविवादाकरिता म्हणाले.

इतक्यात त्यांनी उत्तरेचा व आनंदरावांचा आवाज ऐकला व ती दोघेजण त्यांच्याजवळ लवकरच आली. आनंदराव व भय्यासाहेब यांनी आपापल्या पत्नीचा हात सोडून दिला व ते दोघे गप्पा मारीत पुढे चालू लागले. उत्तरा व रागिणी त्यांच्या पाठोपाठ जरा सावकाश चालू लागल्या.

"कसला वाद चालला होता, ताई?" रागिणीने उत्तरेला पहिलाच प्रश्न केला.

"कसला नाही. वाद करण्याशिवाय दुसरा उद्योगच नाही वाटतं?"

"तुला आजकाल वाद नकोसा झालेला दिसतो आहे. पूर्वी तू म्हणजे वाद-"

"पूर्वीची गोष्ट निराळी आणि आताची निराळी."

"आपल्या माणसाशी वाद करायला तू एवढी भितेस, तेव्हा-"

उत्तरा मधेच म्हणाली, "हा भिण्याचा प्रश्न नाही. रागिणी, मला तशी इच्छाच होत नाही. वाद न करता नम्रतेनं प्रश्न विचारावेत, सेवा करीत राहावं असंच मला वाटतं. त्या तोंडातून एखादं विधान ऐकलं म्हणजे ते मला खरं वाटतं व तेच विचाराचं व समंजसपणाचं भासतं. बोलणं काय, चालणं काय- सगळंच मला गोड वाटतं. मग वाद कशाबद्दल घालायचा?"

"दादांनी काही जरी केलं, तरी ते तुला आता गोड वाटेल हे मी विसरलेच. त्यांनी—"

"रागिणी, तू आता लहान का आहेस असं चावटपणानं बोलायला? मला नाही असली तुझी ही थट्टा आवडत."

"माझी नाही आवडू दे. ज्याची आवडायला पाहिजे त्याची आवडू दे म्हणजे झालं. बरं, ते जाऊ द्या म्हणा. या पुरुषांचा अधिकार किती नि बायकांचा अधिकार किती याबद्दल तुझं आता काय मत आहे?"

"आमच्या दोघांसंबंधानंच हा प्रश्न विचारला तर हा प्रश्नच निरर्थक आहे असं मी म्हणेन. जिथं खरं प्रेम आहे तिथं कमीअधिक अधिकाराचा प्रश्नच नाहीसा होतो. पतीचा मोठेपणा वाढावा, पतीची सत्कीर्ती वाढावी, त्याला सुख व्हावं, त्याच्या मनाला नेहमी शांती मिळावी हीच पत्नीची जिथं इच्छा आहे व पत्नीला सुख व्हावं, तिला आईबापाचं घरं तुटल्याचं जाचक दु:ख होऊ नये, तिला आपलं घर म्हणजे स्वत:चं घर वाटावं, तिला सुशिक्षण मिळून तिची आत्मिक उन्नती व्हावी, दोघांच्या संसाराचा गाडा आनंदात व सुखासमाधानात चालावा अशी जिथं पतीची इच्छा आहे, तिथं अधिकाराच्या प्रश्नाला अर्थ काय उरला? एकमेकांच्या सुखाकरिता व मोठेपणाकरिता स्वार्थत्याग अधिक कोण करतो अशी पतिपत्नींमध्ये जिथं प्रेम-स्पर्धा आहे तिथं तुझा प्रश्नच शिल्लक राहत नाही."

उत्तरा आणखी काही बोलणार होती, इतक्यात त्यांना एका बाजूच्या रस्त्याने कोणी दोन माणसे येत आहेत असे दिसले. ती दोन माणसे म्हणजे टिल्लू आणि किनरी ही होती. ती दोघेजण पूजेला फुले आणि पत्रावळींना पाने आणण्याच्या निमित्ताने त्या मठातून या दोन युगुलांच्या पाठोपाठच बाहेर पडली होती व आता टोपलीभर फुले व भाराभर पाने घेऊन परत येत होती.

"तुम्ही कुणीकडे रे इकडे?" उत्तरेने टिल्लूला विचारले.

त्याने आपल्या डोकीवरचा भारा हळूच खाली ठेवला व नंतर आपल्या बायकोच्या डोकीवरची टोपली त्याने उतरवली. लगेच किनरीने सहजस्फूर्तीने रागिणीला व उत्तरेला आपल्या टोपलीतून दोन सुरेख व सुवासिक गजरे काढून दिले.

"हे तू का केलेस?'' रागिणीने किनरीला विचारले.

पण मराठी भाषा येत नव्हती म्हणून म्हणा किंवा मधुर विनयामुळे म्हणा, ती नुसती लाजली व उत्तर न देता स्वस्थ बसली.

◆

पार्श्वभूमी

१

'रागिणी'कार

वामन मल्हार जोशी हे नाव मराठी साहित्याच्या क्षेत्रात अनेक कारणांनी प्रिय आणि आदरणीय होऊन राहिले आहे. निबंधकार, टीकाकार व कादंबरीकार या साहित्यिक वामनरावांच्या तीन प्रमुख भूमिका होत. १९१५ नंतरच्या दोन तपांत, या तिन्ही नात्यांनी त्यांनी मराठी साहित्याची संस्मरणीय सेवा केली, मराठी मनावर अनेक नवे सुसंस्कार केले. वामनराव ही साहित्यातली जितकी सात्विक तितकीच प्रभावी अशी शक्ती होती.

वामनरावांचे लेखन नेहमीच मार्मिक असे, पण ते सहसा मर्मभेदक होत नसे! त्यांची वृत्ती सौंदर्याच्या साक्षात्काराने धुंद होऊन जाणाऱ्या कवीची नव्हती, पण त्या वृत्तीत रसिकता काठोकाठ भरलेली होती. त्यांचे विरोधक संशयात्मा म्हणून त्यांना संबोधीत. वेळी-अवेळी या वैगुण्यदर्शक विशेषणाने त्यांची संभावना करीत, पण त्यांचे साहित्य वाचणाऱ्या व्यक्तीला या वैगुण्यातच त्यांच्या ठिकाणी असलेल्या एका दुर्मीळ गुणाची- समतोलपणाची- जाणीव होत असे. वामनरावांना कुठल्याही प्रश्नाच्या दोन्ही बाजू सारख्याच सहानुभूतीने पाहता येत असत. 'हॅम्लेट'वर बोलायची पाळी आली असती तर, हॅम्लेटविषयी पूर्ण सहानुभूती असूनही, त्यांनी त्यांच्या आईची कैफियत देण्याचा प्रयत्न केला असता असे मला राहून राहून वाटते.

याचा अर्थ वामनराव दुटप्पी होते असा नाही. ते दुहेरी होते. यशस्वी फौजदारी वकील म्हणून ते कधीच चमकले नसते. मात्र ते अतिशय चोखंदळ वृत्तीचे न्यायाधीश झाले असते. कदाचित या गुणामुळे कुठल्याही खटल्याचा निकाल ते तत्काळ देऊ शकले नसते, किंबहुना त्यांच्यापुढे आलेला फौजदारी खटला हा दिवाणी दावा ठरण्याचा संभव होता, पण तो भाग निराळा आहे.

वामनरावांनी विविध, विद्वत्तापूर्ण पुस्तके लिहिली असूनही 'रागिणी'कार म्हणूनच ते अनेक वर्षे ओळखले जात. तसे पाहिले तर 'नीतिशास्त्रप्रवेश' हा त्यांचा विवेचक व चटकदार ग्रंथ 'रागिणी'च्या पाठोपाठ अवतीर्ण झाला. त्यावेळी 'गीतारहस्या'च्या

खालोखाल त्याचा बोलबाला झाला होता. पण 'नीतिशास्त्रप्रवेश'कर्ते अशा शब्दांनी वामनरावांचा उल्लेख त्या काळीही क्वचितच झाला असेल. असे होण्याचे मुख्य कारण 'रागिणी' ही सर्वसामान्य वाचकापर्यंत सहज पोहोचणारी एक ललितकृती होती एवढेच नाही. वामनरावांच्या या पहिल्या-वहिल्या कादंबरीने त्यांना विलक्षण लोकप्रियता मिळवून दिली होती. पूर्वी 'पण लक्षात कोण घेतो?'च्या वेळी जे घडले होते आणि पुढे 'दौलत'च्या वेळी जे घडले तेच 'रागिणी'च्या जन्मकाळीही घडले. 'रागिणी' प्रसिद्ध होताच श्रीपाद कृष्ण कोल्हटकरांसारख्या एका अग्रगण्य टीकाकाराने विस्तृत टीका लिहून तिचा परमार्श घेतला. यावरून तिची लोकप्रियता किती मोठी होती हे सहज दिसून येईल. या टीकेचा समारोप कोल्हटकांनी असा केला आहे : 'रागिणी' या कादंबरीतले नायिकेचे चित्र इतके सुंदर झाले आहे की, मराठी ललित वाङ्मयातील नायिकांत तिला अग्रस्थान द्यावे लागेल. या कादंबरीत कर्त्याने मनुष्यस्वभावाचे बरेच मार्मिक ज्ञान दाखविले आहे. हिच्यात हिमालयाचे आणि भागीरथीचे दर्शन होते, तसे तत्त्वज्ञान व काव्य, गांभीर्य व विनोद यांचेही मनोहर संगम पाहण्यास मिळतात. या कादंबरीची भाषा प्रौढ पण सुगम, साधी पण सुंदर असून अर्थव्यक्तिक्षम आहे. कथानकाचा ओघ मधूनमधून तात्त्विक चर्चारूप पाषाणांमुळे त्रुटित झाल्यासारखा जरी वाटला तरी त्यामुळे त्या ओघास म्हणण्यासारखे विघ्न न होता उलट त्यास वेगच आला आहे. जे वाचक ललित वाङ्मयाच्या प्रत्येक कृतीपासून बोधाची अपेक्षा धरतात, त्यास उपयुक्त बोध घेण्यासारखीही अनेक स्थळे या कादंबरीत आढळतील. सारांश, या कादंबरीच्या नायकाने लग्नापूर्वी नायिकेसंबंधी उद्गार काढले तेच प्रत्येक रसिक या कादंबरीचा रसास्वाद घेतल्यानंतर काढील- 'रागिणीची संगती गंगेसारखी, साधुसंगतीसारखी, कविसंगतीसारखी मला पावन वाटते.'

२

हरिभाऊंचे कर्तृत्व

'रागिणी'वरील ही टीका १९१८ साली 'विविधज्ञानविस्तारा'त प्रसिद्ध झाली. केवळ कोल्हटकरांसारख्या रसिक पंडितांनाच ही कादंबरी आवडली होती असे नाही, सर्वसामान्य सुशिक्षित वाचकही तिच्यावर खूश होता. हरिभाऊ आपट्यांची 'पण लक्षात कोण घेतो?' १८९० च्या आगेमागे 'करमणूक' पत्रातून प्रसिद्ध होऊ लागताच कादंबरीच्या क्षेत्रात एक नवा, उज्ज्वल, श्रेष्ठ पाश्चात्त्य कादंबरीची आठवण करून देणारा कालखंड सुरू झाला. 'मुक्तामाला' आणि 'मंजुघोषा' यांच्यासारख्या कल्पनारम्य कादंबऱ्यांचा काळ हा हा म्हणता मागे पडला. राजपुत्राची नायकाची

जागा कारकुनाने घेतली, कोंडून ठेवलेल्या दुर्दैवी राजकन्येची भूमिका अंधरूढीला बळी पडणाऱ्या मध्यमवर्गातील मुलीकडे आली. वास्तववादाची ही नवी जाणीव १८९० नंतर मराठी कादंबरीत सर्वत्र दृग्गोचर होऊ लागली. या स्थित्यंतराचे श्रेय सर्वस्वी हरिभाऊंनाच दिले पाहिजे. त्यांची प्रतिभा बहुगुणी आणि बहुरूपी होती. कलादृष्ट्या श्रेष्ठ अशा अनेक सामाजिक व ऐतिहासिक कादंबऱ्या लिहून त्यांनी पुढे सतत दोन तपे मराठी रसिकांच्या मनावर अधिराज्य गाजविले.

हरिभाऊंचे बरेवाईट अनुकरण करणारे पुष्कळ लेखक त्या काळात निर्माण झाले. पण तारा तो तारा आणि दिवा तो दिवा हाच अनुभव याबाबतीत खरा ठरला. हरिभाऊंच्या कालखंडात अनेक बंगाली कादंबऱ्या भाषांतरित अथवा रूपांतरित होऊन मराठीत आल्या. त्यांना लोकप्रियताही लाभली. नाथमाधव, ना. ह. आपटे, सहकारी कृष्ण, बा. सं. गडकरी, सी. के. दामले असे कितीतरी कादंबरीकार या काळात उदयाला आले; परंतु मराठी रसिकांच्या मनांवरील हरिभाऊंचे प्रभुत्व दोन तपे अबाधित राहिले. गगनचुंबी पर्वतराजी पाहिल्यावर लहानसहान टेकड्यांची उंची डोळ्यांत भरू नये, तसे १८९० ते १९१५ या पाव शतकात कादंबरीच्या क्षेत्रात झाले. हरिभाऊंची लोकप्रियता आपल्याकडे खेचून घेणारा दुसरा कादंबरीकारच या कालखंडात निर्माण झाला नाही. तो चमत्कार 'रागिणी'ने घडविला. 'रागिणी' क्रमशः प्रसिद्ध होऊ लागताच एक नवा तेजस्वी तारा कादंबरीच्या क्षितिजावर उगवल्याची जाणीव रसिकांना झाली.

३

नवा काळ, नवी कादंबरी

'रागिणी' प्रसिद्ध होताच लोकप्रियतेचे पारडे संपूणतः नसले तरी थोडे-फार तिच्याकडे झुकू लागले. 'थोडेफार' म्हणण्याचे कारण 'रागिणी' लोकप्रिय झाली ती मुख्यतः सुशिक्षित वर्गात, पुण्या-मुंबईच्या वाचकांत, शाळा-कॉलेजांतल्या विद्यार्थ्यांत, १८७४ नंतरच्या सर्वांगीण जागृतीचा बौद्धिक वारसा लाभलेल्या रसिकांत! हरिभाऊंच्या यमूची गोष्ट रागिणीपेक्षा निराळी होती. तिची कहाणी ऐकून स्वयंपाक करताना किंवा वाती वळताना निरक्षर स्त्रियांनीसुद्धा अश्रू ढाळले होते. 'रागिणी'च्या बाबतीत तसे घडले नाही. घडणे शक्य नव्हते. कारण 'रागिणी'त अनेक नव्या प्रकारचे गुण असले तरी ते पुष्कळ अंशी बुद्धिगम्य होते.

सामाजिक सुखदुःखांची चर्चा करणाऱ्या प्रौढ पंडितांपासून केवळ करमणुकीकरता कादंबरी वाचणाऱ्या शाळकरी विद्यार्थ्यांपर्यंत, पुण्या-मुंबईतल्या सुशिक्षित स्त्री-

पुरुषांपासून खेड्यापाड्यांतल्या र ट फ करणाऱ्या आबालवृद्धांपर्यंत सर्वत्र हरिभाऊंच्या कलेचा संचार होता. 'रागिणी'ची शक्ती त्या मानाने मर्यादित होती. पण ती एक नवी शक्ती होती, यात मुळीच शंका नाही.

माझाच अनुभव सांगतो. मी त्यावेळी नुकताच कॉलेजमध्ये गेलो होतो. 'मनोरंजना'तून क्रमश: प्रसिद्ध होणाऱ्या 'रागिणी'ची उत्कंठतेने वाट पाहणाऱ्या शेकडो विद्यार्थ्यांपैकी मी एक होतो. 'मनोरंजन' हे त्यावेळचे अग्रगण्य व लोकप्रिय मासिक होते. पण ते अनियमितपणे प्रकाशित होत असे. त्यामुळे त्याचा अंक केव्हा हातांत पडेल याची निश्चिती नसे. महिन्याची पहिली तारीख उलटली की, घरून येणाऱ्या मनीऑर्डरीप्रमाणे मनोरंजनाच्या अंकाकडेही विद्यार्थ्यांचे डोळे लागून राहत. प्रत्येक महिन्याच्या पहिल्या आठवड्यात दररोज टपालाचा शिपाई येण्याच्या वेळी आज आपल्याला 'रागिणी'ची पुढली प्रकरणे वाचायला मिळतील अशा आशेने अधीर व्हावे आणि लहान नळकांड्यांप्रमाणे दिसणाऱ्या अंकांचा गठ्ठा त्याच्या हातात नाही हे पाहून मन निराश व्हावे हा अनुभव मी त्यावेळी अनेकदा घेतला आहे. अशा लोकप्रियतेचे भाग्य फार दुर्लभ असते. वामनरावांच्या पूर्वी हरिभाऊंना ते लाभले होते. त्यांच्यानंतर ते फडक्यांच्या वाट्याला आले.

कादंबरीकार म्हणून वामनराव जोशी हे हरिभाऊ आपटे किंवा ना. सी. फडके यांच्या तोलाचे नाहीत हे उघड आहे. आपटे व फडके हे स्वभावत: कलाकार आहेत, जातिवंत कथाकार आहेत. कथेची गुंफण आणि रंगत या दोन्ही गोष्टींत त्यांची प्रतिभा सहज रमते. रमता रमता प्रफुल्लित होऊन ती आपले सुगंधसर्वस्व प्रकट करते. वामनरावांचा प्रकृतिधर्म कथाकाराचा नाही. तो निबंधकाराचा आहे. असे असूनही त्यांच्या पहिल्या कादंबरीने अपूर्व लोकप्रियता मिळवावी आणि हरिभाऊंच्या तोडीचा कादंबरीकार निर्माण झाला असा भास मराठी रसिकांना व्हावा याचे कारण काय? हा काय केवळ अर्थशून्य योगायोग होता? सूर्य मावळत असताना चंद्र उगवावा आणि तेजाच्या पूजेसाठी सदैव उत्सुक असलेल्या मानवी मनाने त्याचे कौतुक करावे असे तर त्यावेळी घडले नाही ना?

जीवनातल्या अनेक घटनांचा कार्यकारणभाव आपल्याला नीट कळत नाही म्हणून अशावेळी आपण दैववादी होतो. जीवनात दैव या घटकाला स्थान आहे, नाही असे नाही. पण तिथे त्याला पहिले स्थान देणे म्हणजे जीवनाच्या अन्वयार्थाकडे जाणूनबुजून पाठ फिरविण्यासारखे आहे. केवळ योगायोगामुळे कुठलीही वाङ्‌मयकृती लोकप्रिय होऊ शकत नाही. त्या लोकप्रियतेचा उगम त्या साहित्यकाराच्या वैशिष्ट्यात असतो. त्या विशिष्ट आविष्काराला जो वाचकवर्ग किंवा प्रेक्षकवर्ग लाभतो, त्याच्या वैचारिक, भावनात्मक, कलात्मक व सामाजिक गरजांत असतो.

जागतिक वाङ्‌मयाच्या इतिहासात गाजून गेलेली कुठलीही ललितकृती पाहावी.

मिसेस स्टोची 'अंकल टॉम्स केबिन' घ्या, हरिभाऊंची 'पण लक्षात कोण घेतो?'
वाचा, देवलांची 'शारदा' पाहा, खाडिलकरांच्या 'कीचकवधा'चा अभ्यास करा किंवा
प्रेमचंदांच्या 'गोदाना'चा रसास्वाद घ्या. या सर्व ललितकृतींत वर उल्लेखिलेल्या
लोकप्रियतेच्या घटकांचा प्रभाव स्पष्टपणे प्रतीत होतो.

'रागिणी'च्या बाबतीतही हे सत्य आहे. वामनरावांच्या वाङ्मयीन व्यक्तित्वात
हरिभाऊंच्या मानाने प्रतिभेचा (Creative imagination) चा भाग कमी होता,
पांडित्य अधिक होते. पण ते पांडित्य वैचारिक आणि सामाजिक जिव्हाळ्याने आर्द्र
झालेले असल्यामुळे रूक्ष किंवा नीरस नव्हते. उलट, ते पांडित्य अधूनमधून प्रज्ञा
व प्रतिभा यांच्या मिलनरेषेवर वावरत आहे असा भास होई. वामनरावांच्या ठिकाणी
जिव्हाळा नसता, त्यांचे पांडित्य केवळ पुस्तकी किंवा फक्त बुद्धिविलास दर्शविणारे
असते तर त्यांचे कादंबरीलेखन ही एखाद्या विद्वानाने केलेली प्रेक्षणीय बौद्धिक
कसरत ठरली असती! मग या लेखनाला दीर्घकाळ लोकप्रियता लाभली नसती. सी.
के. दामल्यांसारख्या विद्वानांनी त्या काळी 'जग हे त्रिविध आहे' सारख्या कादंबऱ्या
लिहिल्या. पण त्या कादंबऱ्यांचे आयुष्य फार अल्प ठरले. शिवरामपंत परांजपे
यांच्या 'गोविंदाची गोष्ट,' 'विंध्याचल' या कादंबऱ्यांत कादंबरीकाराला लागणाऱ्या
अनेक गुणांचा अभाव आहे. पण शिवरामपंतांची काव्यप्रवण वृत्ती व उत्कट
देशभक्ती यांच्यामुळे दामल्यांच्या कादंबऱ्यांप्रमाणे शिवरामपंतांच्या कादंबऱ्या विस्मृतीच्या
पडद्याआड गेल्या नाहीत. पण त्यांची आठवण राहिली आहे ती केवळ त्यांच्या
गद्यकाव्यात्मक स्वरूपामुळे. वामनरावांच्या कादंबऱ्यांची गोष्ट तशी नाही. गेली
चाळीस वर्षे त्या वाचल्या जात आहेत, अभ्यासिल्या जात आहेत. गेल्या पाऊण
शतकात मराठी कादंबरीला वळण लावणारे व आपल्या विशिष्ट पद्धतीने तिची
जडणघडण करणारे जे हाताच्या बोटांवर मोजण्याइतके कादंबरीकार झाले त्यात
त्यांची गणना होत आहे याचे कारण एकच आहे. वामनराव जसे सात्त्विक पंडित
होते तसेच ते आपल्या काळाचे आणि त्या काळाबरोबरच मानवी जीवनाचे सहृदय
भाष्यकार होते.

४

व्यक्तित्वाची घडण : पहिला पैलू

वामनरावांचा जन्म १८८३ त झाला. ज्या कालखंडात ते लहानाचे मोठे झाले
(१८९०-१८९८) आणि विद्यार्थिदशेत (१८९८ पासून पुढे) त्यांच्यावर जे विविध
उदात्त संस्कार झाले, त्यामुळे त्यांचे पंडिताचे मन हे कलावंताच्या मनाइतकेच

संवेदनाक्षम झाले होते. १९४३ च्या जानेवारीत सोलापुराहून परत येत असताना आगगाडीत दोन तास वामनराव अत्यंत मोकळेपणाने आपल्या गत आयुष्यासंबंधी माझ्याशी बोलत होते. त्यावेळची त्यांची ती उल्हसित मुद्रा आणि स्वैर संभाषणातून प्रकट झालेल्या त्यांच्या अनेक हृद्य आठवणी माझ्या मनावर कोरल्यासारख्या झाल्या आहेत. वामनराव बुद्धिमान होते, बुद्धिनिष्ठ होते, किंबहुना बुद्धिवादी होते हे खरे आहे. पण ज्याला आपण लेखकाचे आंतरिक व्यक्तित्व म्हणतो, त्या त्यांच्या आत्म्याच्या गाभ्यात बुद्धीच्या बरोबरीने भावनेचीही सदैव पूजा केली जात होती. त्या भावनेचे पहिले अधिष्ठान देशभक्तीचे आणि समाजसुधारणेचे होते. काही काळाने त्याला स्त्रीवर्गाविषयी वाटणाऱ्या करुणेची व कौतुकाची आणि नव्या स्त्रीच्या स्वप्नांची व समस्यांची जोड मिळाली.

'रागिणी'तील आनंदराव हिमालयाच्या कारिसेनी जातीच्या रानटी टोळ्यांची माहिती गोळा करतो. भारतातही साहसी संशोधक निर्माण होऊ शकतात हे सिद्ध करण्याच्या इच्छेने तो प्रेरित झालेला असतो. संकटांची सूचना मिळूनही तो ते काम अर्धवट सोडीत नाही. 'नलिनी' ही गुणांच्या दृष्टीने वामनरावांची शेवटच्या क्रमांकाची कादंबरी आहे. तथापि तिच्या कथानकाचा मुख्य आधार देशभक्तीने प्रेरित झालेला नायक आणि त्याचे रहस्य हाच आहे. 'सुशिलेचा देव' ही कादंबरी स्त्रीशिक्षण रूढ झाल्यानंतरच्या पिढीतल्या एका बुद्धिवादी स्त्रीच्या मनोविकासाची कथा आहे. पण तिच्यातसुद्धा डोळे ओले करून सोडणारी सुनंदाची देशभक्ती वामनरावांनी चित्रित केलीच आहे. 'इंदु काळे व सरला भोळे ' या नावावरून ही दोन नायिकांची कादंबरी आहे असा भास होतो. पण खरोखर ती विनायकराव भोळे या गांधीयुगातल्या एका सच्च्या देशभक्ताची हृदयंगम जीवनकथा आहे. 'आश्रमहरिणी' या दीर्घकथेचा अपवाद वगळला तर वामनरावांच्या उरलेल्या चारही कादंबऱ्यांतून देशभक्तीचे विविध स्वरूपात दर्शन व्हावे हे स्वाभाविकच होते. कारण वामनरावांचे उच्च शिक्षण ज्या काळात झाले, ते दशक (१८९८-१९०८) हे महाराष्ट्राच्या इतिहासातील अत्यंत खळबळीचे, नवनव्या राजकीय संघर्षाचे आणि आपापल्या उज्ज्वल स्वप्नांच्या मागून धावणाऱ्या टिळक, कर्वे, गोखले, सावरकर, विजापूरकर, हरिभाऊ आपटे, रँग्लर परांजपे, सेनापती बापट, शिवरामपंत परांजपे, कृ. प्र. खाडिलकर आदी ध्येयवाद्यांचे दशक होते. रँडचा खून, चाफेकर बंधूंची फाशी, लो. टिळकांवरील राजद्रोहाचा खटला, बंगालच्या फाळणीमुळे ज्वालामुखीच्या स्फोटाप्रमाणे देशभर उसळलेला असंतोष, सुरतेचे राष्ट्रीय सभेचे अधिवेशन व त्यात झालेली दुफळी, लो. टिळकांवर पुन्हा झालेला राजद्रोहाचा खटला, त्यांना झालेली सहा वर्षे हद्दपारीची शिक्षा आणि ती शिक्षा ऐकून त्यांनी दिलेले अमर बाणेदार उत्तर- या सर्व गोष्टी वामनराव पदवीधर होतात न होतात तोच त्यांना क्रमाने घडता घडता ऐकायला

मिळाल्या. या सर्व घटनांचे संस्कार त्यांच्या कादंबऱ्यांत प्रतिबिंबित झाले आहेत. महादेव मल्हार जोशी व नारायण मल्हार जोशी या दोघा वडील बंधूंकडून ज्ञानलालसा आणि समाजसेवा यांचे बाळकडू वामनरावांना मिळाले होतेच. पदवीधर झाल्यावर राष्ट्रीय शिक्षणाच्या कार्यात गुंतलेल्या विजापूरकरांविषयी वामनरावांच्या मनात आकर्षण निर्माण झाले. विजापूरकरांचा संपादन-कार्यातला सहकारी म्हणून तीन वर्षांची सक्तमजुरीची शिक्षा त्यांना भोगावी लागली. परतंत्र देशात स्वत:च्या मातृभूमीवर प्रेम करणे हा केवढा मोठा गुन्हा होतो याचा अनुभव त्यांना आला. या तुरुंगवासातल्या आपल्या मानसिक विकासाचे वामनरावांनी काही ठिकाणी केलेले चित्रण फार त्रुटित असले, तरी अत्यंत हृद्य आहे. अशा विविध अनुभवांतून, नव्या जाणिवांतून आणि संपन्न संस्कारातून कादंबरीकार वामनरावांच्या ठिकाणी आढळणारा देशभक्तीचा जिव्हाळा निर्माण झाला.

५

व्यक्तित्वाची घडण : दुसरा पैलू

टिळकयुग व गांधीयुग यातील देशभक्तीच्या उन्मेषाशी आणि उद्रेकांशी वामनराव समरस झाले होते. त्यामुळेच त्यांच्या हातून सुनंदा व विनायकराव ही पात्रे निर्माण झाली. पण त्यांच्या विवेकी वृत्तीने विविध संस्कार आत्मसात केल्यामुळे त्यांच्या व्यक्तिमत्त्वाला विशालता आली होती. साहजिकच त्यांची देशभक्ती राजकारणापुरती मर्यादित राहिली नाही. शिवरामपंत परांजपे आणि वामनराव जोशी यांच्या वाङ्मयीन व्यक्तित्वांची या दृष्टीने तुलना करणे उद्‌बोधक होईल.

शिवरामपंतांची प्रतिभा कल्पक कवीची. त्यांच्या उपरोधातसुद्धा कल्पकतेचा विलास दिसतो तो यामुळेच! गरुडाप्रमाणे अस्मानात उंच उंच भराऱ्या घेणे आणि एकदम पृथ्वीतलावर झडप घालून नखांनी तिथल्या सर्पांना छिन्नविच्छिन्न करणे हे त्या प्रतिभेला आवडते आणि साधते. देशभक्तीचे लहानसहान आवाहन मिळाले तरी त्यांच्यातला कवी जागा होतो. शिवरामपंतांची रसिकता ही वामनरावांपेक्षा अधिक उत्कट, अधिक गुलाबी! पण असे असूनही परांजप्यांचे व्यक्तित्व एकारलेलेच राहिले. राजकीय सुधारणेइतकीच सामाजिक सुधारणा ही न्यायाची आणि निकडीची गोष्ट आहे हे त्यांना कधीच पटले नाही, किंबहुना हाती असलेले उपहासाचे अणकुचीदार हत्यार टोचून सामाजिक सुधारकांना डिवचण्यात आणि चिडविण्यात त्यांची शक्ती अनेकदा खर्ची पडली.

शिवरामपंतांना दिवंगत होऊन अवघी तीस वर्षे झाली आहेत. त्यांचा आत्मा

सहज आजच्या महाराष्ट्रात आला आणि झपाट्याने बदलत चाललेले समाजजीवन त्याने पाहिले, तर ज्या ज्या गोष्टींची आपण पूर्वी थट्टा केली होती त्या त्या गोष्टी अवघ्या तीन तपांत इथे सर्रास रूढ झाल्या आहेत असे त्याला आढळून येईल. 'सुटाबुटातला जंटलमन' हा शिवरामपंतांच्या शरसंधानाचा एक आवडता विषय होता. पण आज पुण्या-मुंबईत धोतर नेसून फिरणारा तरुण ही पगडी घालणाऱ्या प्रौढ मनुष्याइतकी किंवा नऊवारी लुगडे नेसणाऱ्या तरुणीइतकी दुर्मीळ गोष्ट होऊन बसली आहे.

पुण्या-मुंबईचीच गोष्ट कशाला हवी? खेड्यातल्या शेतकऱ्याचा मुलगासुद्धा आजकाल सुटात बोहल्यावर उभा राहतो, शिवरामपंतांनी भविष्याची उज्ज्वल स्वप्ने पाहिली हे खरे, पण त्या स्वप्नांत पारतंत्र्याच्या शृंखलांतून मुक्त झालेल्या मातृभूमीखेरीज दुसरी कुठलीच बंधमुक्त मूर्ती नव्हती. शिवरामपंत स्वभावत:च उज्ज्वल भूतकाळाचे भक्त होते, पण त्या भक्तीत द्रष्टेपणा (Vision) नव्हता.

शिवरामपंतांची कवीला शोभणारी मनोवृत्ती वामनरावांच्या ठिकाणी नव्हती. विवेक हे त्यांच्या साहित्याचे मंगलसूत्र होते. या उत्कट कविवृत्तीच्या अभावामुळेच की काय, त्यांचे व्यक्तित्व दुहेरी झाले. त्यांच्या तरुण अंत:करणात देशभक्तीची ज्योत जेवढ्या तीव्रतेने तेवत राहिली, तेवढ्याच उज्ज्वलतेने सामाजिक सुधारणेचा नंदादीपही त्यांच्या प्रौढ हृदयात अखंड प्रकाशत राहिला. १९०० ते १९१० या काळात महाराष्ट्रात सामाजिक सुधारणेचा कैवारी होणे मोठे कठीण होते. आगरकरांसारखा तिचा खंदा पुरस्कर्ता १८९५ मध्येच दिवंगत झाला होता. या दशकात राजकीय असंतोषाच्या ज्वाळा वर्षावर्षाला अधिक भडकत चालल्या होत्या, भावनाशील माणसांच्या मनांना वणवा लागला होता, अशा स्थितीत राजकीय पारतंत्र्याच्या इतकेच सामाजिक विषमतेचे निर्मूलनही देशाच्या प्रगतीला आवश्यक आहे या जाणिवेने लेखन करणे हे सामान्य साहित्यिकाचे काम नव्हते. हरिभाऊ आपटे व श्रीपाद कृष्ण कोल्हटकर आपापल्या ललित साहित्याच्या द्वारे हे काम मोठ्या निष्ठेने करीत होते. त्यांच्या पाठोपाठ ललित वाङ्मयात सामाजिक सुधारणेला जो मोठा कैवारी मिळाला तो वामनरावांच्या रूपाने.

वामनरावांचा मन:पिंड विचारवंताचा नसता, एखाद्या प्रश्नाच्या दोन्ही बाजू सारख्याच सहानुभूतीने पाहण्याचे सामर्थ्य तिशी उलटण्यापूर्वीच त्यांनी संपादिले नसते तर ही गोष्ट घडणे अवघड होते. वामनराव राजद्रोहाच्या आरोपाखाली तुरुंगात गेले. तुरुंगातून सुटून आल्यावर वृत्तपत्रांत- म्हणजे पर्यायाने राजकारणाच्या जगात- काही दिवस वावरले. असे असूनही त्यांनी जी पहिली कादंबरी लिहिली तिच्यावर राजकारणाची रतीभरही छाया नव्हती. अंतर्बाह्य झपाट्याने बदलू लागलेला सुशिक्षित मध्यमवर्ग- विशेषत: त्यातली नवी शिक्षित स्त्री- हे त्या कादंबरीचे केंद्रस्थान होते.

वामनरावांचे वैशिष्ट्य या नव्या जाणिवांत होते. दुहेरी व्यक्तिमत्त्वामुळे नव्या काळाची चाहूल ते स्पष्टपणे ऐकू शकले. त्या काळाच्या पावलावर पाऊल टाकून जाणारे सामाजिक जीवन कोणती वळणे घेत आहे हे त्यांनी कुशलतेने जाणले, ते पुढे कोणत्या वळणाने जाणार आहे याचीही त्यांना अंशतः कल्पना करता आली. बदललेल्या काळाचे सहानुभूतिपूर्ण चित्रण हे निःसंशय 'रागिणी'च्या यशाचे एक महत्त्वाचे कारण होते.

६

गाडीने रूळ बदलले

हरिभाऊंनी 'पण लक्षात कोण घेतो?', 'मी', 'यशवंतराव खरे' इत्यादी कादंबऱ्या १८९०-१८९५ च्या दरम्यान लिहिल्या. या काळाचे जितके सूक्ष्म तितकेच सुंदर असे चित्रण या कांदबऱ्यांत आहे. हरिभाऊंचे नायक ही मध्यमवर्गातल्या सुशिक्षित तरुणांची पहिली पिढी होती. ती केवळ सभोवतालची परिस्थिती पाहत नव्हती, तर अंतर्मुख होऊन तिच्यात इष्ट बदल कसे घडवून आणावेत याचा विचार करू लागली होती. हरिभाऊंच्या नायकांना पारतंत्र्य बोचत नव्हते असे नाही. पण परवशतेइतकीच, किंबहुना विचारांती तिच्याहूनही भीषण भासणारी अशी सामाजिक विषमता त्यांना अधिक बेचैन करून सोडीत होती.

१८६०-७० नंतर मध्यमवर्गातले पुरुष सर्रास इंग्रजी शिकू लागले. नव्या कल्पनांनी आणि विचारांनी भारून गेले. नव्या आकांक्षांनी आणि स्वप्नांनी प्रभावित झाले. पण स्त्रियांची हालचाल मात्र स्वयंपाकघरातून माजघरात आणि माजघरातून स्वयंपाकघरात सुरू होती. त्यापलीकडे त्यांचे पाऊल पडत नव्हते. त्यांच्या पायांत खळखळत असणाऱ्या आणि त्यांना अगतिक करून सोडणाऱ्या परंपरागत रूढींच्या बेड्या थोड्यासुद्धा सैल झाल्या नव्हत्या. स्त्रीशिक्षण नुकते कुठे सुरू होत होते. १८९० च्या आसपास तो लोकांच्या उपहासाचा विषय होता. रमाबाई रानडे यांच्या 'आमच्या आयुष्यातील आठवणी', लक्ष्मीबाई टिळक यांची 'स्मृतिचित्रे' आणि महर्षी कर्वे यांचे 'आत्मवृत्त' या तीन संस्मरणीय आत्मकथांत त्या काळच्या स्त्रीच्या विविध दुःखांची हृदयभेदक प्रतिबिंबे आढळून येतात.

हरिभाऊंच्या सामाजिक कादंबऱ्यांची पार्श्वभूमी या दुःखांनी भरलेली होती. साहजिकच त्यात स्त्रीशिक्षण, केशवपन, सासुरवास, स्त्रियांचा देवभोळेपणा, एकत्र कुटुंबपद्धतीमुळे होणारी नववधूंची कुचंबणा या आणि अशा अनेक गोष्टींना महत्त्वाचे स्थान मिळाले. पण 'रागिणी'च्या जन्मकाळी ही स्थिती काही अंशी पालटली होती.

मधल्या दोन तपांत स्त्रीशिक्षण भरतीच्या लाटांप्रमाणे पसरत चालले होते. माजघराच्या दारातच थबकणारी स्त्री सोप्यात येऊन, प्रसंगी खुर्चीत बसून संवादात- प्रसंगी वादविवादातसुद्धा- भाग घेऊ लागली होती. अशा स्त्रिया फार थोड्या होत्या हे खरे. पण पुण्या-मुंबईतल्या सुशिक्षित कुटुंबांत त्या दिसू लागल्या होत्या. शिवाय नव्या विचारांचे आणि कल्पनांचे संस्कार पुरुषवर्गावर एक-दोन पिढ्या आधी झाले असल्यामुळे आपली पत्नी शिकलेली असावी, सामाजिक वादविवादात आणि वाङ्मयाच्या रसास्वादात थोडाफार भाग घेण्याची कुवत तिच्या ठिकाणी दिसावी, नवऱ्याबरोबर संध्याकाळी फिरायला किंवा रात्री नाटकाला जाण्यात काही विशेष काव्य आहे असे मानणारी ती असावी अशा इच्छा सुशिक्षित तरुणांच्या मनात बळावू लागल्या होत्या.

तरुणांच्या या दिवा-स्वप्नांची परिपूर्ती निरनिराळे लोकप्रिय लेखक करू लागले होते. कोल्हटकरांची नाटके राजे-राण्यांच्या कल्पनारम्य कथानकांवर आधारलेली असली, तरी त्या पिढीतल्या तरुणांच्या मनात तरंगू लागलेल्या प्रणयप्रसंगांची चित्रे त्यांच्या नाटकांतूनच प्रथम समाजाला परिचित झाली. 'मूकनायक' हे कोल्हटकरांचे नाटक त्या काळी अतिशय लोकप्रिय होण्याचे हे एक कारण होते यात संशय नाही. १९१० ते १९१५ या काळातल्या गुर्जरांच्या गुलगुलीत कथा, गोविंदाग्रजांची आर्त प्रेमकाव्ये, 'प्रेमसंन्यासा'तील जयंत-लीला यांची दुर्दैवी प्रेमकथा आणि बालकवींच्या 'फुलराणी'ची लोकप्रियता या सर्व गोष्टींकडे ऐतिहासिक दृष्टिने पाहिले म्हणजे त्या काळच्या तरुण पिढीची मने कल्पनारम्यता, सौंदर्यनिष्ठा आणि प्रणयपूजा यांनी कशी भारली गेली होती हे सहज कळते. ज्याला सर्व दृष्टींनी 'रोमँटिक' हे विशेषण लावता येईल असा हा कालखंड होता.

हरिभाऊंच्या कलात्मक, पण वस्तुनिष्ठ प्रतिभेने रेखाटलेली वीस-पंचवीस वर्षांपूर्वीची समाजचित्रे या पिढीला जुनी वाटू लागली तर त्यात नवल कसले? या पिढीची पुष्कळ अंशी स्वप्नाळू अशी प्रणयपिपासा तृप्त करील असे हरिभाऊंच्या कादंबऱ्यांत काहीच नव्हते. १९१५तल्या तरुण पिढीची ही नवी भूक वामनरावांच्या 'रागिणी'ने सोज्ज्वळ रीतीने भागविली.

७

धर्मविचाराचा नवा प्रवाह

'रागिणी'त मुलीच्या लग्नाची काळजी करणाऱ्या आईसाहेब आहेत, हुंड्याच्या आकड्यात पैसुद्धा कमी न करणारे नाना गुपचुपे आहेत. पण अशा पूर्वपरिचित

चित्रांबरोबरच भय्यासाहेबांकडे जिचे मन ओढ घेत आहे आणि उत्तरेसारख्या मैत्रिणीने याबाबतीत प्रश्न करताच जी गोंधळून जात आहे अशी रागिणी आहे. आपल्या मैत्रिणीच्या मनाची ओढ लक्षात घेऊन नाजूकपणाने तिच्या दूतीचे काम करणारी उत्तरा आहे. स्त्रीपुरुषांच्या मनमोकळ्या बैठकी आहेत. अशा बैठकीत अहमहमिकेने भाग घेणारी आणि बंडखोर तरुणीचे प्रतीक असलेली उत्तरा आहे. प्रीतीची अस्फुट, पण विविध रूपे आहेत.

१९१०-१५ तली तरुण पिढी जशी विवाहपूर्व प्रणयाची स्वप्ने पाहू लागली होती, तशी देश, धर्म, समाज यांच्या प्रगतीविषयीच्या विविध कल्पनांनी ती प्रेरित झाली होती. 'पण लक्षात कोण घेतो?'मधला रघुनाथराव घ्या किंवा 'मी'मधला भावानंद पाहा- हरिभाऊंचे महत्त्वाचे नायक सामाजिक सुधारणेच्या ध्येयवादाने भारून गेलेले आहेत. यशवंतरावांसारखा एखादा नायक निराळा भासतो, नाही असे नाही. पण तोसुद्धा तत्कालीन विशिष्ट मतांचा कैवार घेण्यात किंवा त्यांना विरोध करण्यात गुंतला आहे. त्यामुळे हरिभाऊंच्या सामाजिक कादंबऱ्यांत धर्मविचाराला महत्त्वाचे स्थान नाही. त्याला अपवाद फक्त एकच, तो म्हणजे 'कर्मयोग' ही कादंबरी. 'कर्मयोग'मध्ये चंद्रशेखराच्या रूपाने हरिभाऊ धर्मविचाराकडे वळले. असंख्य आंधळ्या रूढींच्या रूपाने हिंदुधर्माचे जे विकृत स्वरूप समाजावर अंमल गाजवीत होते, त्याच्याशी मुकाबला करण्यात हरिभाऊंचे बहुतेक कर्ते नायक गुंतून गेले होते हे स्वाभाविकच होते. सामाजिक सुधारकांच्या पहिल्या दोन पिढ्या याच कामी खर्ची पडल्या होत्या. तिसऱ्या पिढीत मात्र सामाजिक सुधारणेच्या या प्रवाहाशी समांतर असा एक धर्मविचाराचा प्रवाह वाहू लागला.

या प्रवाहाची पार्श्वभूमी नीट समजावून घेणे जरूर आहे. एकोणिसाव्या शतकाच्या शेवटच्या दशकात विवेकानंदांनी वैदिक धर्माची ध्वजा अमेरिकेत फडकाविली. त्यामुळे हिंदुधर्म, जुना वेदान्त, भारतीय संस्कृती इत्यादीविषयींचे कुतूहल तरुण पिढीत पुनरुज्जीवित होऊ लागले. याच वेळी थिऑसफी या नव्या पंथाचा उदय आणि थोडाफार उत्कर्ष आपल्याकडे झाला. हा पंथ भारतभूमी हेच जगाचे गुरुस्थान आहे असे मानणारा आणि हिंदुधर्मातील अनेक परंपरागत समजुतींचा पाठपुरावा करणारा होता. साहजिकच अनेक सुशिक्षितांना तो विचारणीय वाटू लागला. ॲनी बेझंट, लेडबीटर वगैरे ब्रह्मविद्यावादी, आपल्या प्राचीन संस्कृतीचा गौरव करणारे त्यांचे तत्त्वज्ञान, हिमालयात बसून विश्वाच्या व्यवहाराचे नियंत्रण करणारे त्या तत्त्वज्ञानातले ऋषिमुनी इत्यादी गोष्टींचे आकर्षण सर्वसामान्य लोकांतही निर्माण झाले. मधल्या काळात आगरकरांसारख्या बुद्धिवादी लेखकाने उघडउघड उपयुक्त दिसणाऱ्या काही सुधारणा सुशिक्षितांच्या गळी उतरविल्या होत्या. पण आगरकरांचा अज्ञेयवाद त्यांच्या पचनी पडणे शक्य नव्हते. त्रिकालज्ञ ऋषी, ईश्वर, कर्मवाद,

मायावाद इत्यादिकांविषयी पिढ्यान् पिढ्या दृढमूल झालेल्या कल्पना सुशिक्षितांच्या मनात मूळ धरून होत्याच. १९०५ नंतर त्यांना थिऑसफीचे खतपाणी मिळाले. सुशिक्षित तरुणांच्या मनात अध्यात्माविषयी जिज्ञासा निर्माण झाली. 'रागिणी'त या तत्कालीन नवीन तरुणाचे चित्रण वामनरावांनी भय्यासाहेब या नायकाच्या द्वारे केले.

८

देशभक्तीचे नवे स्वरूप

ईश्वरी साक्षात्काराची ओढ असलेला भय्यासाहेब हा 'रागिणी'चा नायक मोठा कुतूहलजनक होता. वैद्यक विद्यालयात शरीरशास्त्राचा अभ्यास करीत असतानाच त्याला आत्म्याची ओळख करून घेण्याची तीव्र इच्छा उत्पन्न होते. तो सुशिक्षित मुमुक्षू आहे. आनंदराव हा 'रागिणी'तला उपनायकही तत्कालीन तरुणांना आवडेल, आपला प्रतिनिधी वाटेल आणि त्यांच्या देशभक्तीच्या नव्या कल्पनांचे स्वरूप स्पष्टपणे दर्शवील असाच होता. हरिभाऊंचा भावानंद हा मोठा देशभक्त होता हे खरे. त्याने जीवनातल्या सर्व सुखांचा, किंबहुना अंती आपल्या प्राणांचाही आपल्या मातृभूमीसाठी होम केला यात शंका नाही. पण त्याचा देशभक्तीचा मार्ग समाजसेवेचा आहे, संन्यस्त वृत्तीने करायच्या विधायक कार्याचा आहे. तरुण मनाचा सेवेपेक्षा साहसाकडे अधिक ओढा असतो. पाश्चात्त्य तरुण आपल्या देशाचा गौरव वाढविणारी नवी नवी साहसी कृत्ये पिढ्यान् पिढ्या अहमहमिकेने करीत आले होते. कॅप्टन स्कॉटची दक्षिण ध्रुवावरील स्वारी आणि त्या मोहिमेच्या शेवटी झालेला त्याचा आणि त्यांच्या सहकाऱ्यांचा धीरोदात्त अंत यांची कथा त्या काळी मोठ्या कुतूहलाने वाचली जात होती. पाश्चात्त्य संशोधकांच्या विविध क्षेत्रांतल्या साहसांची वर्णने वृत्तपत्रांतून वारंवार प्रकाशित होत होती. त्या संशोधकांचे पंचखंडांत कौतुक केले जात होते. साहजिकच याबाबतीतही आपला देश फार मागे आहे हे शल्य भारतीय तरुणांच्या मनाला बोचू लागले होते. विज्ञानाचा खूप खूप अभ्यास करावा, अशा अभ्यासाशिवाय आपला तरणोपाय नाही, काहीतरी नवे संशोधन करावे, भारतीय तरुणही साहसी असू शकतात असे सिद्ध करणारी एखादी कृती करून दाखवावी ही १९०० नंतरच्या तरुणांची नवी वृत्ती हरिभाऊंच्या कादंबऱ्यांत कुठेही प्रतिबिंबित झाली नव्हती. त्यांचे नायक-उपनायक सामाजिक समस्यांच्या वर्तुळातच वावरत होते. वामनरावांनी आनंदराव या उपनायकाच्या द्वारे १९०५ नंतरच्या तरुण ध्येयवादी मनाची ही नवी आकांक्षा साकार केली.

९

प्रेमगंगेचे अवतरण

भय्यासाहेब व आनंदराव ही 'रागिणी'तली प्रमुख पुरुष पात्रे. रागिणी व उत्तरा ही मुख्य स्त्री पात्रे. या दोघींच्या चित्रणात हरिभाऊंच्या कौटुंबिक कक्षेच्या पलीकडे वामनरावांनी पाऊल टाकले आहे. कादंबरीचा आरंभ या दोन उपवर मुलींच्या लग्नाविषयी त्यांच्या आईबापांना वाटणाऱ्या काळजीने झाला आहे. एका दृष्टीने हा सनातन विषय आहे. पण वामनरावांच्या कादंबरीत या विषयाचे बदललेले स्वरूप चांगल्या रीतीने प्रतिबिंबित झाले आहे. प्रेमविवाह हा शब्द ज्याच्या बाबतीत सार्थपणे वापरता येईल असे लग्न हरिभाऊंच्या सामाजिक कादंबरीत घडून येणे कठीण होते. पण स्त्रीशिक्षणाच्या वाढत्या प्रसारामुळे १९१५च्या सुमारास मुलींच्या लग्नाची वयोमर्यादा वाढू लागली. कुमारिका शिकता शिकता यौवनात पदार्पण करू लागल्या. नात्याच्या किंवा मैत्रीच्या नात्याने अनुरूप तरुणांशी त्यांचा सहवास घडू लागला. त्यामुळे दोघांच्याही मनात परस्परांविषयी आकर्षण निर्माण होणे आणि या आकर्षणातून प्रेमांकुर उद्भवणे या गोष्टी निसर्गाला धरूनच होत्या.

रागिणीच्या मनातील भय्यासाहेबांविषयीची ओढ आणि उत्तरा व आनंदराव यांच्या परस्परांविषयीच्या नाजूक भावना यांचे वामनरावांनी 'रागिणी'त जे चित्रण केले आहे, ते गेल्या चाळीस वर्षांत समाज या मार्गाने पुढे गेल्यामुळे आपल्या अंगवळणी पडले आहे. पण त्या काळी त्यात मोठे नावीन्य होते. १८९६ ते १९१० या काळात ज्या कल्पनारम्य प्रेमाची चित्रणे कोल्हटकर 'वीरतनया'तील शूरसेन आणि शालिनी, 'मूकनायका'तील विक्रांत व सरोजिनी, 'गुप्तमंजूष'मधील विलास आणि नंदिनी, 'प्रेमशोधना'तली नंदन व इंदिरा यांच्यासारख्या राजकुळाशी संबंध असलेल्या तरुण स्त्री-पुरुषांच्या द्वारे करीत होते ते प्रेम वामनरावांनी सामान्य माणसाच्या जगापर्यंत- शिक्षकाच्या मुलीपर्यंत आणि डॉक्टर होणाऱ्या तरुणापर्यंत आणून पोहोचविले.

१०

नवी स्त्री

उत्तरेची स्वभावरेखा या कादंबरीच्या लोकप्रियतेला पुष्कळ कारणीभूत झाली. तोफेच्या तोंडी जावे, पण स्त्रीच्या तोंडाला लागू नये, हे तत्त्व प्रत्येक पिढीतल्या पुरुषांना कुठून ना कुठून तरी आपल्या अस्तित्वाची जाणीव देत असतेच. अगदी

तुकारामासारखा संत घेतला तरी 'बरे झालें देवा बाईल कर्कशा' असे परमेश्वराला शिफारसपत्र दिल्याशिवाय त्याला चैन पडत नाही! कजाग, भांडखोर किंवा छळवादी बायका वामनरावांपूर्वीच्या वाङ्मयात अनेकांनी रेखाटल्या होत्या. संस्कृत कवींना प्रिय असलेला प्रेमकलह त्यांनाही मान्य असे. मात्र तो त्या सामासिक शब्दांतल्या पदांची जागा बदलून! हरिभाऊंच्या 'यशवंतराव खरे'मधल्या सत्यंकाकू हा तर अशा स्त्रीस्वभावाचा एक अविस्मरणीय नमुना आहे. पण या परंपरागत भांडखोर स्त्रीशी वामनरावांच्या उत्तरेचे किंचित साम्य असले तरी ते अगदी वरवरचे आहे. बाह्यत: बोलभांड वाटणाऱ्या उत्तरेच्या द्वारे वामनरावांनी जागृत होऊ लागलेल्या आणि अंतर्बाह्य बदलू इच्छिणाऱ्या नव्या भारतीय स्त्रीचे मोठे आकर्षक चित्र वाचकांपुढे ठेवले.

उत्तरेचे स्वभावचित्र विलोभनीय आहे हे माझे म्हणणे कित्येकांना पटणार नाही. सबंध कादंबरीभर तिची आई एकच काळजी करीत असते- या तोंडाळ पोरीचे लग्न कसे होईल? योगायोगाने ते झाले तरी ती नवऱ्यासमोर सुखासमाधानाने कशी नांदेल? जुन्या संस्कारात वाढलेल्या आईसाहेबांना उत्तरेचे बोलणे फटकळपणाचे- प्रसंगी उद्धटपणाचे वाटते. स्त्रीसुलभ लज्जा, विनय किंवा संकोच आपल्या मुलीच्या अंगी नाही याबद्दल त्यांना मनस्वी दु:ख होते. वादविवादात उत्तरा कोटीवर प्रतिकोटी करते, पुरुषजातीवर हवे तसे तोंडसुख घेते. 'न स्त्री स्वातंत्र्यमर्हति' म्हणून सांगणाऱ्या मनूची शेंडी धरून त्याला धारेवर धरायलासुद्धा ती कमी करीत नाही!

आईसाहेबांना हे रुचत नाही, मग पचणार कुठून? पण थोडे खोल जाऊन पाहिले तर पिढ्यान् पिढ्या आंधळ्या रूढींच्या अवजड बेड्या जिच्या पायांत पडल्या होत्या, ती स्त्री दास्यमुक्त होताच अशी वागली तर त्यात नवल कसले? पिंजऱ्याबाहेर पडलेल्या पाखराला पंखांची पुन:पुन्हा फडफड करण्यात आणि अशा रीतीने मुक्तीचा आनंद चाखण्यात विशेष गोडी वाटणे स्वाभाविकच आहे. कुठल्याही प्रतिक्रियेत प्रारंभी अतिरेक असायचाच, तसा तो उत्तरेच्या बोलण्यातही आहे. धर्माच्या नावाखाली पिढ्यान् पिढ्या स्त्री जीवनाची जी कुचंबणा होत आली होती, तिच्या व्यक्तित्वाची जी पावलोपावली पायमल्ली चालली होती त्यांची प्रतिक्रिया शिक्षणामुळे बुद्धी स्वतंत्र होताच अशी तीव्रतेने होणे अपरिहार्य होते. उकळणाऱ्या वाफेने झाकण उडवून टाकावे ना? तसेच हे झाले. डॉ. आंबेडकरांच्या चरित्रात वरिष्ठ वर्गाविरुद्ध निघणारे जे जळजळीत उद्गार आपण वारंवार वाचतो त्यांचे मर्म तरी दुसरे काय आहे?

११

उत्तरा पहिली बंडखोर सामाजिक नायिका

मध्यमवर्गातल्या बंडखोर वृत्तीच्या कुमारिकेची ही स्वभावरेखा सामाजिक दृष्टीने जशी नवीन होती तशी वाङ्मयीन दृष्टीने अपूर्व होती. नाही म्हणायला 'मूकनायका'तली वेत्रिका ही फटकळपणाने बोलणारी आणि पुरुषजातीवर पदोपदी तोंडसुख घेणारी एक उपनायिका कोल्हटकरांनी पूर्वी चित्रित केली होती. पण 'मूकनायक' हे बोलून चालून राजा-राणीचे नाटक होते. 'रागिणी'तली उत्तरा तशी कल्पनारम्य नव्हती. मेडिकल कॉलेजात शिकणारी, शास्त्रीबोवांसारख्या पूर्वीच्या शिक्षकांना वादात हरवणारी. आनंदरावाकडे मन ओढ घेत असूनही लग्नानंतर आपण स्वातंत्र्य गमावून बसू अशा भीतीने 'मला लग्न करायचंच नाही,' असे तोंडाने घोकणारी आणि स्त्री जातीवर शतकानुशतके होत आलेल्या अन्यायांची शल्ये मनात सतत सलत असल्यामुळे त्यांच्या वेळी-अवेळी शाब्दिक बदला घेण्यात आनंद मानणारी अशी हाडामांसाची, भोवताली कुठेतरी पाहिली आहे असे वाटण्याइतकी वाचकांना खरीखुरी भासणारी तरुणी उत्तरेच्या रूपाने वामनरावांनी निर्माण केली.

इंग्लंडमधल्या सफ्रेजेट चळवळीतल्या बंडखोर स्त्रीशी उत्तरेचे थोडे साम्य आहे, नाही असे नाही. वामनरावांनी वारंवार या सफ्रेजेट स्त्रीचा उल्लेख केला आहे. पण या चळवळीपेक्षाही अधिक प्रभावी अशी प्रेरणा या स्वभावरेखेच्या मुळाशी आहे. हरिभाऊंनी मध्यमवर्गातील स्त्रीला अंध रूढींच्या दास्यातून मुक्त केले. वामनरावांनी दास्यमुक्तीनंतरची तिची स्वतंत्र वृत्ती चित्रित केली. ही स्त्री १९१५ नंतर वाङ्मयात निरनिराळ्या रूपांनी आपल्याला भेटते. कधी ती 'हाच मुलाचा बाप' नाटकातल्या मंजिरीचे रूप घेते, कधी ती 'भावबंधना'तली जिभेने तिखट, पण मनाने प्रेमळ अशी लतिका होते. 'दौलत'मधली निर्मला, 'विधवाकुमारी'तली मथू, 'दोन ध्रुवा'तली वत्सला आणि 'हिंदोळ्यावर' या कादंबरीतली अचला ही सारी एका परीने उत्तरेचीच- जागृत झालेल्या, स्वतंत्र वृत्तीने जीवनाचा विचार करू लागलेल्या नव्या स्त्रीचीच रूपे नाहीत काय? खुद्द वामनरावांच्याच कादंबऱ्यांत 'सुशीला' (सुशिलेचा देव) आणि 'इंदु' (इंदु काळे व सरला भोळे) या दोघींमध्ये जो बंडखोरपणाचा भाग आहे तो उत्तरेच्या आत्म्याशी सुसंवादी असाच आहे.

मराठी ललित वाङ्मयातल्या अनेक प्रसिद्ध नायिकांचा उल्लेख उत्तरेच्या संदर्भात मी केला नाही. याचा अर्थ उत्तरेच्या अनुकरणातून त्या निर्माण झाल्या आहेत असा नाही. हरिभाऊंचा काळ बंडखोर सामाजिक नायिका निर्माण होण्याला अनुकूल नव्हता. जे आडात नाही ते पोहऱ्यात कुठून येणार? जे दृश्य सामाजिक जीवनाच्या

संदर्भात असंभाव्य होते ते हरिभाऊंसारख्या वास्तववादी कादंबरीकाराच्या कलाकृतीत दिसणे अशक्य होते. 'पण लक्षात कोण घेतो?'मधली यमुना असो, 'मी'मधली ताई असो अथवा 'मायेचा बाजारा'तली पद्मा असो, 'आम्ही गाइ गरिब जातीच्या, नाहि अम्हां वाचा' हे शारदेचे उद्गार त्यांचेच वाटावेत अशी प्रत्येकीची परिस्थिती आहे. पायांतल्या लोखंडी बेड्यांना सोन्याच्या साखळ्या मानून त्यांना कवटाळीत बसणाऱ्या स्त्रियांची ती पिढी नव्हती हे खरे आहे. त्या बेड्या आहेत याची जाणीव या सर्व स्त्रियांना तीव्रतेने होत होती. पण त्या बेड्या तोडण्याचे सामर्थ्य त्यांच्या अंगी नव्हते यात नवल कसले? दु:खाचे कढ मुकाट्याने गिळायची शिकवण त्यांना शतकानुशतके मिळाली होती.

१८९५ ते १९१५ या वीस वर्षांत यमूची पिढी थोडी मागे पडली. मध्यमवर्गातली स्त्री शिकू लागली. किंचित धीट बनली. एखाददुसरी आपले मन उघड करून बोलू लागली. क्वचित एखादी 'मी लग्न करीन नाहीतर तशीच राहीन' असे प्रतिपादू लागली. या नव्या तरुणीची मराठी ललित वाङ्‌मयातली पहिली लोकप्रिय प्रतिमा म्हणजे 'उत्तरा.'

१२

चर्चा : नवे बौद्धिक आकर्षण

भय्यासाहेब, आनंदराव, रागिणी आणि उत्तरा ही 'रागिणी'तली प्रमुख पात्रे होत. ही सर्व १९१० नंतरच्या तरुण पिढीचे प्रतिनिधित्व करणारी होती. त्यामुळे त्यांचे रसिकांकडून सहर्ष स्वागत झाले हे तर खरेच, पण त्याचबरोबर रागिणीने त्या काळच्या सुशिक्षित वाचकांची एक अगदी नव्या प्रकारची भूकही उत्तम रीतीने भागविली. त्या क्षुधेचे स्वरूप मुख्यत: बौद्धिक होते. ज्ञानविज्ञानांच्या विविध शाखांचा वेगाने परिचय होऊ लागल्यामुळे आणि झपाट्याने बदलत जाणाऱ्या परिस्थितीने ज्या गुंतागुंतीच्या समस्या निर्माण होत होत्या त्या सोडविण्याच्या जिज्ञासेमुळे त्या काळातल्या सुशिक्षित वाचकवर्गात वादग्रस्त विषयांविषयी विशेष गोडी निर्माण झाली होती.

१९०८ नंतर सरकारच्या दडपशाहीच्या धोरणामुळे ज्वलंत चळवळींना फारशी जागा उरली नाही. साहजिकच सुशिक्षित वर्गाची सर्व शक्ती नवनव्या सामाजिक प्रश्नांचा खल करण्यात आणि वादविवाद करताना बुद्धीला चतुर कोटिक्रमाचे रुचकर खाद्य पुरविण्यात आनंद मानू लागली. केळकरांचे माहितीने भरलेले, चिकित्सेने सजविलेले आणि कोटिक्रमांनी नटलेले लोकप्रिय निबंध याच काळात

निर्माण झाले. पुढे लो. टिळकांचे 'गीतारहस्य' प्रसिद्ध होताच त्याच्यावर वर्ष-दोन वर्षे महाराष्ट्रात मोठी रणधुमाळी माजली तीही या विशिष्ट आवडीची द्योतक होती.

अशाप्रकारच्या चर्चाप्रिय वाचकांना 'रागिणी'तल्या निरनिराळ्या संवादांच्या आणि वादविवादांच्या रूपाने वामनरावांनी एक मोठी बौद्धिक मेजवानी दिली असे म्हणायला हरकत नाही. हे सर्व वादविवाद कथानकाच्या विकासाच्या अथवा स्वभावरेखनाच्या दृष्टीने आवश्यक होते असे मुळीच नाही. पण दाटीवाटीने का होईना, हे कथानकाच्या चौकटीत बसतील अशी दक्षता घेण्याचा वामनरावांनी प्रयत्न केला. त्यामुळे विविध चर्चा हे 'रागिणी'चे एक फार मोठे बौद्धिक आकर्षण ठरले.

१३

'रागिणी' व 'हिंदुधर्म आणि सुधारणा'

'हिंदुधर्म आणि सुधारणा' या ग्रंथात कथा आणि तदनुषंगिक चर्चा व चिकित्सा यांची सांगड घालण्याचा प्रयत्न पूर्वी गोळ्यांनी केला होता. गोळेही वामनरावांप्रमाणे रसिक व विद्वान होते. पण त्यांच्या या पुस्तकाला 'रागिणी'सारखी लोकप्रियता प्राप्त झाली नाही, याचे एक कारण गोळ्यांच्या पुस्तकात चर्चेपेक्षाही चिकित्सा फार होती हे असू शकेल. त्यामानाने त्याचे कथासूत्र तोकडे आहे. शिवाय जी कथा आहे ती एकसुरी आहे. 'रागिणी'तल्या सर्व चर्चा गाळल्या आणि नुसते तिचे कथानक शिल्लक ठेवले तरी एखाद्या चित्रपट निर्मात्याला आकर्षण वाटावे एवढे प्रसंगाचे वैचित्र्य तिच्यात आहे.

या कादंबरीत प्रणयभावनेची विविध स्वरूपे आहेत. ईश्वराच्या शोधाकरता नवपरिणीत पत्नीचा त्याग करणारा पती आहे. त्याच्या भोळेपणाचा फायदा घेणारा बोकेसंन्यासी आहे, त्याच्या ढोंगीपणावर उतारा म्हणून आलेला एक प्रामाणिक त्रिकालदर्शी स्वामी आहे. दोन मैत्रिणींचे प्रेम आणि त्यांच्यामधला नाजूक मत्सर आहे. नवरा जिवंत असूनही वैधव्याचे दुःख भोगणारी अश्राप, सुंदर नायिका आहे, हिमालयाच्या कारिसेनी जातीच्या रानटी टोळ्यांचे चिमुकले राज्य आहे, त्या लोकांनी पकडलेल्या सुशिक्षित मंडळींची घाबरगुंडी आहे, या रानटी लोकांचा भयंकर कटोह आहे आणि शेवटी अंगावर शहारे उभे करणारा त्या कटोहातल्या बलिदानाचा भाग आहे.

'हिंदुधर्म आणि सुधारणा' या कादंबरीवजा पुस्तकात सर्वसामान्य वाचकाला ओढ लावणारे, शेवटपर्यंत पुढे काय होणार ही त्याची उत्सुकता कायम ठेवणारे, चर्चेत खडीसाखरेची गोडी निर्माण करणारे असे कथानक नव्हते. 'रागिणी' व

'हिंदुधर्म व सुधारणा' यात आणखी एक मोठा भेद आहे. 'रागिणी'त पुनर्जन्मापासून पुनर्विवाहापर्यंत विविध विषयांची चर्चा असली आणि शास्त्रीबोवांसारखी सनातनी मतांचे समर्थन करणारी पात्रे असली तरी या कादंबरीचा आत्मा घडत असलेल्या सामाजिक परिवर्तनाला अनुकूल आहे. 'रागिणी'तल्या चर्चांत नव्या गोष्टींवर अनेकदा टीका केलेली आढळते, नाही असे नाही. पण त्या टीकेचा रोख प्रतिटीकेतून या नव्या गोष्टींचे समर्थन व्हावे अशा तऱ्हेचाच आहे. 'रागिणी'च्या काळी सामाजिक सुधारणांचे लोण आजच्यासारखे समाजाच्या तळापर्यंत पोहोचले नव्हते. मात्र सुशिक्षित मध्यमवर्ग तिचा कैवारी बनला होता. त्या वर्गाचे मनोगत 'रागिणी'त उत्तम रीतीने प्रतिबिंबित झाले आहे. उलट, 'हिंदुधर्म आणि सुधारणा' या पुस्तकात मुख्यत: सुधारकांना चिमटे आणि कोपरखळ्या यांचाच अहेर होता. तो अहेर कितपत योग्य होता हे एकविसाव्या शतकातले समाजशास्त्रज्ञच सांगू शकतील, पण त्यामुळे त्यातले प्रतिपादन सुशिक्षित समाजाच्या गळी उतरू शकले नाही. मग ते त्याच्या अंतरंगापर्यंत पोहोचणे दूरच राहिले.

१४

विचारप्रधान कादंबरीची मुहूर्तमेढ

'रागिणी'तल्या विविध चर्चांचा पुढील वीस वर्षांतल्या मराठी कादंबरीवर नि:संशय परिणाम झाला. केवळ कलादृष्टीने पाहिले तर डॉ. केतकरांनी वामनरावांपेक्षाही अधिक रूक्ष व अधिक सदोष कादंबऱ्या लिहिल्या. पण त्या सुशिक्षित वाचकांनी वाचल्या याचे कारण 'रागिणी'ने विचारप्रधान कादंबरीविषयी निर्माण केलेली आवड हेच होय. १९२५ ते १९३० च्या दरम्यान पु. य. देशपांडे यांची 'बंधनाच्या पलीकडे' ही कादंबरी लोकप्रिय झाली याचे कारण तिचा विषय जनमनाला धक्का देणारा होता हे तर खरेच, पण दुसरे तितकेच महत्त्वाचे कारण म्हणजे त्या कादंबरीतले वादग्रस्त विषयांवरील विस्तृत व वक्तृत्वपूर्ण संवाद आणि विवाद हे होय. वामनरावांच्या कादंबरींतील या चर्चांचा पुढील कादंबरीकारांत सर्वांत अधिक परिणाम झाला तो माडखोलकरांवर. माडखोलकरांच्या कादंबरीतले विविध प्रकारचे वादविवाद त्या त्या काळी वादविवादाचे विषय होऊन बसले ते काही उगीच नव्हे! यासंदर्भात 'मुक्तात्मा' प्रसिद्ध झाल्यावर माजलेले वादळ संस्मरणीय आहे. असे होणे स्वाभाविकच होते. कारण ते वादविवाद हा लेखकाच्या व्यक्तित्वाच्या आणि वैशिष्ट्याचा भाग होता.

'सुकलेले फूल' या कादंबरीच्या प्रस्तावनेत श्री. के. नारायण काळे यांनी

'रागिणी'मुळे मराठी कादंबरीची गाडी 'पण लक्षात कोण घेतो?'च्या रुळावरून घसरली अशा अर्थाचे विधान केले आहे. कलात्म दृष्टीने 'रागिणी' किंवा वामनरावांची दुसरी कुठलीही कादंबरी हरिभाऊंच्या कलेची पातळी कधीच गाठू शकली नाही हे खरे आहे. पण त्याचबरोबर 'रागिणी'नंतरच्या पंचवीस वर्षांत मराठी कादंबरी नानाविध विषय हाताळू लागली, तिने एक नवी बौद्धिक पातळी गाठली आणि या कालखंडातल्या कादंबरीवाङ्मयाला अनेक नव्या प्रयोगांची जोड मिळाली याचे श्रेय मुख्यत: वामनरावांनाच दिले पाहिजे. इंग्रजीत आल्डुस हक्स्लेच्या नव्या पद्धतीच्या कादंबऱ्या प्रथम प्रकाशित होऊ लागल्या तेव्हा विचारप्रधान कादंबऱ्या या दृष्टीने त्यांचे स्वागत झाले. आपल्याकडेही 'रागिणी'च्या बाबतीत तेच घडले. 'रागिणी'मुळे कादंबरीच्या विषयांचे आणि तिच्या विवेचक शक्तीचे क्षेत्र नि:संशय विस्तार पावले. बंकिमचंद्र, रवींद्र आणि शरच्चंद्र यांच्या कादंबऱ्यांतला भावनांचा नाजूक उन्मेष किंवा त्याची सूक्ष्म तरलता यांचा आढळ जिथे हरिभाऊंतही विपुल प्रमाणात होत नाही, तिथे त्या गुणांची अपेक्षा वामनरावांकडून करणे चुकीचे होईल. मधुराभक्ती असो किंवा ललित कृतीतली भावनेची तरलता असो, मराठी साहित्यिकाच्या प्रकृतीचे एकच वैशिष्ट्य- त्याला वैगुण्यही म्हणता येईल- स्पष्ट दिसते. तो प्रवाहात पोहत राहील, पण त्यात वाहून जाणार नाही. कलेच्या धुंदीतही त्याची बुद्धी- कधी सकारण तर कधी अकारण- जागृत राहते!

१५

प्रश्न महत्त्वाचा! पण उत्तर?

'रागिणी'चे कथानक सर्वसामान्य वाचकाच्या दृष्टीने चटकदार आहे. हरिभाऊंच्या पद्धतीची उपकथानके या कादंबरीत नाहीत. उलट, नायिका रागिणी हिच्या जीवनाचा मुख्य भाग पाहिला तर तो कादंबरीइतकाच भावकथेला अनुकूल आहे असे दिसून येईल. या भावनात्मक भागाला भय्यासाहेबाच्या मृत्यूच्या रहस्याची जोड देऊन पुढे सर्व मंडळींना हिमालयात फेरफटका करायला लावून आणि कटोहातल्या बलिदानासारखे अद्भुताच्या जवळ जाणारे प्रसंग निर्माण करून वामनरावांनी कथानकात भरपूर संमिश्रता आणि रंजकता आणली. शेवटी ही सर्व मंडळी कारिसेन टोळीच्या तडाख्यात सापडतात ती आनंदरावाच्या संशोधनाच्या नादामुळे, हा धागा पहिल्यापासून हाती घेऊन त्याचा पुढे उपयोग करून घेण्यात, जनुभाऊंसारखे लवचीक खलपात्र योजून कथानकाच्या विविध धाग्यादोऱ्यांच्या गाठी मारण्यात आणि तरुण मैत्रिणींच्या मनांतल्या मत्सरभावनेचा उपयोग करून मधेच कथानकाला नवी कलाटणी देण्यात

वामनरावांची चतुरता प्रकट झाली आहे.

पण 'रागिणी'त काय किंवा इतर कादंबऱ्यांत काय कथानकाच्या रसपूर्ण गुंफणीत- विशेषत: विविध स्वभावाच्या संघर्षातून कथानक सहजतेने विकसित करण्यात- वामनराव सिद्धहस्त नव्हते हे दर्शविणाऱ्या अनेक गोष्टी आहेत. त्यांच्या प्रतिभेची प्रकृती कथाकाराची नाही. रागिणीशी लग्न झाल्यावर भय्यासाहेबांसारखा तिच्यावर अनुरक्त असलेला तरुण पारमार्थिक कल्पनांनी भारावून जातो, हे सांगताना त्यांनी केलेली घाई कलावंताला शोभण्याजोगी नाही. ज्या बोधस्वरूपस्वामींच्या मागे लागून भय्यासाहेब गृहत्याग करतो, तो कादंबरीच्या पूर्वार्धात आपल्याला प्रत्यक्ष कधीच दिसत नाही. तो सगळा सांगोवांगी कारभार वाटतो. बरे, ज्या आध्यात्मिक आनंदाच्या शोधासाठी तरुण पत्नी, वृद्ध वडील आणि सुखवस्तू जीवन यांच्याकडे पाठ फिरवून भय्यासाहेब अंगावर भगवी वस्त्रे धारण करतो आणि रानावनांत वणवण फिरतो, त्या शोधातले त्याचे महत्त्वाचे अनुभव व त्यांची त्याच्या मनावर होणारी प्रतिक्रिया यांचा सूक्ष्म आलेख काढण्याची काळजीही वामनरावांनी घेतली नाही. ज्या बोधस्वरूपस्वामीच्या नादी लागून तो घर सोडतो तो बोकेसंन्यासी आहे हे भय्यासाहेबाला कळायला रागिणी व उत्तरा ह्या स्वामींच्या आश्रमात याव्या लागतात! तेव्हा कुठे त्या दांभिक गुरूच्या कफनीच्या आत लपून बसलेल्या कामवासनेचा फूत्कार त्याला ऐकू येतो. जणूकाही तोपर्यंत याबाबतीत हा स्वामी अगदी धुतल्या तांदळासारखा होता. या कटू अनुभवानंतरही भय्यासाहेब आपल्या नादात भ्रमत राहतोच. केवळ सुदैवाने तो प्रियब्रह्मस्वामींच्या सान्निध्यात येतो व शेवटी देवदयेने सर्वकाही ठाकठीक होते. पण त्याची मूळची अध्यात्मज्ञानाची किंवा ईश्वरी साक्षात्काराची जी तृषा आहे ती अंशत: तरी तृप्त होते का? प्रियब्रह्मस्वामींच्या ठिकाणी असलेली भविष्यज्ञानाची शक्ती कादंबरीपुरती गृहीत धरली तरी भय्यासाहेबाला आत्मिक दृष्टीने अस्वस्थ करणाऱ्या आणि घर सोडायला लावणाऱ्या प्रश्नाचे उत्तर त्यांच्या सहवासात कुठेच सापडत नाही. बोलाची कढी आणि बोलाचा भात असाच सारा प्रकार वाटतो!

१६

पाया मोठा, पण वरचा इमला अर्धवट

असे का व्हावे? मला वाटते, भय्यासाहेबाच्या रूपाने वामनरावांनी एका अत्यंत अवघड- किंबहुना ललितलेखनाच्या प्रकृतीला सहजासहजी न पेलणाऱ्या- विषयाला हात घातला. घर सोडून जाईपर्यंतचे भय्यासाहेबाचे चित्रण त्यांनी थोड्याफार सूक्ष्मतेने केले आहे. पण त्याचे नंतरचे अनुभव आणि त्या अनुभवांच्या प्रतिक्रिया

या गोष्टी अगदी सांकेतिक वाटतात.

अध्यात्माची भूक ही पोटाच्या किंवा समागमसुखाच्या भुकेइतकीच मानवाची नैसर्गिक भूक आहे. मनुष्य कितीही नास्तिक असो, तो आपल्या वैभवात आणि विलासात खुशाल निमग्न राहो- त्याच्या जीवनात केव्हा ना केव्हा विलक्षण क्षण येतात, असह्य दुःखे उद्भवतात. अशा वेळी मानवाची अपूर्णता, असहायता आणि अगतिकता त्याला अत्यंत तीव्रतेने जाणवते. मग नकळत तो अंतर्मुख होतो, जीवनाचे न उलगडणारे कोडे सोडवू लागतो. या विशाल आणि विचित्र संसारमंदिरात ज्याला जन्म म्हणतात अशा एका द्वारातून प्रवेश करायचा आणि ज्याला मृत्यू म्हणतात अशा दुसऱ्या द्वारातून ते मंदिर सोडून निघून जायचे, एवढाच का मनुष्याच्या सर्व धडपडीचा अर्थ आहे? जीवमात्राच्या वाट्याला येणारी सुखे आणि संकटे यांच्यामागे काही कार्यकारणभाव आहे की नाही? का जन्म, प्रेम आणि मृत्यू हे तीन जुगार आहेत असे शॉ म्हणतो तेच खरे? जीवन ही वेड्याने सांगितलेली अर्थशून्य कहाणी आहे असे उद्गार शेक्सपीअरचा मॅकबेथ काढतो, ते नाट्याच्या विकासाच्या ओघात आले आहेत की, हेच जीवनातले अंतिम सत्य आहे?

ईश्वराचा शोध करायला निघालेल्या भय्यासाहेबाच्या चित्रणात हे व अशाप्रकारचे प्रश्न प्रसंगरूपाने निर्माण व्हायला हवे होते. या प्रश्नांची उत्तरे शोधता शोधता या नायकाचा जो विकास झाला असता त्याने मराठी कादंबरीच्या वैभवात निश्चित भर घातली असती. पण वामनराव याबाबतीत अपुरे पडले.

१७

एक महत्त्वाची गोष्ट

मात्र या अवघड प्रश्नाचे आकर्षण शेवटी शेवटी हरिभाऊंनाही वाटू लागले होते असे दिसते. 'कर्मयोग' ही त्यांची शेवटची अपूर्ण सामाजिक कादंबरी. तिचा नायक चंद्रशेखर याचे भय्यासाहेबांशी साम्य आहे. हरिभाऊंच्या कादंबरीतले स्वामी नास्तिक चंद्रशेखरला 'धर्मश्रद्धेशिवाय कर्मश्रद्धा नाही' असे सांगतात. ही कादंबरी अपूर्ण असल्यामुळे नास्तिक चंद्रशेखराला ईश्वराचा साक्षात्कार कुठे व कसा होतो याचे चित्रण तिच्यात आलेले नाही. ते हरिभाऊंच्या हातून झाले असते तर 'कर्मयोग' ही निःसंशय एक निराळ्या प्रकारची आणि फार वरच्या दर्जाची कादंबरी ठरली असती. मात्र, १९१५ च्या सुमारास मावळते हरिभाऊ आणि उगवते वामनराव हे दोघेही कादंबरीकार या एकाच गहन समस्येचा विचार करायला प्रवृत्त झाले होते ही गोष्ट ऐतिहासिक दृष्टीने महत्त्वाची आहे.

१८

भाषाशैली

'रागिणी'ची मीमांसा करताना वामनरावांच्या भाषाशैलीचा तिच्या लोकप्रियतेत महत्त्वाचा भाग आहे हे आज खरे वाटणार नाही. पण ते सत्य आहे.

हरिभाऊंची शैली सामान्यत: साधी, सरळ, प्रसन्न; पण किंचित पाल्हाळीक होती. भावदर्शनाचे किंवा स्वभावचित्रणाचे प्रसंग रेखाटताना अधिक प्रभावी रूप धारण करण्याची शक्ती तिच्या अंगी होती. त्यामुळे रसपरिपोषाला या शैलीचे मोठे साहाय्य होई. हरिभाऊ ज्या प्रकारची सामाजिक चित्रे रेखाटीत होते त्यांना अनुरूप अशीच ही भाषाशैली होती. पण सामाजिक किंवा ऐतिहासिक कादंबऱ्यांतील उत्कट भावनांचे किंवा नाट्यपूर्ण प्रसंगांचे चित्रण करताना तिचा एकसुरीपणा जाणवू लागे. हरिभाऊंच्या ऐतिहासिक कादंबऱ्यांत विविध रसांनी नटलेले अनेक प्रसंग आहेत. बहुतेक प्रसंगी हरिभाऊंची प्रतिभा अनुभूती समर्थपणे पेलते. मात्र त्या अनुभूतीच्या उत्कट आविष्काराच्या वेळी ती शैली तोकडी पडते. त्या आविष्काराला आवश्यक अशा माधुर्याची, ओजस्वितेची किंवा काव्यात्मतेची जोड मिळत नाही. 'वज्राघात' या कादंबरीचे पहिले प्रकरण कलेच्या दृष्टीने अविस्मरणीय आहे. पण त्या प्रकरणातली सूचकता, योजकता व काव्यात्मता या गोष्टी हरिभाऊंच्या कादंबऱ्यांत अपवादरूपानेच आढळतात. 'गड आला पण सिंह गेला', 'उष:काल', 'चंद्रगुप्त', 'रूपनगरची राजकन्या' या ऐतिहासिक कादंबऱ्यांतून किंवा 'मी', 'पण लक्षात कोण घेतो?', 'मायेचा बाजार', 'कर्मयोग' इत्यादी सामाजिक कादंबऱ्यांतून अशाप्रकारची रमणीय स्थळे फारशी नाहीत. याचे कारण हरिभाऊंच्या शैलीच्या मर्यादा हेच आहे.

हरिभाऊ श्रेष्ठ प्रतीचे भाषाप्रभू होते यात शंका नाही. पण परिस्थितीमुळे असेल अथवा प्रतिभेच्या विशिष्ट गुणधर्मामुळे असेल, त्यांच्या शैलीला लेखनाच्या प्रारंभकाळीच काही मर्यादा पडल्या. पुढे सतत पंचवीस वर्षे त्याच शैलीने ते लिहीत राहिले. साहजिकच १९१०-१५ च्या वाचकांच्या दृष्टीने तिचे सौंदर्य कोमेजल्यासारखे झाले. मधल्या दोन तपांत एका निराळ्या शैलीची आवड सुशिक्षित वाचकांत निर्माण झाली. श्रीपाद कृष्ण कोल्हटकर आणि शिवरामपंत परांजपे हे या दुसऱ्या शैलीचे प्रमुख प्रवर्तक होत. ही शैली कोल्हटकरांच्या नाटकांतून व विनोदी लेखांतून आणि परांजप्यांच्या निबंधांतून व कथावजा ललितलेखांतून प्रथम लोकप्रिय झाली. नंतर गडकऱ्यांसारख्या प्रतिभावान नाटककाराने तिच्यावर खास स्वत:ची अशी काही लेणी चढविली. त्यामुळे काही काळ तिची लोकप्रियता विलक्षण वाढली. खाडिलकरांसारखा श्रेष्ठ नाटककारसुद्धा नंतरच्या काळात या शैलीचा मोह टाळू

शकला नाही. 'सत्त्वपरीक्षा' नाटकाच्या संवादांवर गडकऱ्यांच्या शैलीचा कसा आणि किती परिणाम झाला आहे हे अभ्यासण्याजोगे आहे.

वामनरावांची शैली खास श्रीपाद कृष्णांच्या संप्रदायाची नाही. मात्र त्याच्या छायेत ती वाढली आहे. या शैलीचे वर्णन आलंकारिक या विशेषणाने केले जाते. स्थूलमानाने ते ठीक आहे. संस्कृत साहित्यातला या शैलीचा वारसा श्लेष, चमत्कृतिजनक कल्पना इत्यादिकांच्या रूपाने मराठीला मिळाला होताच. पण चतुरालाप, नव्या पद्धतीचा कोटिक्रम, गुदगुल्या करणारा नर्मविनोद, कोटीवर प्रतिकोटी झाल्यामुळे संवादांना येणारा चटकदारपणा इत्यादी विशेषांची कोल्हटकरांनीच या परंपरागत शैलीला जोड दिली.

इंग्रजी साहित्य गोडीने वाचणाऱ्या तरुण पिढीला त्या नवीन चटकदार शैलीचे आकर्षण १९०० च्या आगेमागे जाणवू लागले. १९००-१९१० या दशकात हे आकर्षण झपाट्याने वाढले. हे लक्षात घेतले म्हणजे विद्यार्थिदशेतच कोल्हटकरांच्या शैलीचा वामनरावांवर परिणाम झाला असला पाहिजे हे उघड दिसते. 'रागिणी'त चर्चा व चर्चात्मक संवाद या गोष्टींना फार महत्त्वाचे स्थान आहे. बुद्धीला गुदगुल्या करणारी आणि रूक्ष विषयही रंजक बनविणारी ही शैली वामनरावांपाशी नसती तर या सर्व चर्चा कंटाळवाण्या वाटल्या असत्या. ही शैली कादंबरीच्या दृष्टीने किंचित जड आहे. हरिभाऊंच्या शैलीतले प्रसन्नत्व किंवा प्रवाहित्व तिच्यात कमी आहे. पण वामनरावांचे वैशिष्ट्यपूर्ण व्यक्तित्व, 'रागिणी' कादंबरीतील सुशिक्षित व वादविवादप्रिय पात्रे आणि त्यांच्या चर्चांचे गंभीर विषय यांना ती अनुरूप आहे. वामनरावांच्या शैलीचे हे स्वरूप शेवटपर्यंत असेच राहिले हे 'इंदु काळे व सरला भोळे'मधल्या विविध पात्रांच्या पत्रलेखनावरूनही दिसून येईल. केवळ विनायकरावांच्या पत्रांतूनच वामनराव आपल्याशी बोलत आहेत असे वाटत नाही, इतर पत्रांतूनही ते डोकावून पाहत असतातच!

१९

बुद्धीच्या छायेत वावरणारी सहृदयता

कादंबरी म्हणजे विविध मानवी वृत्तींच्या आणि प्रवृत्तींच्या संगमांतून, संघर्षांतून आणि संग्रामातून निर्माण होणारी कथा. साहजिकच भावदर्शन आणि स्वभावचित्रण यांच्यामुळे कादंबरीला अवीट गोडी प्राप्त होते. याबाबतीत हरिभाऊंची बरोबरी करायला वामनराव स्वभावतःच असमर्थ आहेत. 'पण लक्षात कोण घेतो?'मधली 'आईचा मृत्यू' किंवा 'गोविंद विडा' ही प्रकरणे पाहावीत. किती रसपूर्ण आहेत ती!

'कर्मयोगा'चे पहिले प्रकरण या दृष्टीने अत्यंत नमुनेदार आहे. या प्रकरणात चंद्रशेखर एम.ए.ची परीक्षा झाल्यामुळे घरी जायला निघतो. सतत सहा वर्षे ज्याच्या सहवासात काढलेली असतात ते कॉलेज, गुरू आणि वसतिगृहातली खोली यांचा तो निरोप घेतो. एवढाच प्रसंग आहे हा. पण भावनाविलासाने हरिभाऊंनी हे प्रकरण किती हृदयंगम केले आहे हे पाहण्याजोगे आहे.

असले प्रसंग वामनरावांच्या कादंबऱ्यांत नाहीत असे नाही. पण त्यातील भावना वामनरावांना कुशलतेने टिपून घेता आलेली नाही. भय्यासाहेबाचे वैराग्य वाढत जाते आणि शेवटी रागिणीचा त्याग करून तो निघून जातो हा प्रसंग पाहावा. त्यात रसवत्ता कमी, बुद्धिविलास अधिक! अशा हृदयभेदक प्रसंगीसुद्धा वामनरावांना वाचकांच्या काळजाला हात घालता येत नाही.

ते सहृदय आहेत, पण त्यांच्या सहृदयतेवर बुद्धीचा सदैव पगडा बसलेला आढळतो. अशा प्रसंगांच्या चित्रणात श्रेष्ठ कादंबरीकाराच्या ठिकाणी जी आर्द्रता, आर्तता, तन्मयता आणि काव्यात्मता दिसून येते ती वामनरावांच्या लेखणीतून सहसा प्रकट होत नाही. ते तटस्थतेने वावरत आहेत असे वाटते. तटस्थपणा तादात्म्यानंतर कलेने धारण केलेल्या संयमामुळे आलेला नसतो. तादात्म्याची उंचीच त्याला गाठता येत नाही.

वामनरावांची प्रतिभा मूलत: निबंधकाराची आहे याचे हे उत्तम उदाहरण आहे.

२०

आदर्श चित्रणाच्या मर्यादा

कादंबरीकाराच्या कलेला आपले सर्व सामर्थ्य ज्याच्या चित्रणात प्रकट करता येईल असा एक प्रसंग 'रागिणी'त आहे. तो म्हणजे रागिणीच्या मनात डोकावून पाहणारा पुनर्विवाहाचा विचार. हरिभाऊंच्या हाती ही घटना असती तर त्यांनी मोठ्या नाजूक आणि सहृदय कुंचल्याने तिच्यात रंग भरला असता. रागिणीचे भय्यासाहेबावर अतिशय प्रेम होते हे खरे आहे. पण लग्नानंतर लवकरच पतीने केलेला त्याग, त्यानंतर वज्राघाताप्रमाणे कानी पडलेली त्याच्या मृत्यूची वार्ता, तिचे तरुण वय, तिच्या वडिलांची पुनर्विवाहाला असलेली अनुकूलता, प्रत्यक्ष पित्याच्या मनात संशय निर्माण झाल्यामुळे होणारी तिची कुचंबणा- या सर्व गोष्टी लक्षात घेता रागिणीच्या मनात पुनर्विवाहाचा विचार येणे स्वाभाविक होते. तो तसा आला हे वामनरावांनी दाखविले आहे. पण या विचाराने होणारी तिच्या मनाची ओढाताण त्यांना सूक्ष्मतेने किंवा काव्यात्म रीतीने चित्रित करता आलेली नाही. किंबहुना रागिणी ही आदर्श नायिका दाखवायची असे ठरविले असल्यामुळेच की काय हा विचार

आपल्या मनात आला हे तिचे तिलाच बरे वाटत नाही, असे वामनरावांनी सूचित केले आहे. रागिणीचे चित्र असे निष्कलंक ठेवल्याबद्दल कोल्हटकरांनी त्यांची स्तुती केली आहे. मला मात्र या दोघा थोर सुधारणावादी लेखकांच्या कल्पनांना त्यांच्या काळाने घातलेली ही मर्यादा आहे असे वाटते. खरोखर, ही कलावंतांची सात्त्विकता आहे की भीरुता आहे? वास्तवाचा स्पर्श आदर्शाला झाला की आदर्श कलंकित होतो असे घटपटादी खटपटीत गुंतलेल्या रूक्ष पंडितांनी हवे तर म्हणावे, पण कलावंताने या भ्रामक समजुतीला कधीही बळी पडू नये. आदर्श हे उत्तुंग शिखर असते. पण त्या शिखराला पर्वताप्रमाणे खाली पसरलेल्या वास्तवाचा आधार असावा लागतो तर ते शिखर खरे वाटते आणि त्याच्यावर चढून जाण्याची महत्त्वाकांक्षा मानवाच्या मनात निर्माण होते.

२१

वामनरावांची आवडती घटना

या प्रसंगाच्या अनुषंगाने एक विचार करण्यासारखी लहानशी गोष्ट आहे ती इथे नमूद करून ठेवतो. 'टेनिसन'च्या 'इनॉक ऑर्डन'चे कथानक वामनरावांना फार आवडत असावे. कदाचित त्यातल्या हृदयभेदक नाट्यामुळे असेल, कदाचित विद्यार्थिदशेत ते अभ्यासिले गेल्यामुळे असेल, कदाचित सहज संभाषणात कुणातरी रसिकाकडून या खंडकाव्याची स्तुती ऐकल्यामुळे असेल, पण वामनरावांच्या मनात हे कथाबीज घर करून राहिले होते आणि प्रतिभेच्या अबोध स्तरांतून ते पुन:पुन्हा प्रकट होत होते असे मला वाटते.

बहुतेक ललित लेखकांच्या काही आवडत्या घटना किंवा कल्पना असतात. हरिभाऊ, शरच्चंद्र, हार्डी, इ्वाइग यांच्या कथावाङ्मयात आपल्याला या वाङ्मयीन सत्याचा अनुभव येतो. 'रागिणी'त भय्यासाहेब जिवंत आहेत हे रागिणीला किंवा तिच्या जवळच्या मंडळींना ठाऊक नसले, तरी वामनरावांना पूर्णपणे माहीत आहे. म्हणूनच त्यांनी रागिणीची मजल पुनर्विवाहापर्यंत पोहोचू दिली नसावी. पण या गुंफणीत एकप्रकारची भीरुता होती. त्यांच्या सुधारणावादी मनाला 'रागिणी' लिहून पुरी करताच ती बोचू लागली असावी. म्हणून पुढे 'आश्रमहरिणी'त ही घटना त्यांनी निराळ्या रीतीने हाताळली. 'रागिणी'त ते एका जुन्या आदर्शाच्या आहारी गेले होते. 'आश्रमहरिणी'त त्यांना एका नव्या आदर्शाचा आश्रय केला.

२२

वामनरावांचे स्थान

'कादंबरीची वाटचाल' या आपल्या लेखात हरिभाऊंचे अभ्यासक डॉ. भिंगारे म्हणतात, ''रागिणी'ने विचारप्रवर्तक कादंबरीचे नवे युग सुरू केले. पण खरोखरी आधीच्या पिढीतील आपटे व नंतरच्या पिढीतील फडकेप्रभृती कादंबरीकार यांच्याशी तुलनीय युग वामनरावांच्या वाट्याला येऊ शकत नाही. कलावंत म्हणून वामनरावांची तरफदारी त्यांचे पूजकसुद्धा बेतानेच करतील. एवंच, वामन मल्हार हे हरिभाऊ, फडके यांच्यामधील दुवा किंवा प्रवेशकच होत असे म्हणणे योग्य होईल.'

प्रत्येक लोकप्रिय लेखकाच्या वाट्याला मूर्तिपूजक आणि मूर्तिभंजक अशा दोन्ही प्रवृत्तीचे टीकाकार येतात. कादंबरीकार वामनराव जोश्यांनाही गेल्या चाळीस वर्षांत ते लाभले आहेत. श्रीपाद कृष्ण कोल्हटकर, ना. सी. फडके, कुसुमावती देशपांडे, माडखोलकर, वा. ल. कुलकर्णी, मालती बेडेकर वगैरे अनेक नावे या संदर्भात उल्लेखनीय आहेत. डॉ. भिंगारे मूर्तिपूजक नाहीत किंवा मूर्तिभंजकही नाहीत. केवळ ऐतिहासिक दृष्टीने त्यांनी वामनरावांच्या कर्तृत्वाचा विचार केला आहे. त्यांच्या मूल्यमापनात एकांगीपणा नाही. पण हे मान्य करूनही मला असे म्हणावेसे वाटते की, केवळ पाच कादंबऱ्यांच्या गुणावगुणांची चर्चा करून वामनरावांचे स्थान निश्चित करण्यात त्यांच्यावर अन्याय होण्याचा संभव आहे. प्रख्यात इंग्रज कादंबरीकार फॉर्स्टर यांच्याही कादंबऱ्यांची संख्या पाचच आहे. त्यांची शेवटची सुप्रसिद्ध कादंबरी 'पॅसेज टू इंडिया' ही त्याने १९२४ साली लिहिली. गेल्या तीन तपांत फॉर्स्टरने नवी कादंबरी लिहिली नाही. फॉर्स्टरही वामनरावांसारखा तत्त्वचिंतक कादंबरीकार मानला जातो. आजच्या इंग्रज कादंबरीकारांत आणि इंग्रजी कादंबरीच्या इतिहासात त्याला वैशिष्ट्यपूर्ण स्थान आहे.

वामनरावांच्या बाबतीतही हेच म्हणता येईल. ते केवळ आपटेयुग व फडकेयुग यातील दुवा नव्हते. १९२० पूर्वीची कादंबरी आणि १९२० नंतरची कादंबरी यांना जोडणारा पूल होते ते! वामनरावांची बहुतेक वैशिष्ट्ये त्यांच्या नंतरच्या कादंबरीकारांनी आत्मसात केली. साहजिकच ती वाचकांना चिरपरिचित वाटू लागली. पण साखर दुधात विरघळून दिसेनाशी झाली, तरी दुधातल्या गोडीच्या रूपाने तिचे अस्तित्व तिथे असतेच ना? ते अमान्य करणे अरसिकपणाचे होईल. रंजनाची पातळी, भावनेची पातळी आणि सामाजिक भाष्याची पातळी- ह्या तिन्ही पातळ्यांवरून हरिभाऊंनी लीलेने संचार केला. पण जीवनाचा अन्वयार्थ लावायला या तीन पातळ्या नेहमी पुऱ्या पडतातच असे नाही. व्यक्तीच्या आणि समाजाच्या जीवनात

असे अनेक प्रसंग येतात की, त्यावेळी ज्ञाताच्या पलीकडच्या गोष्टी हृदयाचा भेद करतात, मनाला वेध लावतात. 'सहज तुझी हालचाल मंत्रें जणु मोहिते' हे गुणगुणणाऱ्या तांब्यांनी 'लागले नेत्र रे पैलतिरी' असे उद्गार पुढे काढले ते काय उगीच? जीवनातल्या अंतिम सत्याच्या जाणिवेची तीव्र इच्छा व ती जाणीव दुर्लभ असल्यामुळे होणारी आत्म्याची तडफड ही वामनरावांनी मराठी कादंबरीला दिलेली मोठी देणगी आहे. ईश्वराच्या शोधासाठी गृहत्याग करणारा भय्यासाहेब, त्या ईश्वराचे सत्यस्वरूप दिसावे म्हणून निर्भयपणाने आयुष्याच्या काटेरी मार्गावरून प्रवास करणारी सुशीला, संसारसुख आणि देशसेवा यांच्या द्वंद्वातले मर्म जाणणारा विनायकराव आणि कलेची धुंदी व पत्नीचे कर्तव्य यांच्या कात्रीत सापडलेली इंदू ही केवळ प्रचलित समस्यांच्या किंवा सर्वसामान्य सुखदुःखाच्या चौकटीत बसणारी चित्रे नाहीत. कादंबरीकार वामनरावांचे मोठेपण अशाप्रकारच्या पात्रांच्या निर्मितीत आहे.

'रागिणी'च्या या संक्षिप्त आवृत्तीतही मला दिसलेल्या या वामनरावांचे दर्शन रसिकांना होईल अशी मला आशा आहे.

कोल्हापूर   वि. स. खांडेकर
१५-८-५९

www.ingramcontent.com/pod-product-compliance
Lightning Source LLC
Chambersburg PA
CBHW050354030726
47503CB00006B/1842
9788171616800